മായക്കൊട്ടാരം

MALAYALAM FAMILY COMEDY
THRILLER NOVEL

വിനോദ് നാരായണന്

Made with ♥ on the Notion Press Platform
www.notionpress.com

ഉള്ളടക്കം

ഉള്ളടക്കം

ആമുഖം

1999 ഫെബ്രുവരിയിലാണ് മായക്കൊട്ടാരം മനോരാജ്യം വാരികയിൽ ഖണ്ഡശഃ പ്രസിദ്ധീകരിച്ചു തുടങ്ങുന്നത്. എന്റെ ആദ്യത്തെ നോവലാണ് ഇത്. 28 അധ്യായങ്ങളിൽ തുടർച്ചയായി മനോരാജ്യം വാരിക പ്രസിദ്ധീകരിച്ച ഈ നോവൽ സഖി ബുക്ക് ക്ലബ് 2000 ൽ പുസ്തകരൂപത്തില് പ്രസിദ്ധീകരിച്ചു. തൊണ്ണൂറുകളുടെ ആ കാലഘട്ടത്തിൽ തീയറ്ററുകളെ ഇളക്കിമറിച്ചിരുന്നത് സിദ്ദീക് ലാൽമാരുടെ ഫാമിലി കോമഡി ത്രില്ലറുകളായിരുന്നു. അതിശയോക്തിപരമായ കാര്യങ്ങൾ സാധാരണകുടുംബങ്ങളിൽ സംഭവിക്കുന്നത് നർമത്തിൽ ചാലിച്ച് ഒരു ത്രില്ലറായി പറയുന്ന കഥനരീതിയായിരുന്നു അവരുടേത്. തെറ്റിദ്ധാരണകളുടെ പുറത്ത് കാര്യങ്ങൾ കെട്ടുപിണഞ്ഞ് സങ്കീർണമാവുകയും ക്ലൈമാക്സിൽ കുരുക്കുകളെല്ലാം അഴിഞ്ഞ് ശുഭപര്യവസായി ആയി കലാശിക്കുന്നതുമായ അത്തരം സിനിമകൾ എന്നെ വളരെയധികം ആകർഷിച്ചിരുന്നു. ഈ നോവൽ അത്തരമൊരു സിനിമാക്കഥയാണ്. ഒരു പൈങ്കിളി നോവലല്ല. ഒരു ഫാമിലി കോമഡി ത്രില്ലറായ ഈ നോവലിൽ ഉപയോഗിച്ചിരിക്കുന്ന ഭാഷ, ബിംബങ്ങൾ, പഴയ സ്വഭാവമുള്ളതാണ്. പ്രിയപ്പെട്ട വായനക്കാർ അങ്ങനെയൊരു മുൻവിധിയോടെ വേണം ഈ നോവലിനെ സമീപിക്കാൻ.

വിനോദ് നാരായണന്

മലയാളസാഹിത്യഭൂമികയിൽ ക്രൈം ത്രില്ലർ നോവലുകളിലൂടെയും ബാലസാഹിത്യ കൃതികളിലൂടെയും തന്റേതായ ചെറിയ ഒരിടം സ്ഥാപിച്ച എഴുത്തുകാരൻ. ഇംഗ്ലീഷിലും

മലയാളത്തിലുമായി 160 ൽ അധികം പുസ്തകങ്ങൾ എഴുതി പ്രസിദ്ധീകരിച്ചു. ആദ്യത്തെ കഥ പ്രസിദ്ധീകരിച്ചത് 1997 ൽ മംഗളം വാരിക ആയിരുന്നു. പക്ഷികൾ ചേക്കേറുന്നിടം എന്ന ആ കഥയിൽ തുടങ്ങിയ എഴുത്തു ജീവിതം ഇന്നും തുടരുന്നു. ആദ്യ നോവൽ മായക്കൊട്ടാരം 1999 ൽ മനോരാജ്യം വാരിക ഖണ്ഡശഃ പ്രസിദ്ധീകരിച്ചു. തുടർന്ന് മലയാളത്തിലെ നിരവധി പ്രസാധകരിലൂടെ പുസ്തകങ്ങൾ പ്രസിദ്ധീകരിച്ചു. പ്രമുഖ ഇല്ലസ്ട്രേറ്ററായ അനിൽ നാരായണൻ ഇദ്ദേഹത്തിന്റെ അനുജനാണ്. ഇവരുടെ കൂട്ടുകെട്ടിലൂടെ നിരവധി ബാലസാഹിത്യകൃതികൾ പ്രസിദ്ധീകരിക്കപ്പെട്ടു.

1975 ൽ തൃപ്പൂണിത്തുറയിൽ ജനിച്ചു. ഹൈസ്കൂൾ വിദ്യാഭ്യാസം ചോറ്റാനിക്കരയിൽ. എംജി യൂണിവേഴ്സിറ്റിയിൽ നിന്ന ബിരുദാനന്തര ബിരുദം നേടിയ ശേഷം പത്രപ്രവർത്തകനായി അൽപകാലം ജോലി നോക്കി. പിന്നീട് ഫ്രീലാൻസ് എഴുത്തുകാരനായി. സ്വന്തമായി പുസ്തകപ്രസാധക സംരംഭം ഉണ്ട്. നിരവധി ഹ്രസ്വചിത്രങ്ങൾ ചെയ്തു. ഇപ്പോൾ വൈക്കത്തിനടുത്തുള്ള ചെമ്പ് എന്ന ഗ്രാമത്തിൽ താമസിക്കുന്നു.

വിലാസം: "ശിവരഞ്ജിനി", മത്തുങ്കൽ റോഡ് ചെമ്പ്, വൈക്കം. കോട്ടയം ജില്ല. പിൻകോഡ് 686608

Email : boonsenter@gmail.com

1

1997 ഡിസംബർ

"കാറ് ഇവിടെ നിർത്തിയാൽ മതി."

മുൻസീറ്റിലിരുന്ന കൃഷ്ണൻകുട്ടി ഡ്രൈവറോട് നിർദേശിച്ചു.

ഹെഡ്ലൈറ്റിന്റെ വെളിച്ചത്തിൽ വീതി കുറഞ്ഞ പാതയും ഇരുട്ടുമൂടിക്കിടക്കുന്ന പാതയോരവും അയാൾ സശ്രദ്ധം വീക്ഷിച്ചു.

" ഇവിടെ നിർത്തിയാൽ മതിയോ?"

ഡ്രൈവർ കാറിന്റെ സ്പീഡ് വളരെ കുറച്ചുകൊണ്ട് കൃഷ്ണൻകുട്ടിയെ സംശയത്തോടെ നോക്കി.

"മതി..!"

കൃഷ്ണൻകുട്ടി കനപ്പിച്ചു പറഞ്ഞു.

ഡ്രൈവര് തലതിരിച്ച് പിൻസീറ്റിലിരിക്കുന്ന യുവാവിനേയും യുവതിയേയും നോക്കി.

അരണ്ട വെളിച്ചത്തിൽ അവരുടെ മുഖങ്ങൾ വ്യക്തമായില്ല.

ഡ്രൈവർ ഒരു നെടുപീർപ്പോടെ കാറ് റോഡിന്റെ സൈഡിലേക്കൊതുക്കിയിട്ടു.

"ആ ഹെഡ്ലൈറ്റോഫാക്ക്!"

കൃഷ്ണൻകുട്ടി ആജ്ഞാപിച്ചു.

"എന്തിനാ?"

ഡ്രൈവർ ഭയപ്പാടോടെ കൃഷ്ണൻകുട്ടിയെയും പിന്സീറ്റിലിരിക്കുവരെയും മാറിമാറി നോക്കി.

പിൻസീറ്റിലിരിക്കുന്നവർ ഈ നിമിഷംവരെ
ഒന്നുമുരിയാടിയിട്ടില്ലെന്ന് അയാൾ ഓർത്തു.

"പറഞ്ഞത് കേൾക്കടോ!

കൃഷ്ണൻകുട്ടിയുടെ അമർത്തിയ ശബ്ദംകേട്ട് ഡ്രൈവർ ഞൊടിയിടയിൽ ഹെഡ്ലൈറ്റുകൾ ഓഫാക്കി.

ചുറ്റും കൂരിരുട്ട് പരന്നു.

ആർക്കും ആരെയും കാണാൻ വയ്യ.

'ഈ ഏടാകൂടത്തിലൊക്കെ ചെന്ന ചാടേണ്ട വല്ല കാര്യവും ഉണ്ടായിരുന്നോ? ഈ നട്ടപ്പാതിരാക്ക് സുഖമായി വീട്ടിൽപ്പോയി മൂടിപ്പുതച്ച് കിടന്നുറങ്ങേണ്ടതല്ലായിരുന്നോ? ഇതിപ്പോ എന്താന്നോ ഏതാന്നോ ആർക്കറി

യാം. ഡ്രൈവർ പിറുപിറുത്തു.

"എന്താടോ, താനെന്തെങ്കിലും പറഞ്ഞോ?

കൃഷ്ണൻകുട്ടി ഒരു പെൻടോർച്ച് മിന്നിച്ചു.

"അങ്ങോട്ടൊന്നും പറഞ്ഞില്ല!

ഡ്രൈവറുടെ മറുപടി കേട്ട് കൃഷ്ണൻകുട്ടി ചിരിച്ചു. .

"എത്രയാ?"

പെൻ ടോർച്ചിന്റെ വെളിച്ചത്തിൽ ബാഗിന്റെ സിബ്ബ് വലിച്ചു തുറന്നുകൊണ്ടു് ചോദിച്ചു

ഡ്രൈവർ ഒരു നിമിഷം ആലോചിച്ചിട്ടു പറഞ്ഞു

"മുന്നൂറ!'

"ങ്ഹേ."

കൃഷ്ണൻകുട്ടി ഒരു ഞെട്ടലോടെ തല ഉയർത്തി നോക്കി

"ടൗണീന്നാകെ എട്ടുകിലോമീറ്ററല്ലേ ഓടിയൊള്ളു എണ്ണൂറൊന്നും ഓടിയില്ലല്ലോ?"

"സാറ് ആ വാച്ചൊന്നു നോക്കിയാട്ടെ. ഇപ്പസമയമെന്തായി?"

ഡ്രൈവർ സ്വരമലപം ഉയർത്തി .

കൃഷ്ണൻകുട്ടി ടോർച്ചിന്റെ വെളിച്ചത്തിൽ വാച്ചുനോക്കി ഒരിളിഭ്യച്ചിരി പാസ്സാക്കി.

"പന്ത്രണ്ട് - മുക്കാല്."

"ഈ സമയത്ത് ടാക്സി വിളിച്ചാ ആരും വരികേലാ. അതും ഈ ഓണംകേറാ മൂലയിലേക്ക്. നിങ്ങൾ അത്യാവശ്യം പറഞ്ഞതുകൊണ്ടാണ്

ഞാൻ സമ്മതിച്ചത്."

ഡ്രൈവർ അനിഷ്ടത്തോടെ പറഞ്ഞുകൊണ്ട് പിൻസീറ്റിലിരിക്കുന്നവരെക്കൂടി നോക്കി. ഇരുട്ടിൽ അവരൊന്നു ചുളിപ്പോയത് ഡ്രൈവർ കണ്ടില്ല. ചെറുപ്പക്കാരൻ പോക്കറ്റിൽനിന്നും മൂന്നു നൂറിന്റെ നോട്ടുകളെടുത്ത്

ടോർച്ചിന്റെ വെളിച്ചത്തിലേക്കു നീട്ടിപ്പിടിച്ചു.

“കൃഷ്ണൻകുട്ടി - ഇയാൾ ചോദിച്ചതു കൊടുത്ത് പറഞ്ഞുവിട്.”

ചെറുപ്പക്കാരനെ കൃഷ്ണൻകുട്ടി തടഞ്ഞു.

“വേണ്ട രാജാ, ഇതു കയ്യിൽത്തന്നെ വച്ചോളൂ. ഒന്നു പിടിച്ചു നില്ക്കാറാകുന്നതുവരെ നിയും ആലീസും എന്റെ ഗസ്റ്റുകളല്ലേ!'

കൃഷ്ണൻകുട്ടി ബാഗു തുറന്ന് ഡ്രൈവർക്ക് പണംകൊടുത്തു.

അവർമൂന്നുപേരും ഡോറു തുറന്നു പുറത്തിറങ്ങി.

അരണ്ട ഒരു നാട്ടുവെളിച്ചം പരന്നിരുന്നു.

വഴി ഒരുവിധം വ്യക്തമായി കാണാം.

“തൊട്ടപ്പുറത്ത് ഒരു വളവുണ്ട്. ഞങ്ങൾ ആ വളവു തിരിഞ്ഞു കഴിഞ്ഞശേഷം നിങ്ങൾ ലൈറ്റിട്ടു പൊയ്ക്കോളൂ."

കൃഷ്ണന്കുട്ടി ഡ്രൈവറോടു പറഞ്ഞു.

“എന്തിനാ കൃഷ്ണൻകുട്ടീ അയാളെ വെയ്റ്റു ചെയ്യിക്കുന്നത്. അയാളു പോയ്ക്കോട്ടെനമ്മളു കക്കാനും മോട്ടിക്കാനും വന്നതൊന്നുമല്ലല്ലോ!”

ആലീസ് പറഞ്ഞു.

“ആഹാ എന്നിട്ടു നാട്ടുകാരാരെങ്കിലും കാണണം. അവരു കൈയോടെ പിടിച്ച്പോലിസിലേൽപ്പിക്കും. പിന്നെ ആലീസിന്റെ അപ്പച്ചനറിയും. അവൾടെ കെട്ടിയോൻ രാജനെയും ഈ പാവം എന്നെയും എടുത്തിട്ടു പെരുമാറും അപ്പൊഴോ?"

കൃഷ്ണൻകുട്ടി പറഞ്ഞു നാവെടുക്കുന്നതിനു മുൻപേ ആലീസ് പറഞ്ഞു.

“മതി. മതി. മനസ്സിലായേ..."

“എവിടെയാ കൃഷ്ണൻകുട്ടി നിന്റെ ഇട്ടുണ്ണൂലിയമ്മയുടെ കൊട്ടാരം?"

രാജൻ അക്ഷമനായി.

"വാ.... വാ... കുറച്ചു നടക്കണം."

കൃഷ്ണൻകുട്ടി ബാഗ് കക്ഷത്തിലിടുക്കി മുണ്ടിന്റെ തുമ്പ് കൈയിലെടുത്തുപിടിച്ച അരണ്ട ഇരുട്ടിനെ കീറിമുറിച്ചുകൊണ്ട് മുന്നോട്ടു നടന്നു.

ആലീസും രാജനും കൃഷണൻകുട്ടിക്കു പിന്നാലെ ധൃതിയിൽ നടന്നു. അവർ വളവു തിരിഞ്ഞു കഴിഞ്ഞപ്പോൾ കാറ് സ്റ്റാർട്ടു ചെയ്തുപോകുന്ന ശബ്ദംകേട്ടു.

"പാവം!"

കൃഷ്ണൻകുട്ടി ഊറിച്ചിരിച്ചു.

"ആ ഡ്രൈവറൊരു നല്ല മനുഷ്യനായത് നമ്മുടെ ഭാഗ്യം."

ആലീസ് പറഞ്ഞു.

"നീയൊന്നു മിണ്ടാതെ നടക്കെന്റെ ആലീസേ. വല്ലവരും കേൾക്കും ."

രാജൻ അടക്കത്തിൽ പറഞ്ഞു.

"പേടിക്കേണ്ട രാജാ, സന്ധ്യകഴിഞ്ഞാലിതുവഴി ആരും നടക്കില്ല."

കൃഷ്ണന്കുട്ടി ചിരിച്ചു.

"അതെന്താ?"

ചോദിച്ചത് ആലീസാണ്.

"ഇട്ടുണ്ണൂലിയമ്മയെ എല്ലാവർക്കും ഭയങ്കര പേടിയാണ്!"

"അയ്യോ. അവരത്രയ്ക്കു ദുഷ്ടയാണോ."

"പേടിക്കണ്ട ആലീസേ, അവരു ചത്തിട്ട് വർഷം അമ്പതായി.'

കൃഷ്ണൻകുട്ടി പറഞ്ഞതു കേട്ടപ്പോൾ ആലീസും രാജനും ഒരുപോലെ നടുങ്ങിപ്പോയി. അവർ ബ്രേക്കിട്ടതുപോലെ വഴിയിൽ നിന്നു. അതു കണ്ട് കൃഷ്ണൻകുട്ടി പൊട്ടിച്ചിരിച്ചു.

"പേടിച്ചുപോയോ? നവദമ്പതികളിങ്ങനെ പേടിച്ചാലെങ്ങനെയാ?"

"നമ്മളിപ്പഴെങ്ങോട്ടാ പോകുന്നത?

ആലീസ് പരിഭ്രമത്തോടെ ചോദിച്ചു.

""ഇട്ടുണ്ണൂലിയമ്മയുടെ മാളികയിലേയ്ക്ക്:"

"ശരിക്കും അവടിപ്പളാരാ താമസം?"

"ഒരീച്ചപോലും അവിടെയില്ല. എന്നു മാത്രമല്ല! ഒരുത്തനും ആ മാളികയുടെ ഏഴയലത്തേക്ക് അടുക്കുകയുമില്ല. നിങ്ങൾക്കവിടെ സ്വസ്ഥവും സുന്ദരവുമായി മധുവിധു ആഘോഷിക്കാം.

കൃഷ്ണൻകുട്ടിയുടെ സംസാരം കേട്ടപ്പോൾ ആലീസിനും രാജനും തൊണ്ടയിൽ ഉമിനീർ വറ്റുന്നതുപോലെ തോന്നി

"എന്നാലും കൃഷ്ണൻകുട്ടി ഈ ഇട്ടുണ്ണൂലിയമ്മ....?"

രാജൻ അതു പൂർത്തിയാക്കാതെ കൃഷ്ണൻകുട്ടിയെ നോക്കി.

"ഇട്ടുണ്ണൂലിയമ്മ?"

കൃഷ്ണൻകുട്ടി തിരിഞ്ഞുനിന്നു.

"ഇട്ടുണ്ണൂലിയമ്മയുടെ പ്രേതമോ മറ്റോ...?"

രാജൻ അവിടെ നിർത്തിക്കളഞ്ഞു,

കൃഷ്ണൻകുട്ടിക്ക് ചിരിയടക്കാനായില്ല

"നിങ്ങളു പേടിക്കണ്ടാ. ഇട്ടുണ്ണൂലിയമ്മ നമ്മടെ സ്വന്തം ആളാ."

കൃഷ്ണൻ കുട്ടി അടക്കിച്ചിരിച്ചുകൊണ്ട മുന്നോട്ടു നടന്നു.

വിമ്മിട്ടത്തോടെ അവരിരുവരും കൃഷ്ണൻകുട്ടിയെ പിന്തുടർന്നു .

കുറച്ചുദൂരം നടന്നു ചെന്നപ്പോൾ ഇടിഞ്ഞു വീഴാറായ വലിയൊരുപടിപ്പുര കണ്ടു. കാലപ്പഴക്കത്താൽ അതിന്റെ വാതിൽപ്പാളികൾ പൂതിലിച്ച്അടർന്നു തൂങ്ങിക്കിടക്കുന്നു. അരണ്ട നാട്ടുവെളിച്ചത്തിൽ അതിന്റെ പിന്നിലായി തലയുയർത്തി നിൽക്കുന്ന ഭീമാകാരമായൊരു മാളിക!

ഒരു ഡ്രാക്കുളക്കൊട്ടാരംപോലെ..

അതിനെചുറ്റിപ്പറ്റി ഭീകരമായ നിശബ്ദത ചൂഴ്ന്നു നില്ക്കുന്നതായിഅവരറിഞ്ഞു. ഉള്ളിൽ തിങ്ങിനിറയുന്ന ഭയത്തോടെ ആലീസും രാജനുംമാളികയെ ആകമാനം നോക്കി.

കൃഷ്ണൻകുട്ടി കൂസലില്ലാതെ പടിപ്പുര കടന്ന് ചപ്പും ചവറും നിറഞ്ഞുകിടക്കുന്ന മുറ്റത്തേക്ക് കയറി അവരിരുവരോടുമായി പറഞ്ഞു.

"രണ്ടുപേരും വലതു കാലുവച്ച് കയറിവന്നോളു. ഐശ്വര്യമായിട്ട്."

ആലീസും രാജനും പടിപ്പുരവാതില്ക്കൽ ഒന്നറച്ചു നിന്നു.

നാട്ടുവെളിച്ചം അവരുടെ മേൽ പാളിവീണു.

ശ്ശേ! ഏതാണു വലതുകാൽ, ഏതാണ് ഇടതുകാൽ!

ആകെ കണ്ഫ്യൂഅഷനായി.

ഒന്നാലോചിച്ചുറപ്പിച്ച് അവർ രണ്ടുപേരും പതുക്കെ പടിപ്പുര കയറിച്ചെന്നു.

കൃഷ്ണൻകുട്ടി ഇതിനകം മാളികയുടെ പ്രധാന വാതിലിനടുത്തു ചെന്ന് ടോർച്ചിന്റെ വെളിച്ചത്തിൽ വളഞ്ഞ ഒരു കമ്പി, ബാഗിൽ നിന്നു തപ്പിയെടുത്ത് പരിശോധിച്ചു. പിന്നെ പല്ലുകടിച്ചുപിടിച്ച് വാതിലിന്റെ താക്കോൽ

ദ്വാരത്തിൽ കമ്പി കടത്തി രണ്ടു പ്രാവശ്യം തിരിച്ചു. പൂട്ടിന്റെ കള്ളം നീങ്ങിയ ശബ്ദം കേട്ടു.

കൃഷ്ണൻകുട്ടി ഒന്നു തള്ളിയപ്പോൾ വലിയ ശബ്ദത്തോടെ ആ വാതിൽ തുറന്നു.

രാജനും ആലീസും അതുകണ്ട് മിഴിച്ചപടി നിന്നു.

“വരൂ..”

കൃഷ്ണൻകുട്ടി അവരെ ക്ഷണിച്ചുകൊണ്ട് അകത്തേക്ക് നടന്നു.

ടോർച്ചിന്റെ ഇത്തിരിവെട്ടത്തിൽ വിശാലമായ ഹാളും ഗോവണിയും കണ്ടു.

“മുകളിലൊരു മുറി അയ്യപ്പൻകുട്ടിയും ഞാനുംകൂടി വൃത്തിയാക്കിയിട്ടിട്ടൊണ്ട്. അത്യാവശ്യം ഫർണ്ണിച്ചറുകളുമുണ്ട്, ഒരു മാസക്കാലത്തേക്ക് അതിൽ അഡ്ജസ്റ്റ് ചെയ്യാം. അപ്പോഴേക്കും കാര്യങ്ങളൊക്കെ ഒന്നു തണുക്കട്ടെ.""

കൃഷണൻകുട്ടി വളരെ സൂക്ഷിച്ച് ഗോവണി കയറുന്നതിനിടെ പറഞ്ഞു.

"അടുത്ത മാസമെന്തായാലും ഞങ്ങൾക്ക് മുംബൈക്ക് പോകാനാകും. ഒരു സീഫുഡ് കമ്പനിയിൽ സാമാന്യം ഭേദപ്പെട്ടൊരു ജോലി തരപ്പെടുത്തിത്തരാമെന്ന് കുര്യൻ പറഞ്ഞിട്ടൊണ്ട്. കുര്യൻ പറഞ്ഞാലതൊറപ്പാണ്.""

രാജൻ ഉത്സാഹത്തോടെ പറഞ്ഞു.

“ആലീസ് ഒരു മാസത്തെ ലീവിനപേക്ഷ കൊടുക്ക്."

കൃഷ്ണൻകുട്ടി നിർദ്ദേശിച്ചു.

“അതിലും ഭേദം രാജി വയ്ക്കുന്നതല്ലേ? ആയിരം രൂപ ശമ്പളത്തിലെ ഒരു ജോലി"

"അങ്ങനെയെങ്കിലങ്ങനെ?""

ഇടനാഴിയുടെ അങ്ങേയറ്റത്ത് വലിയ ചില്ലുജാലകത്തിലൂടെ ആകാശത്ത് നക്ഷത്രങ്ങൾ കാണാമായിരുന്നു.

"അപ്പനു പൂത്തകാശുണ്ടായിട്ടും ആയിരം രൂപാ ശമ്പളത്തിൽ പണിയെടുത്ത മോളാ. നല്ലോണം നോക്കിക്കോണേ..."

കൃഷ്ണൻകുട്ടി ഉപദേശരൂപേണ രാജനോടു പറഞ്ഞു.

ആലീസ് ചിരിച്ചു.

കൃഷ്ണൻകുട്ടി മുറിയുടെ പൂട്ടിയിട്ടില്ലാതിരുന്ന വാതിൽ തള്ളിത്തുറന്ന് അകത്തു കയറി.

ടോർച്ചു മിന്നിച്ച് മുറിയുടെ മുലയിലെ വൃത്താകൃതിയിലുള്ള പഴക്കമുള്ള പീഠത്തിൽനിന്നും ഒരു മെഴുകുതിരിത്തുണ്ടെടുത്ത് കൊളുത്തിവച്ചു.

സങ്കീർണ്ണമായ കൊത്തുപണികളുള്ള വലിയ ഒരു ഇരട്ടക്കട്ടിൽ ചുവരിൽപാതി തുറന്നു കിടക്കുന്ന അലമാര. സിംഹാസനം പോലെയുള്ള മൂന്നുനാലിരിപ്പിടങ്ങൾ..

"ഇതു കോഴിക്കോടു സാമൂതിരിയുടെ പള്ളിയറപോലെയുണ്ടല്ലോ"

രാജൻ ആത്മഗതം ചെയ്തു.

"ഇനി കുറച്ചു നാളുകളായി നിങ്ങളാണിവിടുത്തെ രാജാവും രാജ്ഞിയും. രണ്ടുപേരും നീണാൾവാഴ്ക!"

കൃഷ്ണൻകുട്ടി രണ്ടുകൈകളും മേലെക്കെറിഞ്ഞ് ഈണത്തിൽ നീട്ടിപ്പറഞ്ഞു.

"ഒന്നുപോ കൃഷ്ണൻകുട്ടി"

ആലീസ് തെല്ലു ജാള്യതയോടെ കൃഷ്ണൻകുട്ടിയുടെ ചുമലിലടിച്ചു.

"അതു ശരി! കിടക്കാനൊരിടമായപ്പോൾ ഞാൻ കട്ടുറുമ്പ്. കൊള്ളാം.ഞാനങ്ങു പോയേക്കാമേ!"

കൃഷ്ണൻകുട്ടി ബാഗുമെടുത്ത് കക്ഷത്തിൽ വച്ച് മുണ്ടുമടക്കി കുത്തി.

“എന്റെ പൊന്നു കൃഷ്ണൻകുട്ടി നീ ചതിക്കരുത്. നീയിന്നു പോകണ്ടഅാ ഇട്ടുണ്ണൂലിയമ്മയെങ്ങാനുംവന്ന്...."

“അതങ്ങുപള്ളീപ്പോയി പറഞ്ഞാമതി. എനിക്കു വേറെ പണിയുണ്ടിഷ്ടാ.”

“ഈ രാത്രീല് നിനക്കിനിയെന്തു പണിയാ?”

"അതേയ്. വീട്ടില് അമ്മയും അനിയത്തിയും ഒറ്റക്കാണ്. ഇപ്പോത്തന്നെ അവരു പേടിച്ചുകാണും.

കൃഷ്ണൻകുട്ടി പുറത്തുകടന്ന് വാതിൽ ചാരിയിട്ട് അകത്തേക്ക് വിളിച്ചുപറഞ്ഞു

“സമയത്ത് ടിഫിനെത്തും...പുറത്തേക്കൊന്നുമിറങ്ങണ്ട. കൂട്ടുകെടക്കാൻ ഇട്ടുണ്ണൂലിയമ്മ വന്നോളും കേട്ടോ. ഗുഡ നൈറ്റ്!

"പേടിപ്പിക്കാതെടാ. . .

രാജൻ പേടിച്ചരണ്ട ശബ്ദത്തിൽ പറഞ്ഞതുകേട്ട് കൃഷ്ണൻകുട്ടി ചിരിച്ചു.

കൃഷ്ണൻകുട്ടി നടന്നു നീങ്ങിയപ്പോൾ ആലീസ് വാതിൽ സാക്ഷയിട്ടു

നീണ്ട ഇടനാഴിയിലൂടെ നടക്കുമ്പോൾ കൃഷ്ണൻകുട്ടിക്കു അല്പ്പംഭയം തോന്നാതിരുന്നില്ല. പേടിപോകാൻ ഒരു മൂളിപ്പാട്ടുപാടി. പക്ഷേ പാടിയതിന്റെ ഇരട്ടി ശബ്ദത്തിൽ ഭയങ്കരമായൊരു മുരൾച്ചയോടെ പാട്ടു പ്രതിദ്ധ്വനിച്ചപ്പോൾപാടേണ്ടായിരുന്നു എന്നു തോന്നിപ്പോയി.

ഉള്ള ധൈര്യമെല്ലാം ആവിയായിപ്പോകുന്നതുപോലെ! ആരോ തന്റെ പിന്നിലുണ്ട്

ഇങ്ങോട്ടു കയറിവന്നപ്പോൾ ആലിസും രാജനും ഉണ്ടായിരുന്നു.

ഇപ്പോഴോ? ശ്ശ്. ആരോ ഒന്നു ചിരിച്ചതുപോലെ.

തോന്നിയതാണോ? ആയിരിക്കും.

കൃഷ്ണൻകുട്ടി വേഗത്തിൽ നടന്നു.

ടോർച്ചു മിന്നിക്കാൻ തന്നെ ഒരു സങ്കോചം.

തീർച്ചയായും ആരോ തന്റെ പിന്നിലുണ്ട്.

കാലൊച്ചയും നിശ്വാസങ്ങളും വ്യക്തമായി കേട്ടതാണ്. ഒന്നു തിരിഞ്ഞുനോക്കിയാലോ?

കൃഷ്ണൻകുട്ടി ധൈര്യം അവലംബിച്ചു തിരിഞ്ഞു നിന്നു.

ഇരുട്ടാണ്. സൂക്ഷിച്ചു ടോർച്ചടിച്ചു.

ടോർച്ചിന്റെ പ്രകാശം ഇരുട്ടിനെ കീറിമുറിച്ചുകൊണ്ട് ഇടനാഴിയുടെ അങ്ങേയറ്റത്തേക്ക് പാഞ്ഞുപോയി.

അത് ചില്ലുജാലകത്തിൽത്തട്ടി പ്രതിഫലിച്ചു.

ഒന്നുമില്ല. തോന്നിയതാണ്. കൃഷ്ണൻകുട്ടി ദീർഘമായി ഒന്നു നിശ്വസിച്ച സമയത്താണ് ആരോ ഒരിക്കൽക്കൂടി ചിരിച്ചതുപോലെ കേട്ടത്.

ആലീസായിരിക്കുമോ?

ആവാൻ വഴിയില്ല, മുറികളിൽ നിന്നൊരു ശബ്ദവും ഇടനാഴിയിൽ കേൾക്കില്ല.

മാളികയുടെ ഏതെങ്കിലുമൊരു കോണിൽനിന്ന് പ്രാവുകുറുകിയതായിരിക്കുമോ

ആ നിമിഷം തന്റെ ഹൃദയമിടിപ്പുകൾ വർധിക്കുന്നതായി കൃഷ്ണൻകുട്ടിക്ക് തോന്നി.

കണ്ണുകൾക്ക് കനവുമുണ്ട്.

രാത്രി രണ്ടുമണിയെങ്കിലും ആയിക്കാണണം.

തിരികെ മുറിയിലേക്കു പോയാലോ? വേണ്ട. നാണക്കേടാണ്. തന്നെയുമല്ല, അവർ പേടിക്കുകയും ചെയ്യും.

കൃഷ്ണൻകുട്ടി രണ്ടുംകല്പിച്ചു മുന്നോട്ടു നടന്നു. പിന്നെ എന്താണുസംഭവിച്ചതെന്ന് കൃഷണൻകുട്ടിക്ക് നല്ല ഓർമ്മയില്ല.

എവിടെയോ ചെന്നു തട്ടി, എന്തോ താഴെവീണുരുണ്ടുപോകുന്നശബ്ദം അവ്യക്തമായി കേട്ടു.

ഗോവണിയിൽ നിന്ന് അടിതെറ്റി താഴെ നിലയിലേക്ക് അലച്ചു വീണതോർക്കുന്നുണ്ട്.

കൈകാലുകൾ വേദനിക്കുന്നുണ്ട്.

തലയും എവിടെയോ ശക്തിയായിടിച്ചു.

ഗോവണിയിലൂടെ ഉരുണ്ടുവീഴുകയായിരുന്നിരിക്കണം.

അതിനു മുൻപേ ഏതോ ഒരു കിളിവാതിൽ തുറന്നെന്തോ താഴെവീണു. അതോർക്കുന്നുണ്ട്.

കൃഷ്ണൻകുട്ടി തലകുടഞ്ഞു.

തലയുടെ പെരുപ്പു മാറിവരുന്നു.

ടോർച്ചെവിടെ? ടോർച്ചെങ്ങോട്ടോ തെറിച്ചുപോയിരിക്കുന്നു. ബാഗുംകാണാനില്ല.

ഇരുട്ടിൽ കൈയെത്താവുന്നിടത്തൊക്കെ തപ്പി നോക്കി. അടിഞ്ഞുകൂടിയ പൊടിയും ചവറും അളിഞ്ഞ പ്രാവിൻ കാഷ്ഠവുമാണ് കൈയിൽ .തടയുന്നത്. കൃഷ്ണൻകുട്ടിക്ക് ഇട്ടുണ്ണൂലിയമ്മയെ പ്രാകാൻ തോന്നിപ്പോയി. അയാൾ തത്രപ്പെട്ട് എഴുന്നേറ്റു നിന്നു.

മുണ്ട് മടക്കിക്കുത്തി എത്താവുന്നിടത്തോളം കാലുകൊണ്ടൊന്നു പരതിനോക്കി.. കാലിലെന്തോ തടഞ്ഞു. ബാഗാണ്.

ഭാഗ്യം അതെങ്കിലും കിട്ടിയല്ലോ!

കൃഷ്ണൻകുട്ടി ബാഗെടുത്ത് കക്ഷത്തിലിഹാച്ചു.

ചുറ്റുപാടും കണ്ണിൽ കുത്തിയാലറിയാത്ത ഇരുട്ടാണ്. ഗോവണി അവസാനിക്കുന്നത് ഹാളിലാണ്. വിശാലമായ ഹാളിൽ. ഈശ്വരാ പ്രധാനവാതിലെവിടെ ചെന്നു കണ്ടുപിടിക്കും?

ഭയം പിന്നെയും കൃഷ്ണൻകുട്ടിയിൽ അരിച്ചുകയറാൻ തുടങ്ങി. ഇട്ടുണ്ണൂലിയമ്മയുടെ മരണശേഷം ഇവിടെ ആൾപ്പാർപ്പുണ്ടായിട്ടില്ല. ഇട്ടുണ്ണൂലിയമ്മ തറവാട്ടിലെ അവസാന കണ്ണിയായിരുന്നത്രേ! ഒടുവിൽ അവകാശികളായി ആരുമുണ്ടാകാതെ ഇട്ടുണ്ണുലിയമ്മ മരിച്ചു, വെള്ളമിറങ്ങാതെ.

പിന്നീട് കൊട്ടാരംപോലെ വലിയൊരു മാളികയും ഏക്കറുകണക്കിന് ഭൂമിയുംഅനാഥമായി കാടുകയറിക്കിടന്നു....

പകൽസമയത്തും ആരും ഇങ്ങോട്ടു കയറില്ല.

ഇട്ടുണ്ണുലിയമ്മയുടെ പ്രേതം ഗതികിട്ടാതെ അലഞ്ഞു നടക്കുകയാണത്രേ

കൃഷ്ണൻകുട്ടി ഓരോ ചുവടും സൂക്ഷിച്ചു മുന്നോട്ടുവച്ചു.

തറയിൽ ചെരിപ്പുരയുന്ന ശബ്ദം മാത്രം.

കൃഷ്ണൻകുട്ടി കാതോർത്തു .

നേർത്ത ഒരു ഹുങ്കാരം എവിടെ നിന്നോ ആർത്തലച്ചു വരുന്നതു പോലെ. നിമിഷംതോറും അതു വർദ്ധിച്ചുവരുന്നു

പുറത്ത് കാറ്റും മഴയും ഉണ്ടായിരിക്കുമോ?

എവിടെയോ വാതിൽപ്പാളികൾ തുറന്നടയുന്ന ശബ്ദം.

കൃഷ്ണൻകുട്ടി വിയർത്തൊലിക്കാൻ തുടങ്ങി.

തലയ്ക്കുമുകളിൽ ഏതോ പക്ഷിയുടെ ചിറകടിയൊച്ചകൾ. പെട്ടെന്നായിരുന്നു! അത് സംഭവിച്ചത്.

കൃഷ്ണൻകുട്ടിക്ക് പത്തുപതിനഞ്ചടി മുന്നിലായി പുറത്തേക്കുള്ള വാതിൽ കരകരശബ്ദത്തോടെ പതുക്കെ തുറക്കാൻ തുടങ്ങി......

2

തനിയെ തുറക്കുന്ന വാതിലിലൂടെ തണുത്തകാറ്റ് അകത്തേക്ക് തള്ളിക്കയറി. പുറത്ത് അരണ്ട നാട്ടുവെളിച്ചം.

ഒരു നിമിഷംപോലും പാഴാക്കാതെ കൃഷ്ണൻകുട്ടി പുറത്തേക്കോടി

പടിപ്പുര കടന്നതിനുശേഷമാണ് ശ്വാസംവിട്ടതുതന്നെ! പടിപ്പുരയ്ക്കു പുറത്തുനിന്ന് അയാൾ കിതച്ചു. മാളികയിൽ ആലീസും രാജനും ഭയന്നുവിറച്ചിരിക്കുകയാവുമെന്ന് ഓർത്തു.

അവരെപ്പറ്റി അയാൾ ചിന്തിക്കുന്നതുതന്നെഅപ്പോഴായിരുന്നു.

മറ്റൊന്നുകൂടി അയാളുടെ ചിന്തയിൽ വന്നുപെട്ടു. മാളിക്കകത്ത് വാതിലറിയാതെ കുരുങ്ങിനിന്നപ്പോൾ ഉണ്ടായ ആ കാറ്റും ബഹളവുമൊക്കെ ഇപ്പോൾ എവിടെപോയി മറഞ്ഞു? ഇലയനക്കംപോലുമില്ലാതെ അന്തരീക്ഷം . അവിടെ നിന്നെങ്ങിനെയെങ്കിലും ഓടിപ്പോകാൻ തോന്നി കൃഷ്ണൻകുട്ടിക്ക്

വേഗം വീട്ടിലെത്തണം.

ധൃതിയിൽ നടക്കാൻ തുടങ്ങിയപ്പോഴാണ് തന്റെ കക്ഷത്തിലിരിക്കുന്ന ബാഗിനെപ്പറ്റി കൃഷ്ണൻകുട്ടിക്ക് ഒരു സംശയം തോന്നിയത്. തന്റെ കറുത്തലെതർ ബാഗിനെപ്പോലെയല്ല ഇത്. അതിനേക്കാൾ വലിപ്പവും നല്ലതണുപ്പുമുണ്ട്. കൃഷണൻകുട്ടി ആ സാധനം കക്ഷത്തിൽനിന്ന് പതുക്കെ എടുത്തു

കയ്യിലെത്തു പരിശോധിച്ചു. പുറത്ത് മൊട്ടും മുഴകളുമുണ്ട്. കൈയിൽ എന്തോവഴുവഴുക്കുന്നുണ്ട്. പ്രാവിൻ കാഷ്ഠത്തിന്റെ അസഹനീയമായ ദുർഗന്ധം.

ഒരു നിമിഷംപോലും അത് കയ്യിൽ വയ്ക്കുവാൻ മനസ്സനുവദിച്ചില്ല. അയാൾ അത് പാതവക്കത്തേക്ക് എറിഞ്ഞു കളഞ്ഞു.

ഇട്ടുണ്ണൂലിയമ്മയുടെ കൊട്ടാരസദൃശമായ മാളികയുടെ അകത്തളങ്ങൾക്കുള്ളിലൊളിച്ചിരിക്കുന്ന നിഗൂഢരഹസ്യങ്ങളുമായി അത് പാതയോരത്തെ ഉരുളൻ കല്ലുകളിൽ തട്ടിത്തെറിച്ച് ഉരുണ്ടുരുണ്ടുപോയി

ഇതൊന്നുമറിയാതെ കൃഷ്ണൻകുട്ടി കൈകൾ ആഞ്ഞുവീശി ഇരുട്ടിലൂടെ നടന്നു.

"ബാലാ, നീയിങ്ങുനോക്കിയേ" ഭാർഗ്ഗവൻ വിളിച്ചു. "ആലത്തൂർ തറവാട്ടുകാര് ആരായിരുന്നെന്നാ നിന്റെ വിചാരം?"

ഭാർഗ്ഗവൻ മുറിക്കൈയൻ കുപ്പായത്തിന്റെ കൈകൾ കുറെക്കൂടി തെറുത്തുവച്ചു.

"അതിനെപ്പറ്റി ഞാൻ കാര്യമായിട്ടൊന്നും വിചാരി ചിട്ടില്ലങ്ങുന്നേ.'

ബാലൻ കൈയും പിറകിൽകെട്ടി ആലത്തൂർ തറവാടിന്റെ കോലായിലെ മരത്തൂണിൽ ചാരിനിന്നു.

ബാലന്റെ മറുപടി കേട്ട ഭാർഗ്ഗവൻ ഇളിഭ്യനായി. വീർത്ത വട്ടമുഖത്തെകൊമ്പൻ മീശപിരിച്ചുവച്ച് ജാള്യതമറച്ച് നാടകീയമായി പടികളിറങ്ങാൻ തുടങ്ങി. ബാലൻ ഇതൊന്നും കണ്ടമട്ടില്ലാതെ മാനം നോക്കിനിന്നു. ഭാർഗ്ഗവൻബാലനു മുന്നിൽ വന്നുനിന്ന് പറഞ്ഞു.

"വിചാരിക്കണം. ഒരുകാലത്ത് ആലത്തൂർ തറവാട്ടുകാര് ഈ ദേശത്തെയാകമാനം കിടുകിടാ വിറപ്പിച്ച പ്രമാണിമാരായിരുന്നു. നിനക്കറിയാമോ?"

"എന്നും പറഞ്ഞുകൊണ്ട് അങ്ങോട്ടുചെന്നാൽ ഹാജി കാശു കടംതരുമോ?"

ബാലൻ മേലുംകിഴും നോക്കിയില്ല.

ഭാർഗ്ഗവൻ തല താഴ്ത്തി തിരിഞ്ഞുനിന്നു. കുറുപ്പിന്റെ നെഞ്ചത്തു തന്നെ കയറിയിരുന്നോടാ കഴുവേറി. എന്നു മനസ്സില് പറഞ്ഞുകൊണ്ട് കിഴക്കുദിച്ചുവരുന്ന സൂര്യനെ ചാഞ്ഞും ചെരിഞ്ഞും നോക്കി.

"അങ്ങുന്നാരെയാ നോക്കുന്നെ?"

ബാലന്റെ ചോദ്യത്തിന് മനസ്സിൽ പൊന്തിവന്ന മറുപടി ഭാർഗ്ഗവൻ പുറത്തുപറഞ്ഞില്ല.

"അച്ഛരാ!" കോലായില്നിന്നു വിളി വന്നു. മീനാക്ഷി! ഭാർഗ്ഗവന്റെ ഒരേയൊരു മകളാണ്.

" നീയെങ്ങോട്ടാ?-

"അമ്പലത്തിലേക്ക്."

"നിനക്കിന്നു കോളേജില്ലേ?"'

"ഇല്ല!"

"നന്നായി."

"അതെന്താ അച്ചാ?"

"അല്ല! പഠിച്ചു പാസ്സായിട്ട് എന്തു കിട്ടാനാ?

മീനാക്ഷി മുഖം വീർപ്പിച്ചു.

"ഒള്ള മുഡ് കളയണ്ട! അച്ഛരൻ വെറുതെ പറഞ്ഞതാ. മോളു പൊയ്ക്കോ."

ഭാർഗ്ഗവന്റെ ശബ്ദത്തിൽ നിസ്സഹായതയും വാൽസല്യവും ഉണ്ടായിരുന്നു.

മീനാക്ഷിയുടെ മുഖം വല്ലാതെയായി.

അവൾ അച്ചനെ ഒന്നു നോക്കിയിട്ട് തല താഴ്ത്തി മഞ്ഞപ്പട്ടുപാവാടയുലച്ചുകൊണ്ട് മുറ്റം കടന്നുപോയി. .

"ഇരുപത്തഞ്ചുസെന്റ് തരിശുഭൂമി. അഞ്ചാറ ഉണക്കത്തെങ്ങുകളും ഇടിഞ്ഞുപൊളിഞ്ഞുവീഴാറായ വീടും. ആലത്തൂർ തറവാടിന്റെ ശേഷിപ്പിതാണെടാ."

ഭാർഗ്ഗവൻ ശബ്ദപ്പതർച്ചയോടെ ബാലനോടു പറഞ്ഞു.

"ഇപ്പഴങ്ങോട്ടൊരെണ്ണം പോയതു കണ്ടില്ലേ നീയ് കെട്ടുപ്രായം തികഞ്ഞു. വരണ മകരത്തില് അവൾക്ക് വയസ്സിരുപതാ. ഞാനെന്തു ചെയ്യാനാ ബാലാ?"

ആലത്തൂർ തറവാട്ടിൽ ഇനിയുള്ളതിൽ ഏറ്റവും മൂത്തകാരണവരുടെകണ്ണുകളിൽ നീർ പൊടിയുന്നതു കണ്ടപ്പോൾ ബാലന്റെ മനസ്സിടിഞ്ഞു.

"ഒരു കാര്യത്തിൽ അങ്ങുന്നിന് സമാധാനിക്കാം ഒന്നേയുള്ളല്ലോ എന്ന്."

സമാധാനിപ്പിക്കാനെന്നോണം ബാലൻ പറഞ്ഞു. ഓർമ്മ വച്ചകാലംമുതൽ ഭാർഗ്ഗവന്റെ എല്ലാക്കാര്യത്തിലും ബാലൻകൂടെ നടന്നു. ആലത്തൂർ തറവാട്ടിലെ ചോറുതിന്നുന്ന ഒരു

കാര്യക്കാരനായിട്ടല്ല! ഒരനുജുനായിട്ടാണ് അദ്ദേഹം തന്നെ കണ്ടിരുന്നതെന്ന് ബാലൻ ഓർമ്മിച്ചു. ഇപ്പോഴുമതെ.

നീ ഭൈരവനെ നോക്ക്." ഭാർഗ്ഗവൻ തുടരന്നു. "ഞാനും അവനും തമ്മിൽ മണിക്കൂറുകളുടെ വ്യത്യാസമേയുള്ളു. എന്നാലും മൂത്തവൻ ഞാൻതന്നെയല്ലേ? അതു പറഞ്ഞിട്ടെന്താ ഭാഗം വന്നപ്പോ കണ്ടില്ലേ; അവനു മൂന്നേക്കർ തെങ്ങിൻ പുരയിടം. അമ്പതുപറനിലം വേറെ. എല്ലാം നിനക്കറിയാവുന്നതല്ലേ, തള്ളയ്ക്കെന്നോട് പണ്ടേ കിരുകിരുപ്പായിരുന്നു. ഞാൻ ഗുണംപിടിക്കില്ലെന്ന് അവരെത്രവട്ടം പ്രാകിയിട്ടുണ്ട്. എന്നിട്ടോ? അവസാനം ചാകാൻ നേരത്ത് തുള്ളിവെള്ളം തൊട്ടുകൊടുക്കാൻ ഞാനൊരുത്തനേ ഉണ്ടായുള്ളു.

"അതു നേരാ."

ബാലനതറിയാമായിരുന്നു.

"പറഞ്ഞ് നേരം പോയി."

"പൊന്നു ബാലാ, നീ ചെന്ന് ഹാജിയോടു കുറച്ചുകാശുകൂടി തരാൻ പറയ്യാ.വേറെ ഒരു നിവൃത്തിയില്ലാഞ്ഞിട്ടല്ലേ?"

ഭാർഗ്ഗവൻ ബാലനോടപേക്ഷിച്ചു.

"ഹാജിയോടു ചോദിച്ചു നോക്കാം. എനിക്കു വലിയ പ്രതിക്ഷയൊന്നുമില്ല."

ബാലൻ സൈക്കിളുമെടുത്ത് പടികടന്നു പോയി.

ഭാർഗ്ഗവൻ കുറച്ചകലെയായി തലയുയർത്തി നിൽക്കുന്ന ഭൈരവന്റെ വീട്ടിലേക്കു നോക്കിനിന്ന് മനസ്സാ ശപിച്ചു.

വീതി കുറഞ്ഞ ചെമ്മൺ പാതയിലൂടെ ബാലൻ ആഞ്ഞു സൈക്കിൾചവിട്ടി. സൂര്യൻ ചെമ്പിച്ച നിറംമാറ്റി കത്തിജ്വലിച്ചുതുടങ്ങിയിട്ടും വഴി പൊതുവേ വിജനമായിരുന്നു. വഴിക്കിരുവശവും പടർന്നു കിടക്കുന്ന പുല്ലാനിപ്പൊന്തകൾ കടന്നു മുന്നോട്ടു പോയാൽ ഇല്ലിക്കാടുകൾ. അതുംകഴിഞ്ഞാൽ ഇട്ടുണ്ണൂലിയമ്മയുടെ പുരയിടമായി. ആ പടിപ്പുരയ്ക്കുമുന്നിലൂടെ അത്യാവശ്യക്കാർ മാത്രം ധൃതിപിടിച്ച് കടന്നുപോകും. അതേക്കുറിച്ചോര്ത്തിപ്പോൾ ബാലന് ശരീരമാസകലം ഒരു വിറയൽ ഉണ്ടായി. സൈക്കിളിന്റെ ബാലൻസ് തെറ്റിപ്പോകുമോ എന്നൊരു സംശയം.

പടിപ്പുരക്കടുത്തെത്തും മുമ്പേ യാദൃശ്ചികമായാണ് ബാലന്റെ കണ്ണുകൾ പാതയോരത്തുകിടന്നിരുന്ന ആ വസ്തുവിൽ തറച്ചത്. സൈക്കിളിന്റെ ബ്രേക്കുപിടിച്ച് ബാലൻ ചുറ്റുപാടുമൊന്ന് കണ്ണോടിച്ചു.

പിന്നെ ധൈര്യമവലംബിച്ച് സൈക്കിളിൽ നിന്ന് താഴെയിറങ്ങി കുനിഞ്ഞുനിന്ന് ആ സാധനത്തിനെ ശ്രദ്ധാപൂർവം നോക്കി. നിറയെ ചിത്രപ്പണികളുള്ള ഒരു ചെമ്പു പേടകം. പൊടിയും പ്രാവിൻ കാഷ്ഠവും അതിന്മേൽ ഉണങ്ങിപ്പിടിച്ചിരിക്കുന്നുണ്ട്. ബാലൻ ആ ചെമ്പുപേടകം കൈയ്യിലെടുത്ത് കുലുക്കി നോക്കി. അകത്ത് എന്തൊക്കെയോ കുലുങ്ങുന്നുണ്ട്! തുറക്കണമെങ്കിൽ കുറച്ചു പണിപ്പെടണം. ഒരുവശത്ത് എന്തോ എഴുതിവച്ചിട്ടുണ്ട്. ബാലൻ പൊടിതട്ടി നീക്കി അതു വായിച്ചു നോക്കി...

ആലത്തൂർ! ബാലന്റെ ഹൃദയമിടിപ്പ് ഒരു നിമിഷത്തേക്ക് നിലച്ചുപോയി.

ഹാജിയോടു കാശുവാങ്ങാൻ പോയവൻ വാണംവിട്ടതുപോലെപാഞ്ഞുവരുന്നതുകണ്ട് അപ്പോഴും മുറ്റത്ത് തന്നെ നിൽക്കുകയായിരുന്നഭാർഗ്ഗവൻ വാ പൊളിച്ചു.

അയാൾ സൈക്കിൾ സ്റ്റാന്റിലിടാൻ പോലും മിനക്കെടാതെ ഭാർഗ്ഗവനു മുന്നിലെത്തി നിന്നു കിതച്ചു.

“എന്താടാ, എന്തുപറ്റി?"

"അങ്ങുന്നിങ്ങോട്ടു വന്നേ"

കാര്യമെന്തെന്നറിയാതെ ഭാർഗ്ഗവൻ പിന്നാലെ ചെന്നു. "തെക്കിനി തുറക്ക്.‘

ബാലൻ പേടകം മേശപ്പുറത്തുവച്ചു.

"എന്താടാ ഇത്?"

ഭാർഗ്ഗവനു ശബ്ദം പുറത്തേക്ക് വന്നില്ല.

“ആലത്തൂർ തറവാടിന്നവകാശപ്പെട്ടത്.’ ബാലൻ പറഞ്ഞു. .

"നീ കാര്യം തെളിച്ചു പറ! ഹാജി തന്നുവിട്ടതാണോ?

ഭാർഗ്ഗവൻ അക്ഷമനായി.

“തേങ്ങാക്കൊല! ഇത് ഇട്ടുണ്ണൂലിയമ്മയുടെ പടിപ്പുരക്കൽ നിന്നു കിട്ടിയതാണ്.."

ബാലൻ ചെമ്പുപേടകത്തിന്റെ വശം തിരിച്ചുവച്ച കാണിച്ചുകൊടുത്തു.

"നോക്ക് ആലത്തൂരെന്നെഴുതി വച്ചിരിക്കുന്നത്. നമ്മുടെ കഷ്ടപ്പാടു കണ്ട് ദൈവമറിഞ്ഞു തന്നതായിരിക്കും!"

അതുകേട്ട് ഭാർഗ്ഗവന്റെ കണ്ണുമിഴിഞ്ഞു.

"ആലത്തൂരോ?"

ഭാർഗ്ഗവൻ അക്ഷരങ്ങളിലേക്ക് സൂക്ഷിച്ചു നോക്കി പിറുപിറുത്തു.

"ആലത്തൂർ തറവാടുകാർക്ക് ഞാനറിയാതെയൊരു പെട്ടിയോ?

"ആലത്തൂർ തറവാട്ടുകാർ വേറെയും കാണുമോ?"

ബാലനൊരു സന്ദേഹം തോന്നി.

"പോഴത്തം പറയാതെ ബാലാ. ഈ കരയിലെന്നല്ല ഇന്ത്യാ മഹാരാജ്യത്തുതന്നെ ആലത്തൂർ തറവാട്ടുകാര്, ഞങ്ങളൊന്നേയുള്ളൂ."'

ഭാർഗ്ഗവനുറപ്പിച്ചു പറഞ്ഞു.

"ഒള്ളതറിയണേൽ പെട്ടിതല്ലിപ്പൊളിച്ചു നോക്കണം!"

"നീയീ നാട്ടുകാരെ മുഴുവൻ അറിയിക്ക്.'

ഭാർഗ്ഗവൻ ശബ്ദമമർത്തി .

"ബാലാ പങ്കജാക്ഷിപോലും ഇതറിയണ്ട!"

"ഞാനൊരു കാര്യം ചോദിക്കട്ടെ അങ്ങുന്നേ, സത്യത്തിൽ ഈ ഇട്ടുണ്ണൂലിയമ്മ ഏതു തറവാട്ടുകാരിയാ?"

ബാലൻ അടക്കത്തിൽ ചോദിച്ചു.

"അതേയ്, ഇട്ടുണ്ണൂലിയമ്മയോടു തന്നെ ചോദിക്കണം."

ഭാർഗ്ഗവനു കുറേശ്ശെ ദേഷ്യംവന്നു തുടങ്ങി.

കുറച്ചുനേരത്തെ പരിശ്രമത്തിനുശേഷം പേടകം തുറന്നു കിട്ടി.

രണ്ടുമൂന്നുകെട്ട് പഴകി ചിതലരിച്ചു തുടങ്ങിയ കടലാസു ചുരുളുകളും തുരുമ്പിച്ച കുറെ താക്കോലുകളും!

ഭാർഗ്ഗന്റെയും ബാലന്റേയും മുഖം വിവർണ്ണമായി...

"സ്വർണ്ണായിരിക്കുമെന്നല്ലേ ഞാൻ കരുതിയത്."

ബാലൻ ആത്മഗതം ചെയ്തു.

"അല്ല ബാലാ, ഞാനോർക്കുവാ. ആലത്തുരുകാർക്ക് ഞാനറിയാതെ ഇത്രയും താക്കോലുകളോ?"

ഭാർഗ്ഗവൻ താടിയിൽ കൈവച്ച് കുത്തിയിരുന്നു.

ബാലൻ കടലാസു ചുരുളുകൾ ഒന്നൊന്നായി എടുത്ത് അലക്ഷ്യമായി നിവർത്തി നോക്കി. മനം മടുപ്പിക്കുന്ന പഴകിയ ഗന്ധമുയർന്നു. "വൃത്തികെട്ട വാട?"

ഭാർഗ്ഗവൻ മൂക്കുപൊത്തി.

“അങ്ങുന്നേ ഇതു പ്രമാണങ്ങളാ." ബാലൻ പറഞ്ഞു.

“പ്രമാണങ്ങളോ?”

ഭാർഗവൻ ചാടിയെഴുന്നേറ്റു.

മങ്ങിയ അക്ഷരങ്ങളിലൂടെ അവർ കണ്ണോടിച്ചു.

ചിലത് വായിക്കാൻ പറ്റാത്ത വിധം അവ്യക്തമായിരുന്നു.

ചിലയിടത്തെ കടലാസ് ദ്രവിച്ചുപോയിരുന്നു.

ബാലാ!" ഭാർഗ്ഗവൻ വിറയാർന്ന ശബ്ദത്തിൽ വിളിച്ചു

"ഇട്ടുണ്ണൂലിയമ്മ.”

ഭാർഗ്ഗവന് ബാക്കി വാക്കുകൾ പുറത്തേയ്ക്കു വന്നില്ല

“ഞാൻ പറഞ്ഞില്ലേ അങ്ങുന്നേ..."

സന്തോഷത്താൽ ബാലന്റെ കണ്ണുകൾ നിറഞ്ഞു. "നിയോഗമാണ് ബാലാ ഇത്. ഇട്ടുണ്ണൂലിയമ്മ ആലത്തൂർ തറവാടിന്റെ ഭാഗമായിരുന്നു എന്ന് വിശ്വസിക്കാൻ ഇപ്പോഴും പ്രയാസം തോന്നുന്നു. എന്റെ അച്ഛനോ മുത്തച്ഛനോ അമ്മാവന്മാരോ ഇങ്ങനൊരു കാര്യം പറഞ്ഞുകേട്ടിട്ടില്ല.”

ഭാർഗ്ഗവന്റെ വാക്കുകൾ ഇടറി.

“ഒന്നും രണ്ടുമല്ല അമ്പത്താറേക്കർ പുരയിടവും കൊട്ടാരം പോലൊരു വീടും. അങ്ങുന്നിന് ഇതിൽ കൂടുതൽ എന്തുവേണം. ഇട്ടുണ്ണൂലിയമ്മയുടെ സർവസ്വത്തുക്കളും ആലത്തൂർ ഥരവാട്ടുകാരുടെ ഇപ്പോഴുള്ള പിൻഗാമി എന്ന നിലയിൽ അങ്ങുന്നിനാണ് അവകാശം.”

“പക്ഷേ ബാലാ.”

ഭാർഗ്ഗവൻ ബാലനടുത്തേക്ക് നീങ്ങി നിന്നു.

“ഒരു കാരണവശാലും ഭൈരവൻ ഇതറിയരുത്.”

“ പോകാൻ പറയെന്നേ. അങ്ങേരെന്തോ ചെയ്യാനാ?”

ബാലൻ പുച്ഛരിച്ചു തള്ളി.

ഭാർഗ്ഗവന്റെ കണ്ണുകൾ നിറഞ്ഞൊഴുകി.

ആ പ്രമാണങ്ങൾ നെഞ്ചോടമർത്തിപ്പിടിച്ച് അയാൾ അക്ഷരാർത്ഥത്തിൽ കരയുകയായിരുന്നു.

"അങ്ങുന്നേ....!

ബാലന്റെ വിളി ഇടയ്ക്കുവച്ചു മുറിച്ചുകൊണ്ട് ഭാർഗ്ഗവന്റെ വാക്കുകൾ ചിതറിവീണു. "ആനന്ദക്കണ്ണീരാണെടാ....!"

അയാൾ ബാലനെ കെട്ടിപിടിച്ചു.

"നീ സ്നേഹമുള്ളവനാ.." അതുകേട്ട് ബാലന്റെ കണ്ണുകളും നിറഞ്ഞു.

ഇതെല്ലാം കാണാനും കേൾക്കാനുമിടയായി ഒരാൾ വാതിൽപ്പടിക്കുപിന്നിൽ നിന്നിരുന്നത് അവർ രണ്ടുപേരും അറിഞ്ഞില്ല. അത് ഭാർഗ്ഗവന്റെ ഭാര്യ പങ്കജാക്ഷിയായിരുന്നു. .

തന്റെ കുടുംബത്തിന് ഇപ്പോൾ വന്നു ചേർന്നിരിക്കുന്ന ഭാഗ്യത്തിന് അവർ ഈശ്വരനോട നന്ദി പറഞ്ഞു.

ക്ഷേത്രത്തിൽ നിന്നുള്ള വഴി തിരിഞ്ഞ് ഉമാദേവിയും മീനാക്ഷിയും ചെമ്മണ്ണു വെട്ടിയിറക്കിയ വഴിയിലേക്കിറങ്ങി.

നിറയെ കൊന്നപ്പൂക്കൾ ചിതറിക്കിടന്നിരുന്ന വഴുക്കലുള്ള കൽപ്പടവുകൾ ഓരോന്നായി സൂക്ഷിച്ചിറങ്ങവേ ഉമാദേവി പറഞ്ഞു.

“കൃഷ്ണൻകുട്ടിയേട്ടൻ ഇപ്പോഴും എഴുന്നേറ്റിട്ടുണ്ടാവില്ല മീനാക്ഷി.”

മീനാക്ഷിയുടെ മുഖം ചുവന്നത് ഉമാദേവി കണ്ടില്ല.

"സമയമിപ്പോ ഒമ്പതരേങ്കിലും ആയിക്കാണും.”

തട്ടി വീഴാതിരിക്കാൻ ഉമാദേവി സ്വർണ്ണക്കരയുള്ള പച്ചപ്പട്ടുപാവാട തെല്ലുയർത്തിപ്പിടിച്ചു.

“ഏട്ടന്റെ കാര്യം ഒന്നും പറയാതാരിക്കുന്നതാ ഭേദം. വീട്ടില് വന്നുകേറുന്നതൊക്കെ ഒരു സമയത്താണ്. ഉള്ള ജോലികളയണ സർവലക്ഷണോണ്ട്.”

ഉമാദേവി പറയുന്നതെല്ലാം മീനാക്ഷി മൂളിക്കേട്ടു.

“ചോദിക്കാനും പറയാനും ആരുമില്ലെന്നോർത്തിട്ടായിരിക്കും!”

ഇങ്ങനെ പറഞ്ഞിട്ട് ഉമാദേവി മീനാക്ഷിയെ ഒന്നു പാളിനോക്കി ഒരു കള്ളച്ചിരി പാസാക്കി.

മീനാക്ഷി അതു കണ്ടുപിടിച്ചു.

“പോടി നിനക്ക ഞാൻ വച്ചിട്ടുണ്ട്.”

മീനാക്ഷി ഉമയക്കു പിന്നാലെ ഓടി.

"ഭാർഗ്ഗവനമ്മാവനോട് ഞാൻ ചെന്നു പറയും, എത്രയുംവേഗം പെണ്ണിനെ കെട്ടിച്ചുവിടാൻ!'

ഉമാദേവി കുറച്ചുനേരം ഓടിയിട്ട് തിരിഞ്ഞുനിന്ന് വിളിച്ചു പറഞ്ഞു.

മീനാക്ഷിക്ക് നാണം തോന്നി.

വല്ലവരും കേൾക്കുമെന്നൊരു ചിന്തയുമില്ല പെണ്ണിന്

മീനാക്ഷി കിതച്ചുകൊണ്ട് പതുക്കെ നടന്നു.

അപ്പോൾ സൈക്കളിൽ ഒരു ചെറുപ്പക്കാരൻ ധൃതിയിൽ കടന്നുപോയി.

“ആ പോണ ഒറ്റയൊരുത്തനാണ് കൃഷ്ണൻകുട്ടിയേട്ടനെ ചീത്തയാക്കണെ."

അത് കൃഷ്ണൻകുട്ടിയുടെ ഉറ്റ സഹൃത്തായ അയ്യപ്പൻ കുട്ടിയായിരുന്നു

ഉമാദേവിയുടെ ഉച്ചത്തിലുള്ള പറച്ചിൽകേട്ട അയ്യപ്പൻകുട്ടി സൈക്കിൾ നിർത്തി തിരിഞ്ഞു നോക്കിനിന്നു: "എന്താടി?

അയ്യപ്പൻകുട്ടി സ്വരത്തിൽ വലിയ ഗൗരവം വരുത്തി.

"എടീന്നോ?" ഉമാദേവി ഞെട്ടിപ്പോയി.

അയ്യപ്പൻകുട്ടി ഗൌരവത്തിൽതന്നെ പറഞ്ഞു.

“ഞാൻ കൃഷ്ണൻകുട്ടിയേട്ടനോടു പറഞ്ഞു കൊടുക്കും.”

ഉമാദേവിക്കു ദേഷ്യം വന്നു.

"ചെന്നു പറഞ്ഞുകൊടുക്കെടീ! വഴിയേ പോകുന്നവന്റെ മെക്കിട്ടുകയറി ചീത്തവിളിക്കുന്നതെന്തിനാടീ?" അയ്യപ്പൻകുട്ടി കളിയാക്കി പൊട്ടിച്ചിരിച്ചു.

ഉമാദേവി കരച്ചിലിന്റെ വക്കത്തെത്തി. ഇതെല്ലാം കണ്ടുകൊണ്ട് മീനാക്ഷി അവർക്കടുത്തേക്ക് നടന്നെത്തിയിരുന്നു.

അയ്യപ്പൻകുട്ടി സൈക്കിൾ ചവിട്ടി മുന്നോട്ടു പോയി.

“രണ്ടുകുട്ടികളും കൂടി നാടു കുട്ടിച്ചോറാക്കാതിരുന്നാ മതിയായിരുന്നു."

മീനാക്ഷി, പിന്നിൽ നിന്ന് അയ്യപ്പൻകുട്ടിയോടായി വിളിച്ചു പറഞ്ഞു.

അയ്യപ്പൻകുട്ടി അതു കേൾക്കാത്ത മട്ടിൽ ഒരു മൂളിപ്പാട്ടും പാടി സൈക്കിൾ ചവിട്ടിപ്പോയി.

ഉമാദേവി ഉറക്കെ കൊഞ്ഞനം കുത്തി.

"എന്താടി ഇവിടെ?"

പിന്നിൽ നിന്ന് അപ്രതീക്ഷിതമായൊരു പരുക്കൻ ശബ്ദംകേട്ട് രണ്ടു പേരും ഞെട്ടിത്തിരിഞ്ഞു നോക്കി.

അവരിരുവരുടെയും നെഞ്ചിലൂടെ ഒരിടിവാൾ പാഞ്ഞുപോയി.

3

ചോര വാർന്നു പോയതുപോലെ മീനാക്ഷിയും ഉമാദേവിയും വിളറിവെളുത്തു. ഭൈരവന്റെ മകൻ പുഷ്പാംഗദൻ!മദ്യത്തിന്റെ രൂക്ഷഗന്ധം അവരുടെ നാസാരന്ധ്രങ്ങളിൽ തുളഞ്ഞു കയറി. ഉമാദേവി അയാളുടെ കണ്ണുകളിലേക്കു നോക്കിപ്പോയി. കണ്ണുകളിൽകുടിലത നിറച്ചുവച്ച് പുഷ്പാംഗദൻ കുറ്റിത്താടി ചൊറിഞ്ഞു. ബന്ധംകൊണ്ട് ഉമാദേവിക്കയാൾ മുറച്ചെറുക്കനാണെങ്കിലും അവൾക്കയാളെ ഇഷ്ടമല്ല.

"വാടീ, പോകാം." മീനാക്ഷിയുടെ കൈപിടിച്ചുവലിച്ചുകൊണ്ട് ഉമാദേവി മുന്നോട്ടു നടന്നു.

പിന്നിൽ നിന്നു പുഷ്പാംഗദൻ അമർത്തിയൊന്നു മൂളി. അയാളിൽ നിന്നുരക്ഷപ്പെടാനെന്നോണം മീനാക്ഷിയും ഉമാദേവിയും അതിവേഗം നടന്നകന്നു.

പറ്റെ വെട്ടി നിർത്തിയ തലമുടിയിൽ വിരലുകളോടിച്ച് ഭൈരവൻ, ഇരപ്പുറയക്കാതെ മുറിയിലങ്ങോളം നടന്നു.

"സത്യമാണോടി നീയി പറയുന്നത്?"

അയാൾ ഭാനുമതിയമ്മയോട് കുത്തിക്കുത്തിചോദിച്ചു.

"പിന്നെ ഞാനെന്തിനാ മനുഷ്യനെ കള്ളം പറയണത്. ഭാർഗ്ഗവൻചേട്ടനും പങ്കജാക്ഷിയേടത്തിയും അടക്കം പറയുന്നത് ഞാൻ കേട്ടതല്ല്യോ!""

ഭാനുമതി ആണയിട്ടു.

ഭാര്യയെ അത്ര വിശ്വാസമൊന്നുമില്ലെങ്കിലും ഒന്നുംകാണാതെ അവരങ്ങിനെ പറയുകയില്ലെന്ന് അയാൾക്കു ബോധ്യമായി.

ഭൈരവന്റെ കണ്ണുകൾ ഇടുങ്ങി.

“എത്രയേക്കറു പറമ്പാ! അത്രേം വലിയൊരു കെട്ടിടം ഞാനെന്റെജീവിതത്തി കണ്ടിട്ടില്ല! പൊളിച്ചു വിറ്റാത്തന്നെ കിട്ടും അഞ്ചാറുലക്ഷം.""

ഭൈരവൻ തനിയേയിരുന്നു പുലമ്പി.

അയാളുടെ ചോരച്ച കണ്ണുകളും വലിഞ്ഞു മുറുകിയ മുഖവും കണ്ടപ്പോൾ ഭാനുമതിയമ്മയ്ക്കു ഭയമായി.

“ദേ, വഴക്കിനും വക്കാണത്തിനുമൊന്നും പോണ്ട"

ഭാനുമതിയമ്മ പറഞ്ഞു നിർത്തിയതിനു പിന്നാലെ ഭൈരവൻ അലറി.

"പോടീ! പോയി പണിനോക്കെടീ"

അവർ ഒരക്ഷരം മിണ്ടാതെ എഴുന്നേറ്റു പോയി.

ശബ്ദംകേട്ട് അവരുടെ ഇളയ മകൾ ആനന്ദി വാതിൽക്കൽ വന്നുനോക്കി.

"എന്താ, എന്താ അമ്മേ?"

"കുന്തം!' പോകുന്ന പോക്കിൽ ഭാനുമതിയമ്മ രൂക്ഷമായി പറഞ്ഞു.

“എന്താ അച്ഛാ കാര്യം?"

ആനന്ദി മുറിക്കകത്തേക്കു കടന്നുവന്നു.

"പുഷ്പാംഗദനെവെടേടി?"

അച്ഛന്റെ ഇടിവെട്ടുംപോലുള്ള ശബ്ദം കേട്ട ആനന്ദി ഞെട്ടിപ്പോയി.

“എനിക്കറിയില്ലച്ഛാ"

“ആ എമ്പോക്കി ഉള്ളതും ഇല്ലാത്തതും കണക്കാ!" ഭൈരവൻ പിറുപിറുത്തു.

കാര്യക്കാരനായ കാർത്തികേയൻ വരുന്നതു കണ്ടപ്പോൾ ആനന്ദി പിൻവാങ്ങി.

“എവിടായിരുന്നെടാ ഇതുവരെ?"

ഭൈരവൻ ഉച്ചത്തിൽ ചോദിച്ചു.

കാർത്തികേയൻ വിയർത്തു പോയി.

"അതു പിന്നെ..... തേങ്ങ....."

കാർത്തികേയൻ തപ്പിത്തടഞ്ഞു.

"നിർത്തെടോ..... തേങ്ങ, മാങ്ങ"

ഭൈരവൻ അസഹ്യതയോടെ പറഞ്ഞു. "ഇവിടെ വാലിനു തീപിടിച്ചിരിക്കുകയാ... നിനക്കറിയാമോ? ഇട്ടുണ്ണൂലിയമ്മയുടെ അമ്പത്താറേക്കർ പുരയിടത്തിന്റെയും മാളികയുടെയും പ്രമാണങ്ങൾ ആ ഭാർഗ്ഗവനു കിട്ടി. ഇട്ടുണ്ണൂലിയമ്മ ആലത്തൂർ തറവാട്ടുകാരിയാണത്രേ...."

"ഇതു നേരത്തെ അറിഞ്ഞിരുന്നെങ്കിൽ...

കാർത്തികേയൻ നെടുവീർപ്പിട്ടു.

"നേരത്തെ അറിഞ്ഞിരുന്നെങ്കിൽ നീയെടുത്ത... "

ഭൈരവനു ദേഷ്യം വന്നു. ബാക്കി വാക്കുകൾ വിഴുങ്ങിക്കളഞ്ഞു. കാർത്തികേയൻ വിളറിപ്പോയി. എന്തോ തീരുമാനിച്ചുറച്ചതുപോലെ ജനലഴികളിൽ കണ്ണുംനട്ട ഭൈരവൻ എഴുന്നേറ്റു. ജനലിനപ്പുറത്ത് വെയിലിന്റെ കാഠിന്യം മൂർധന്യത്തിലെത്തി നിൽക്കുന്നു.

"അതു മുഴുവൻ ഒറ്റയ്ക്കു തിന്നാൻ ആ നാറിയെ ഭൈരവൻ അനുവദിക്കില്ല!"

ഭൈരവന്റെ അണപ്പല്ലുകൾ ഞെരിഞ്ഞമരുന്നത് കാർത്തികേയൻകണ്ടു.

"വാടാ!"

ഒരു കൊടുങ്കാറ്റുപോലെ ഭൈരവൻ പുറത്തേക്കിറങ്ങി.

അയാൾക്കു പിന്നാലെ കാർത്തികേയനും. ആ പോക്കുകണ്ട് ഭാനുമതിയമ്മയും ആനന്ദിയും ആശങ്കയോടെ പരസ്പരം നോക്കി. അടുക്കള ജനാലയുടെ പിന്നിൽ നിന്നും അവരിരുവരും മുറ്റത്തേക്കിറങ്ങിയോടി.

ഉച്ചത്തിലുള്ള അലർച്ചയും ബഹളങ്ങളുംകേട്ട് ഭാർഗ്ഗവൻ രണ്ടാം നിലയിലെ ചെറിയ ജനാലയിലൂടെ പുറത്തേക്ക് നോക്കി.

" ആരാണാവോ മരിക്കാൻ പോകുന്നത്?"

അയാൾ പിറുപിറുത്തുകൊണ്ട് ജനാലയിലെ വീതികൂടിയ അഴികൾക്കിടയിലൂടെ പ്രയാസപ്പെട്ട് മുറ്റത്തേക്ക് എത്തിച്ചു നോക്കി. നട്ടുച്ചയോടടുക്കുന്ന നേരത്ത് തന്റെ വീടിനുനേരെ ആക്രോശിച്ചുകൊണ്ട് പാഞ്ഞുവരുന്ന ചെറു സംഘത്തെക്കണ്ട് ഭാർഗ്ഗവൻ ഞെട്ടിപ്പോയി...

ആ സംഘത്തിന്റെ മുന്നിൽ ഒരു അമ്പലക്കാളയെപ്പോലെ കൈകാലുകൾ പൊക്കി മുക്രയിട്ടുകൊണ്ടു വരുന്നത്

ഭൈരവനാണെന്ന് അയാൾതിരിച്ചറിഞ്ഞു. ദ്രോഹി!

ഇട്ടുണ്ണൂലിയമ്മയുടെ പ്രമാണങ്ങളുടെ വിവരം എങ്ങിനെയോ അവൻ മണത്തറിഞ്ഞിട്ടുണ്ട്.

ആരാണിതു ഭൈരവനു ചോർത്തിക്കൊടുത്തത്. ശവങ്ങളെ ഒറ്റയെണ്ണത്തിനെയും വെറുതെ വിടരുത് എല്ലാറ്റിനെയും അടിച്ചു നിരപ്പാക്കണം!

ഭാർഗ്ഗവൻ കണ്ണുകൾ ഇടുമ്മിച്ച് കൊമ്പഴീശ മേലേക്ക് പിരിച്ചു കയറ്റി വച്ചു.

വീതികൂടിയ വരകളുള്ള അണ്ടർവെയർ പകുതിയും വെളിയിൽ കാണിച്ചുകൊണ്ട് മുണ്ട് ഒന്നുകൂടി മടക്കിക്കുത്തി അയാൾ കോണിപ്പടികൾ ഇറങ്ങിച്ചെന്നു. ഭാരവൻ ഇരുകൈകളും എളിയിൽ ഇരുവശത്തുമായി കൈകളൂന്നി ഭാർഗ്ഗവന്റെ വീടിന്റെമുറ്റത്ത് നിന്ന് വെല്ലുവിളി നടത്തി. പിന്നാലെ ഓടിയെത്തിയ ഭാനിമതിയമ്മയും ആനന്ദിയും അയാളെ പിടിച്ചുവലിച്ചുകൊണ്ടു പോകാൻ ഒരു ശ്രമം നടത്തി. കാർത്തികേയൻ ഭൈരവന്റെ പിന്നിൽ നിന്നിരുന്നു.

ഭാനുമതിയമ്മയേയും ആനന്ദിയെയും ഭൈരവൻ ഇരുകൈകൾകൊണ്ടും തട്ടിമാറ്റി ചീറി.

ഭാർഗ്ഗവൻ കുപ്പായ കൈകൾ തെറുത്തു കയറ്റി ഉള്ള മസിലൊക്കെ

തുറിപ്പിച്ചുകൊണ്ട് കോലായിൽ നിന്നും തിണ്ണയിലേക്കിറങ്ങി വന്നു.

“എന്താടാ പട്ടീ നിന്നു കാറുന്നത്?"

ഭാർഗ്ഗവന്റെ ആ വരവുകണ്ട് ഭൈരവൻ ഒന്നു ചൂളിയെങ്കിലും ആകാവുന്നിടത്തോളം ഉച്ചത്തിൽ അയാൾ പറഞ്ഞു:

“താനെന്താടോ വിചാരിച്ചത്? ഇട്ടുണ്ണൂലിയമ്മയുടെ ഏക്കറുകണക്കിനു ഭൂമിയും ആ വലിയ കെട്ടിടോം തനിക്കൊറ്റക്കെടുത്തങ്ങു സുഖിക്കാമെന്നോ?"

"ആ, അതേടാ, നിനക്കതിൽ മുറുമുറുപ്പുണ്ടാവുന്നുമറിയാം. എന്നാലേയ്, ഞാനങ്ങനെ തന്നെയാതീരുമാനിച്ചിരിക്കുന്നത്."

ഭാർഗ്ഗവന്റെ ശബ്ദത്തിന് കാഠിന്യമുണ്ടായിരുന്നു.

“താൻ ആ വെള്ളമങ്ങു വാങ്ങിവച്ചോണ്ടാമതി!?"

ഭൈരവൻ അലറി.

“ഞാൻ ആ വെള്ളം വാങ്ങി നിന്റെ തലയിലൊഴിക്കും! ഓർത്തോ, അതിനു നല്ല ചൂടായിരിക്കും.... ഇറങ്ങിപ്പോടാ പട്ടീ എന്റെ വീട്ടീന്ന്!"

ഭാർഗ്ഗവൻ ശരീരമപ്പാടെ കുലുക്കി മുന്നോട്ടു കുതിച്ചു. അയാളുടെ മുഖം മുഖം രക്തമിരച്ചു കയറി വല്ലാതെ ചുവന്നിരുന്നു.

അപ്പോഴേക്കും ഈ ബഹളമെല്ലാം കേട്ട് പങ്കജാക്ഷിയമ്മയും മീനാക്ഷിയും ബാലനും മറ്റും ഓടി വന്നു.

ഭൈരവനു നേരെ കുതിച്ചു ചെന്ന ഭാർഗ്ഗവനെ അവർ പിടിച്ചു നിർത്തി .

ഒരു പടക്കുതിരയെപ്പോലെ അയാൾ അവരെ കുടഞ്ഞു തെറുപ്പിച്ചു. ഭൈരവനു തൊട്ടുമുന്നിൽ ചെന്നുനിന്ന് ഭാർഗ്ഗവൻ അയാളെ ക്രുദ്ധനായി നോക്കി.

അവരിരുവരുടെയും കണ്ണുകളിൽ നിന്ന് തീപ്പൊരി പാറി...

"എടാ എമ്പോക്കീ! ആലത്തൂർ തറവാടിനെ നീ കൂട്ടിച്ചോറാക്കി.ദുഷ്ടയായിരുന്നെങ്കിലും നമ്മുടെ തള്ളയെ പറഞ്ഞുമയക്കി തറവാട്ടു സ്വത്ത്ഭൂരിഭാഗവും നീ കൈക്കലാക്കി. എനിക്കെന്നാ കിട്ടി? ഇരുപത്തഞ്ചു സെന്റ് ഉണക്കഭൂമി? പുല്ലുപോലും കിളിർക്കാത്ത സ്ഥലം! ഒക്കെ നീയും ആ തള്ളയും കൂടിയൊപ്പിച്ചു. എന്നിട്ടവസാനം നീയാ തള്ളയ്ക്ക് പച്ചവെള്ളം കൊടുത്തോ? എന്നെ കണ്ണിന് കണ്ടുകൂടെങ്കിലും തള്ളയ്ക്ക് അവസാനകാലത്ത് ജീരകവെള്ളം തൊട്ടുകൊടുക്കാൻ ഞാനല്ലേ, ഉണ്ടായിരുന്നുള്ളൂ?

ഭാർഗ്ഗവന്റെ വാക്കുകൾ കനലുകളായി ഭൈരവന്റെ നെഞ്ചകത്ത് ചിതറിവീണു.

ഭാർഗ്ഗവന്റെ നിശ്വാസങ്ങൾക്ക് ഭസ്മീകരിക്കാനുള്ള ശേഷിയുള്ളതായി ഭൈരവന് അനുഭവപ്പെട്ടു.

വീടിന് മുന്നിലെ റോഡിലൂടെ പോകുന്ന വഴിയാത്രക്കാർ കാഴ്ചക്കാരായി മൂക്കത്തു വിരൽ വച്ചു നിൽക്കുന്നതു കണ്ടപ്പോൾ ഭൈരവന് ജാള്യത തോന്നി. .

"ഹ... അതൊക്കെ പണ്ടല്ലേ, പഴയ കാര്യങ്ങള. ഇപ്പഴത്തെ കാര്യം അതൊന്നുമല്ല! ഇട്ടുണ്ണൂലിയമ്മയുടെ സ്വത്താണ്... അതിൽ പാതി എനിക്കുവേണം. എങ്ങാണ്ടു നിന്നോ ഒരു പെട്ടി കിട്ടിയില്ലേ തനിക്ക്? ആ പെട്ടിയും പ്രമാണങ്ങളുമൊക്കെയിങ്ങെടുക്ക്..."

ഭൈരവൻ യാതൊരു ചളിപ്പുമില്ലാതെ പറഞ്ഞു. ചിറികൾ വക്രിച്ചുകൊണ്ട് ഭൈരവൻ കുറ്റിത്തലമുടി പരതി. ഭാർഗ്ഗവന് ശരീരമാസകലം വിറഞ്ഞു കയറി. അയാൾ കാലുപൊക്കി

ഭൈരവന്റെനെഞ്ചത്തൊരൊറ്റച്ചവിട്ട് ഭൈരവൻ ഷോക്കടിച്ചതുപോലെ തെറിച്ചുപോയി! ഭാനുമതിയമ്മയും ആനന്ദിയും നിലവിളിച്ചു. പങ്കജാക്ഷിയമ്മ മിഴിച്ചപടി നിന്നു.

"അച്ഛാ!"

മീനാക്ഷി ഉറക്കെ വിളിച്ചു. ഭാർഗ്ഗവൻ അതു കേട്ടില്ല. അയാൾ കനത്ത കാലടികളോടെ പിടഞ്ഞെഴുന്നേല്ക്കാൻ തുടങ്ങുന്ന ഭൈരവന്റെ അടുത്തേക്കു വന്നു. ഭൈരവന്റെ കഴുത്തിൽ ചുറ്റിക്കിടന്ന തോർത്തിന്റെ തലപ്പുകൾ കൂട്ടിപ്പിടിച്ച് അയാളെ വലിച്ചെഴുന്നേൽപ്പിച്ചു.

"നായിന്റെ മോനേ!" ഭാർഗ്ഗവന്റെ ചുണ്ടുകൾ ചലിച്ചു.

എന്തെങ്കിലും ചെയ്യാൻ കഴിയുന്നതിനു മുമ്പേ ഭാർഗ്ഗവന്റെ കരുത്തുള്ള മുഷ്ടി ഭൈരവന്റെ മുഖത്തു പതിച്ചു. തന്റെ തല തകർന്നു പോയതുപോലെ അയാൾക്കു തോന്നി. അയാളുടെ മുഖത്ത് ചോര ചത്തു കിടന്നു.,ഭൈരവൻ കാലിടറി തൊട്ടടുത്ത് നിന്നിരുന്ന കാർത്തികേയന്റെ ദേഹത്തേയക്ക് വീഴാനാഞ്ഞു.

കാർത്തികേയൻ ത്രന്ത്രപൂർവം ഒഴിഞ്ഞുമാറിക്കളഞ്ഞു.

ഭൈരവൻമൂക്കുകുത്തി നിലത്തു വീണു. വീണ്ടും നിലത്തിട്ട് അയാളെ ചവിട്ടാനാഞ്ഞ ഭാർഗ്ഗവനെ മീനാക്ഷി ഓടിവന്നു തടഞ്ഞു.

“ഇനി. വേണ്ടച്ഛാ, ചിറ്റപ്പൻ ചത്തുപോകും!"

മീനാക്ഷി കരഞ്ഞുകൊണ്ട് അയാളുടെ കൈ പിടിച്ചു വലിച്ചു..

ഭാർഗവൻ ഉയർത്തിയ കാൽ പിൻവലിച്ചു.

ഭാനുമതിയമ്മയും ആനന്ദിയും ഉറക്കെ നിലവിളിച്ചുകൊണ്ട് തറയിൽ നിശ്ചലനായി കിടക്കുന്ന ഭൈരവനെ കുലുക്കിയുണർത്താൻ ശ്രമിച്ചു. ഭാനുമതിയമ്മ തലതിരിച്ച്, അകന്നുപോകുന്ന ഭാർഗ്ഗവനെ നോക്കി പ്രാകി.

“എടാ മാഹാപാപി, നീ മുടിഞ്ഞുപോകത്തേയുള്ളൂ.”

പിന്നെ കൂടി നിന്ന നാട്ടുകാരെയാകമാനം നോക്കി അവർ വിലപിച്ചു.

“നീയൊക്കെ നോക്കി നിന്നു രസിക്കുവാണല്ല്യോടാ ചെറ്റകളേ?""

നാട്ടുകാരാരും ഒന്നും മിണ്ടിയില്ല. ജനക്കൂട്ടത്തിനിടയിൽ നിന്നും അയ്യപ്പൻകുട്ടി തലയെത്തിച്ച് നോക്കി.

അവന്റെ കണ്ണു തള്ളിപ്പോയി... ഒരിടിപ്പടത്തിന്റെ ഷൂട്ടിംഗാണെന്നാണ് അവനാദ്യം കരുതിയത്. അയ്യപ്പൻകുട്ടി നോക്കി നിൽക്കെ, നിശ്ചലനായിക്കിടന്ന ഭൈരവൻ തലപൊന്തിച്ചു.

ഒരു കുതിക്ക് ഭാനുമതിയമ്മ മലർന്നടിച്ചു വീണു. ഭൈരവൻ നിവർന്നു നിന്ന് പൊടിയും മണ്ണും തട്ടിക്കളഞ്ഞു. കോലായിലേക്ക് നടന്നു പോകുന്ന ഭാർഗ്ഗവനു നേരെ രൂക്ഷമായി നോക്കി അയാൾ ചിറി അമർത്തിത്തുടച്ചു.

പിന്നെ ശരംവിട്ടതുപോലെ ഭാർഗ്ഗവനു നേർക്കു പാഞ്ഞു.

"എടാ പട്ടീ!"

ഭൈരവന്റെ അലർച്ച കേട്ട് തിരിഞ്ഞുനോക്കുന്നതിനു മുമ്പ്, മിന്നൽപോലെ ഭാർഗ്ഗവന്റെ മുതുകിൽ ഭൈരവൻ ചവിട്ടി. ഭാർഗ്ഗവൻ മണ്ണിലേക്ക് കമിഴ്ന്നടിച്ചു വീണു.

പിന്നെയും ചവിട്ടാൻ തുടങ്ങിയ ഭൈരവനെ ബാലൻ തടഞ്ഞു. ഭൈരവൻ അവന്റെ കരണക്കുറ്റിക്കടിച്ചു. ബാലൻ പമ്പരംപോലെ കറങ്ങി... ഭൈരവൻ പിന്നെയും ഭാർഗ്ഗവനെ ചവിട്ടിയപ്പോൾ ഭാർഗ്ഗവൻ ഒഴിഞ്ഞുമാറിക്കളഞ്ഞു. ബാലൻസു തെറ്റിപ്പോയ ഭൈരവനെ ഭാർഗ്ഗവൻ മലർന്നു കിടന്നുതൊഴിച്ചു. ഭൈരവൻ പിന്നോക്കം പോയി. ഭാർഗ്ഗവൻ പിടഞ്ഞെഴുന്നേറ്റു. അപ്പോഴേക്കും മുന്നോട്ടാഞ്ഞുവന്ന ഭൈരവൻ ഭാർഗ്ഗവനെ കടന്നുപിടിച്ചു.

പിന്നെ ജീവന്മരണപോരാട്ടം! രംഗം പന്തിയല്ലെന്നു കണ്ട് ആൾക്കൂട്ടത്തിനിടയിൽ നിന്ന് അയ്യപ്പൻകുട്ടി പാഞ്ഞു.

നട്ടുച്ചനേരത്ത് കൃഷ്ണൻകുട്ടി കിണറ്റുകരയിൽ വാഴക്കൂട്ടത്തിനടുത്ത് ധൃതിയിൽ പല്ലുതേച്ചുകൊണ്ടിരിക്കുകയായിരുന്നു. അൽപ്പംമുമ്പ്ഉറക്കം വിട്ടെഴുന്നേറ്റതുമുതൽ തലേദിവസത്തെ കാര്യങ്ങൾ അയാളെ അലട്ടിക്കൊണ്ടിരുന്നു.

ദൈവമേ! ഈ നേരം വരെ ആലീസും രാജനും പച്ചവെള്ളംപോലുംകുടിച്ചിട്ടുണ്ടാവില്ല. ആ നശിച്ച മാളികയിൽ അതുങ്ങൾ ജീവിച്ചിരിപ്പുണ്ടാകുമോ ആവോ?-

കൃഷ്ണൻകുട്ടിക്ക് അതേക്കുറിച്ചോർത്തപ്പോൾ ആധിയായി.

“കൃഷ്ണൻകുട്ടി... കൃഷ്ണൻകുട്ടി....”

നിലവിളിച്ചുകൊണ്ട് അയ്യപ്പൻകുട്ടി പാഞ്ഞുവരുന്നു.

കൃഷ്ണൻകുട്ടി ഞെട്ടി.

അയ്യപ്പൻകുട്ടി അയാൾക്കു മുന്നിൽ വന്നു നിന്ന് കിതച്ചു.

"എന്താടാ?" കൃഷ്ണൻകുട്ടി പരിഭ്രമത്തോടെ തിരക്കി.

“നീ വേഗം ചെന്നില്ലെങ്കിൽ നിന്റെ അമ്മാവന്മാരു രണ്ടും ചാവും.” അയ്യപ്പൻകുട്ടി കിതച്ചുകൊണ്ടു പറഞ്ഞു.

"ങ്ഹ. എന്താടാ കാര്യം?"

"അവർ രണ്ടുംകൂടി പൊരിഞ്ഞ അടിയാ!”

"എന്റീശ്വരാ!” കൃഷ്ണൻകുട്ടി നെഞ്ചത്തു കൈവച്ചു.

ഇതുകേട്ടുകൊണ്ടേ അടുക്കളയിൽ നിന്നിറങ്ങി വന്ന കൃഷ്ണൻകുട്ടിയുടെ അമ്മ ജാനകി മാറത്തലച്ച് നിലവിളിച്ചു... "ഇവിടെയിപ്പം ആരും ചത്തില്ല! അമ്മയൊന്നു മിണ്ടാതിരി.”

കൃഷ്ണൻകുട്ടി തിരിഞ്ഞുനോക്കി ഒച്ചയിട്ടു. കൃഷ്ണൻകുട്ടി പതതുപ്പിക്കളഞ്ഞ് ടൂത്തു ബ്രഷും വലിച്ചെറിഞ്ഞ് ഓടി. പിന്നാലെ അയ്യപ്പൻകുട്ടിയും. ആങ്ങളമാർ പരസ്പരം തല്ലിച്ചാകുന്നതിൽ മനംനൊന്തു കരഞ്ഞുകൊണ്ട് ജാനകിയും അങ്ങോട്ടോടി. ഉച്ചവെയിലിൽ വിയർത്തു കുളിച്ച് തടിച്ചുകൂടി നില്ക്കുന്ന ജനക്കൂട്ടത്തെ പാടുപെട്ട് വകഞ്ഞുമാറ്റി കൃഷ്ണൻകുട്ടിയും അയ്യപ്പൻകുട്ടിയുംമുന്നോട്ടു നീങ്ങി.

“ഒന്നങ്ങോട്ടു മാറിനിൽക്കെടോ, ഇവിടെ നിന്റമ്മൂമ്മേടെ ഡിസ്കോഡാൻസുണ്ടോ?"‘

അയപ്പന്കുട്ടി നാട്ടുകാരോട് പൊട്ടിത്തെറിച്ചു.

ആൾക്കൂട്ടം വഴിയൊതുങ്ങിക്കൊടുത്തു.

അങ്കക്കോഴികളെപ്പോലെ പിന്നോക്കം ചുവടുവെച്ച് ഭാർഗ്ഗവനും ഭൈരവനും നേർക്കു നേർ നോക്കി നിന്നു മുരണ്ടു.

അവരുടെ തടിച്ച ശരീരങ്ങളിൽ മണ്ണും ചോരയും കട്ടിപിടിച്ചിരുന്നു.

അവരുടെ ഭാര്യമാരും മക്കളും അവർക്കു പിന്നാലെ നിലവിളിച്ചു കൊണ്ടു നടന്നു...

"വല്യമ്മാവാ, ചെറിയമ്മാവാ, എന്തായീ കാട്ടണേ?"

കൃഷ്ണൻകുട്ടി അവർക്കിടയിലേക്ക് കയറിച്ചെന്നു.

“മാറടാ!"

അമ്മാവന്മാര് മുരണ്ടു.

അതു ഗൌനിക്കാതെ കൃഷ്ണൻകുട്ടി രണ്ടുപേരെയും ഇരുവശത്തേക്കും തള്ളിമാറ്റി.

"നോക്കി നില്ക്കാതെ പിടിച്ചു മാറ്റടാ!"'

കൃഷ്ണൻകുട്ടി ക്രുദ്ധനായി പറഞ്ഞപ്പാൾ അതുവരെ കൈയും കെട്ടി

നിന്ന കാർത്തികേയനും കരണത്തടികിട്ടി മാറിനിന്ന ബാലനും ഓടിവന്നു രണ്ടുപേരെയും പിടിച്ചു മാറ്റി.

രണ്ടുപേരും കിതപ്പടക്കാൻ പാടുപെട്ടു.

അമ്മാവന്മാർക്കിതെന്തിന്റെ കേടാ?'

കൃഷ്ണൻകുട്ടി സഹതാപത്തോടെ അവരോടു ചോദിച്ചു.

"നി ചോദിക്ക്! ആ തെണ്ടിയോടുചോദിക്ക്!"

ഭാർഗ്ഗവൻ കുതറിക്കൊണ്ട് ഭൈരവനു നേരെ കൈചൂണ്ടി.

അതുകേട്ട് ഭൈരവനലറി.

"താൻ നെഗളിക്കേണ്ടടോ! ഇതു ഭൈരവനാണേൽ ഇട്ടുണ്ണൂലിയമ്മയുടെ സ്വത്തിൽ പാതി എനിക്കാ. തന്നെ ഞാൻ "ക്ഷ വരപ്പിക്കും. നോക്കിക്കോ."

"നീയെന്നെ തെങ്ങേക്കേറ്റും. ഒന്നു വീട്ടിപ്പോടാ നായേ."

ഭാർഗ്ഗവൻ മുന്നോട്ടാഞ്ഞു.

4

അങ്കക്കോഴികളെപ്പോലെ നിൽക്കുന്ന അമ്മാവന്മാരുടെ ഇടയിലേക്ക് കൃഷ്ണൻകുട്ടി ചാടി വീണു.

"നിർത്ത് നിർത്ത് , നിങ്ങളെന്തായീപ്പറയണെ, ഇട്ടുണ്ണൂലിയമ്മയുടെ സ്വത്തിൽ നമുക്കെന്താ കാര്യം?"

കൃഷ്ണൻകുട്ടിക്കൊന്നും മനസ്സിലായില്ല.

"അതു ശരി! അപ്പോഴിതൊന്നും നീയറിഞ്ഞില്ല! അല്ലേടാ കൃഷണൻകുട്ടീ?"

ഭൈരവൻ പരിഹാസത്തോടെ ചോദിച്ചു. കൃഷ്ണൻകുട്ടി ചെറിയമ്മാവനെ തുറിച്ചുനോക്കി.

"ചോദിച്ചുനോക്ക്. നിന്റെ വല്യമ്മാവനോട്, അങ്ങേർക്ക് വഴീക്കെടന്നൊരു പെട്ടി കിട്ടി ഇട്ടുണ്ണൂലിയമ്മയുടെ സർവപ്രമാണങ്ങളും അതിലൊണ്ടെന്ന്!" ഭൈരവൻ പറഞ്ഞു. കൃഷ്ണൻകുട്ടിക്ക് ഒരുൾക്കിടിലമുണ്ടായി.

"കൃഷ്ണൻകുട്ടീ.." ഭാർഗ്ഗവൻ അവന്റെ മുന്നിലേക്കു വന്നു.

"ആ നാറി പറഞ്ഞത് വാസ്തവമാ! ഇടുണ്ണൂലിയമ്മ ആലത്തൂർ തറവാട്ടുകാരിയാ. അവരുടെ എല്ലാ പ്രമാണങ്ങളും എന്റെ കയ്യിലിപ്പോഴുണ്ട്.പക്ഷേങ്കില്, അവരുടെ സ്വത്തിന്റെ ഒരു തരിപോലും ഞാനാർക്കും വിട്ടുകൊടുക്കില്ല. അതെനിക്കവകാശപ്പെട്ടതാ! അതിനായിട്ടാരും മഞ്ഞു കൊള്ളണ്ട"

അതുകേട്ട് കൃഷ്ണൻകുട്ടി നടുങ്ങി. സത്യത്തിൽ സ്വത്തിന് അവനും അവകാശം പറയാമെങ്കിലും ഇപ്പോൾ കൃഷ്ണൻകുട്ടിയെ നടുക്കിയത് മറ്റൊന്നാണ്. ആലീസും രാജനും അപകടത്തിലാവും!

അമ്മാവന്മാരേതു നിമിഷവും ഇട്ടുണ്ണൂലിയമ്മയുടെ പഴയ മാളികയിലേക്ക് പാഞ്ഞു ചെല്ലാം. അമ്മാവന്മാരെ ഏതു വിധേനയും തടഞ്ഞേ പറ്റൂ.

ഭാരവനെ ഭാനുമതിയമ്മയും ആനന്ദിയും ചേർന്ന് പിടിച്ചുവലിച്ചു കൊണ്ടുപോയി.

അയാളുടെ വീട്ടുമുറ്റത്തെത്തിയിട്ടും ഭൈരവൻ, ഭാർഗ്ഗവനോട് വിളിച്ചു പറഞ്ഞുകൊണ്ടിരുന്നു.

"ഭാർഗ്ഗവാ, താൻ തീകൊണ്ടാണ് കളിക്കണത്! തന്നെ ഞാൻ കണ്ടോളാം.."

ഭാർഗ്ഗവൻ മുറ്റത്തേക്ക് കാർക്കിച്ചു തുപ്പി.

ജനക്കൂട്ടം പിരിഞ്ഞു പോയിരുന്നു.

ഭവിഷ്യത്തുകളെപ്പറ്റി ചിന്തിച്ചുകൊണ്ടിരുന്ന കൃഷ്ണൻകുട്ടി പെട്ടെന്ന് ഒരു ഇളിഭ്യചിരി പാസാക്കി ഭാർഗവനോടു പറഞ്ഞു.

“വല്യമ്മാവനെ ആരെങ്കിലും പറഞ്ഞു പറ്റിച്ചതായിരിക്കണം. അല്ലങ്കിൽ ചത്തുപോയിട്ട് ഒരമ്പതുവർഷമെങ്കിലുമായിട്ടുള്ള ഇട്ടുണ്ണൂലിയമ്മ ഒരു സുപ്രഭാതത്തിൽ ആലത്തൂർ തറവാട്ടുകാരിയാണെന്നും ആ സ്വത്തെല്ലാം നമ്മുടേതാണെന്നു പറഞ്ഞാൽ വല്ല്യമ്മാവനല്ലാതെ വിശ്വസിക്കോ?”

"എന്താ വിശ്വസിച്ചാൽ?"

ഭാർഗ്ഗവൻ പടികയറുന്നതിനിടെ തിരിഞ്ഞുനിന്നു ചോദിച്ചു."

കൃഷ്ണൻകുട്ടിക്ക് ജാള്യത തോന്നി.

"അല്ല.. അതേയ്.."‘

കൃഷ്ണൻകുട്ടി തപ്പിത്തടഞ്ഞു.

“അങ്ങുന്നിനെ ആരും പറ്റിച്ചതൊന്നുമല്ല. ഇട്ടുണ്ണൂലിയമ്മയുടെ പടിപ്പുരക്കടുത്തുനിന്നു ചെമ്പുപേടകം കിട്ടിയതെനിക്കാ. ഞങ്ങൾ പ്രമാണങ്ങൾമുഴുവൻ വായിച്ചു നോക്കിയതാ. കൂട്ടത്തില് തുരുമ്പിച്ച കുറെ താക്കോലുകളുമുണ്ട്.”

ബാലൻ പറയുന്നതുകേട്ട് കൃഷ്ണൻകുട്ടിയുടെ ചങ്കിടിപ്പുപോലും നിലച്ച മട്ടായി. അയാൾ വിയർത്തു .

തൊട്ടുപിന്നിൽ നിന്നിരുന്നു അയ്യപ്പൻകുട്ടി കൃഷ്ണൻകുട്ടിയുടെ കൈത്തണ്ടയിൽ നുള്ളി.

അയാൾ തിരിഞ്ഞ് ദയനീയമായി അയ്യപ്പൻകുട്ടിയെ നോക്കി.

“നിനക്കിനിയും വിശ്വാസമായിട്ടില്ലെങ്കിൽ നീയിങ്ങോട്ടു വാ.”

ഭാർഗവൻ തെക്കിനിയുടെ വാതിൽ തുറന്നുകൊണ്ട് തുടർന്നു

“പെട്ടി നിനക്കു ഞാൻ കാട്ടിത്തരാം. നീയെന്റെ മരുമകനല്ലേ. എന്റെ മോള് മീനാക്ഷിയെ കെട്ടാമ്പോണവനല്ലേ നീയ്.”

അതൊന്നും കേട്ട് രോമാഞ്ചം കൊള്ളാനുള്ള മാനസികാവസ്ഥയിലായിരുന്നില്ല കൃഷ്ണൻകുട്ടി.

അയാൾ യാന്ത്രികമായി തെക്കിനിക്കകത്തു കടന്നു. അയ്യപ്പൻ കുട്ടി പുറത്തുനിന്നതേയുള്ളൂ.

അകച്ചുമരിലെ അറയിൽ ഭദ്രമായി പൂട്ടിവച്ച വലിയ അലമാര ഭാർഗ്ഗവൻ മലർക്കെ തുറന്നു.

നിറയെ ചിത്രപ്പണികളുള്ള ചെമ്പുപേടകം കണ്ട് കൃഷ്ണൻകുട്ടി ഞെട്ടി.

തലേന്നു രാത്രിയിൽ ഇരുട്ടത്ത് ഇട്ടുണ്ണൂലിയമ്മയുടെ മാളികയിൽ വീണപ്പോൾ തന്റെ ബാഗിനുപകരം എടുത്തു കക്ഷത്തിൽ വച്ചത് ഒരുപക്ഷേ ഇതായിരിക്കുമോ.

ബാലന് ആ പടിപ്പുരക്കടുത്തു വച്ചു കിട്ടിയതാണെന്നല്ലേ പറഞ്ഞത്.

കൃഷ്ണൻകുട്ടിയുടെ വലതുകൈ അറിയാതെ ഇടതുകക്ഷത്തിലേക്കു നീണ്ടുപോയി.

"ഈശ്വരാ! എന്റെ ബാഗും ടോർച്ചും ?"

കൃഷ്ണൻകുട്ടി പിറുപിറുത്തു.

അതാരും കേട്ടില്ല.

" കൃഷണൻകുട്ടീ.... നമ്മുടെ ഭാഗ്യം തെളിയാൻ പോവുകയാണെടാ.”

ഭാർഗ്ഗവൻ ഒരുപാടു പ്രതീക്ഷകൾ ഒളിപ്പിച്ചുവച്ചുകൊണ്ട് മെല്ലെപ്പറഞ്ഞു.

കൃഷ്ണന്കുട്ടി അറിയാതെ തലയാട്ടിപ്പോയി.

തെക്കിനിയിൽ നിന്നുമിറങ്ങിപ്പോരുമ്പോൾ ജനാലക്കപ്പുറത്ത് കരഞ്ഞു

വീർത്ത മീനാക്ഷിയുടെ മുഖം കണ്ട് കൃഷ്ണൻകുട്ടിയ്ക്ക് വല്ലായ്മ തോന്നി.

എന്നാലും കൃഷ്ണൻകുട്ടിയെ കണ്ടപ്പോൾ മീനാക്ഷിയുടെ മുഖം വിടർന്നു .

എന്തു പറയണമെന്നറിയാതെ രണ്ടു നിമിഷം ജനാലക്കരികിൽ നിന്നിട്ട്കൃഷണൻകുട്ടി ഇറങ്ങി നടന്നു.

മീനാക്ഷി മ്ലാനതയോടെ ജനലഴികളിൽ കൈവിരൽ കൊണ്ടു പോറിആ പോക്കു നോക്കി നിന്നു. അവൾക്കറിയില്ലല്ലോ കൃഷ്ണൻകുട്ടിയുടെ മനസ്സിൽ എരിഞ്ഞുകൊണ്ടിരിക്കുന്നതെന്താണെന്ന്. എപ്പോഴും കളി തമാശകൾപറഞ്ഞ് നല്ല മൂഡിൽ നടക്കുന്ന തന്റെ കൃഷ്ണൻകുട്ടിയേട്ടന് ഇന്നെന്താണ്

പറ്റിയതെന്ന് മീനാക്ഷി ചിന്തിക്കാതിരുന്നില്ല...

വീട്ടിലേയ്ക്കു നടക്കുന്നതിനിടയിൽ കൃഷ്ണൻകുട്ടിയോട് അയ്യപ്പൻചോദിച്ചു:

“ആലീസിനെയും രാജനെയും നമുക്കു മറ്റെങ്ങോട്ടെങ്കിലും മാറ്റിയാലോ? അവരു നിയമപ്രകാരം വിവാഹം കഴിഞ്ഞവരല്ലേ അവരെ ആരെന്തോ ചെയ്യാനാ?”

“ആലീസിന്റെ തന്തയെ നിനക്കറിയാൻ പാടില്ല! അയാൾക്ക് പത്തമ്പത്ഗുണ്ടകളുണ്ട്. ഇപ്പഴയാളും ഗുണ്ടകളും വടിവാളും തോക്കുമായി നാട് അരിച്ചുപെറുക്കുകയായിരിക്കും. ആലീസ് അയാളുടെ പൂന്നാരമോളാ. അയാളീ

വിവരമറിഞ്ഞിട്ടൊണ്ടെങ്കിൽ ആലീസിനേം രാജനേയും അയാളു തപ്പിയെടുത്ത് തുണ്ടം തുണ്ടമാക്കി ആറ്റിലെറിയും.. പിന്നെ, ദേ...”

കൃഷ്ണൻകുട്ടി ഒന്നു നിറുത്തി അയ്യപ്പൻകൂട്ടിയുടെ മുഖത്തേക്കുനോക്കിപ്പറഞ്ഞു.

“ഈ എന്റെ കഴുത്തും, ഈ നിന്റെ കഴുത്തും അയാള കേക്കു മുറിക്കണപോലെ മുറിക്കും!"

അയ്യപ്പൻകുട്ടി ചകിതനായി.

“ഇട്ടുണ്ണുലിയമ്മയുടെ മാളികയിലേക്ക് എങ്ങാനു അയാള് വരുമോ?”

“ഇല്ല, അതെനിക്കുറപ്പാ.”

"അതെന്താ?"

'അവിടെ പാമ്പുപോലും കയറില്ലെന്ന് എല്ലാവർക്കുമറിയാം. ആലീസിന്റപ്പച്ചൻ സംശയിക്കില്ലെന്നുറപ്പ്. നമ്മളൊന്നു നോക്കിയാൽ

മതി. ആ കോന്തനമ്മാവന്മാര് അവിടെ അവകാശം പറഞ്ഞുചെല്ലരുത്."

കൃഷ്ണൻകുട്ടി തറപ്പിച്ചു പറഞ്ഞു.

"ഇതസ്സല് പുലിവാലാണല്ലോ എന്റീശ്വരാ!

അയ്യപ്പൻകുട്ടി നെഞ്ചിൽ കൈവച്ചു. കൃഷ്ണൻകുട്ടിക്ക് ദേഷ്യം വന്നു. .

"എടാ, കൂട്ടുകാരൻ കൂട്ടുകാരനായിരിക്കണം! സനേഹം വേണം. നീപറ! രാജനെയീ അവസ്ഥയിൽ ഉപേക്ഷിക്കാൻ നിനക്കു കഴിയുമോ? എന്നാൽ പിന്നെയവന്റെ ശവമായിരിക്കും നമ്മൾ കാണുക."

" കൃഷ്ണൻകുട്ടീ."

അയ്യപ്പൻകുട്ടിയുടെ മനസ്സ നൊന്തു. കൃഷ്ണൻകുട്ടി തലകുനിച്ചു നടന്നു.

"ഇന്നതുങ്ങൾ പട്ടിണിയായിക്കാണും!"

കൃഷ്ണൻകുട്ടി സ്വയം പറഞ്ഞു.

" ഇല്ല; ഞാൻ ടിഫിനെത്തിച്ചുകൊടുത്തു."

അയപ്പൻകുട്ടി ശബ്ദംതാഴ്ത്തിപ്പറഞ്ഞു.

കൃഷ്ണൻകുട്ടിക്ക് പശ്ചാത്താപം തോന്നി അയ്യപ്പൻകുട്ടിയെ ഒരിക്കലും വേദനിപ്പിക്കരുതായിരുന്നു. അയാൾ മ്ലാനമായ മുഖത്തോടെ നടത്തംനിർത്തി . വഴിയരികിലെ വളർന്നു മുറ്റിയ ശീമക്കൊന്നയിൽ പിടിച്ചു നിന്നു.

അയ്യപ്പൻകുട്ടി തിരിഞ്ഞു നിന്നു.

മങ്ങിയ; പിങ്കുനിറമുള്ള ശീമക്കൊന്നയുടെ പുക്കൾ മുന്നോട്ടു ചാഞ്ഞുനിന്നത് ഓരോന്നായി അടർത്തിയെടുത്തിട്ടുകൊണ്ടിരിക്കുകയായിരുന്നുകൃഷ്ണൻകുകട്ടി.

"ഭാർഗ്ഗവനമ്മാവൻ വലിയ സന്തോഷത്തിലാണ്. ഇന്നല്ലെങ്കിൽ നാളെ അങ്ങേർ മാളികയിൽ പോകും. നമ്മളെന്താടാ ചെയ്യേണ്ടത്?"

കൃഷ്ണൻകുട്ടിചോദിച്ചു.

"അതു തന്നെയാണ് ഞാനും ആലോചിക്കുന്നത്?'

അയ്യപ്പൻകുട്ടി തലചൊറിഞ്ഞു.

"ഭൈരവനമ്മാവനെ മാളികയുടെ പരിസരത്തേക്കെങ്ങും ഭാർഗ്ഗമവനമ്മാവൻ അടുപ്പിക്കില്ല. നമ്മളു ഭാർഗ്ഗനവനമ്മാവന്റെ കാര്യം നോക്കിയാൽ മതി"

"നിന്റമ്മാവന്മാരു തമ്മിൽതല്ലി ചാകും!'

“നന്നാകില്ലെടാ, അല്ലെങ്കിലും ഭൈരവനമ്മാവൻ ആളൊരു വേന്ദ്രനാ!"

ഉച്ചവെയിലിൽ ശീമക്കൊന്നയുടെ പച്ചപ്പടർപ്പ് വർക്കുമേൽ നിഴൽ ചാർത്തി നിന്നു.

കൃഷ്ണൻകുട്ടിയുടെ പറച്ചിൽ കേട്ട് അയ്യപ്പൻകുട്ടിക്കൊരു കള്ളച്ചിരിയുണ്ടായി.

“ഭാർഗവനമ്മാവൻ നല്ലതാ. മീനാക്ഷീടെ അപ്പനായിപ്പോയില്ലേ. എങ്ങനാണേലും നിന്റമ്മായിയപ്പനാകേണ്ടയാളാ. നോക്കീം കണ്ടും നിന്നോളണം. രാജന്റെയും ആലീസിന്റെയും കാര്യങ്ങളൊന്നു തെളിഞ്ഞുകിട്ടിക്കഴിഞ്ഞാൽ ആ ഇട്ടുണ്ണൂലിയമ്മയുടെ സ്വത്തുക്കള് മീനാക്ഷിയുടെ പേർക്ക് എഴുതിയിങ്ങുതരാൻ പറയ്. പിന്നെ നിനക്കൊരു മുതലാളിയായിട്ട് ഇവിടെ വിലസാമല്ലോ. കൂട്ടിനൊരു സുന്ദരിക്കൊച്ചും.”

അയ്യപ്പൻകുട്ടി കൃഷ്ണൻകുട്ടിയുടെ കവിളിൽ ഒരു നുള്ളുവച്ചുകൊടുത്തു.

കൃഷ്ണൻകുട്ടിയുടെ മുഖം ചുവന്നുപോയി.

"ഒന്നു പോടാ"

അയാൾ കളിയായി അയ്യപ്പൻകുട്ടിയുടെ ചുമലിൽ ഇടിച്ചു.

വിജനമായ വീതിയുള്ള ചെമ്മൺപാതയിലൂടെ ഒരു വരണ്ട കാറ്റ് പൊടിപറത്തി പാഞ്ഞുപോയി.

“ഒരു കാര്യം പറയാൻ മറന്നു.”

അ്യപ്പൻകുട്ടി ശബ്ദം താഴ്ത്തി.

“കല്യാണ ചടങ്ങിന്റെ ഫോട്ടോകൾ സണ്ണിയോട് അത്യാവശ്യം പറഞ്ഞതുകൊണ്ട് അന്നുതന്നെ കിട്ടി. ഒരെണ്ണം നിന്റെ ബാഗിലിട്ടുണ്ട്. സ്വൽപം വിചിത്രമാണത്. ആരെയും കാണിക്കണ്ട."

“ഉം?‘

കൃഷ്ണൻകുട്ടി ചോദ്യഭാവത്തിൽ നോക്കി

" നീയതൊന്നു കണ്ടുനോക്ക്. എനിക്കതു കണ്ടിട്ട് ചിരിയടക്കാൻ പറ്റിയില്ല. ബാക്കി ഫോട്ടോകളെല്ലാം ആലീസിനു കൊടുത്തു."

“അതേതായാലും നന്നായി."

കൃഷ്ണൻകുട്ടി ഒരു ചെറുചിരിയോടെ പറഞ്ഞു.

" നീയെന്താ അങ്ങിനെ പറഞ്ഞത്?"

അയ്യപ്പൻകുട്ടി അവനെ സംശയത്തോടെ നോക്കി.

"എന്റെ ബാഗുപോയി. നീയെല്ലാ ഫോട്ടോയും കൂടി എന്റെ ബാഗിലിട്ടിരുന്നെങ്കില് ഒന്നിന്റെയും പൊടിപോലും കിട്ടുകയില്ലായിരുന്നു."'

"നിന്റെ ബാഗെവിടെപ്പോയി?"

"ഇന്നലെ രാത്രിയിൽ ഇട്ടുണ്ണൂലിയമ്മയുടെ മാളികയിലെവിടെയോഅതു നഷ്ടപ്പെട്ടു. ടോർച്ചും പോയി. ഒക്കുമെങ്കിൽ നീയതൊന്നു തപ്പിയെടുത്തു തരണം!"

അതുകേട്ട് അയ്യപ്പൻകുട്ടി പൊട്ടിച്ചിരിച്ചു.

"നല്ല കഥ! ഇട്ടുണ്ണൂലിയമ്മ തട്ടിപ്പറിച്ചെടുത്തതായിരിക്കും! ആ മാളികയിൽ നിന്ന് നിന്റെ ബാഗിനി കണ്ടുപിടിക്കണമെങ്കിൽ ഷെർലക്ഹോംസിനെ കൊണ്ടുവരേണ്ടിവരും!"

കൃഷ്ണൻകുട്ടി തലയിൽ കൈവച്ചു.

ദേഹമാസകലം തൈലം പുരട്ടി ഭൈരവൻ സിമന്റുതറയിൽ കമിഴ്ന്നുകിടന്നു.

അയാളുടെ ശരീരത്തിലെ ചതഞ്ഞു നീലിച്ച പാടുകളിൽ ഭാനുമതിയമ്മ ചൂടുള്ള കിഴികുത്തി.

ഭൈരവൻ വേദന കടിച്ചമർത്തിക്കിടന്നു.

അയാളുടെ തൊട്ടടുത്ത് കാർത്തികേയൻ കുത്തിയിരിക്കുന്നുണ്ടായിന്നു.

ഭാനുമതിയമ്മ കാർത്തികേയനെ രൂക്ഷമായി നോക്കി.

"നിന്റെ സൌന്ദര്യം കാണാനല്ല, വിളിച്ചു വരുത്തിയത്; ആ ചൂടുവെള്ളംഈ പാത്രത്തിലേക്ക് പകരടാ!"

അവർ ഉച്ചത്തിൽ വിളിച്ചു പറഞ്ഞു.

കാർത്തികേയൻ പിടഞ്ഞെഴുന്നേറ്റു ചൂടുവെള്ളം ധൃതിയിൽ പകർന്നു.ഭൈരവൻ മനസ്സിൽ ചില കണക്കുകൂട്ടലുകൾ നടത്തുകയായിരുന്നു.

ഭാർഗവവനോടുള്ള അടങ്ങാത്ത പക, തീക്കനലുകൾ പോലെ ഉള്ളിൽപെരുത്തുകയറി വന്നു. ഇട്ടുണ്ണൂലിയമ്മയുടെ അവറ്റ സ്വത്തിനേക്കാളുംഭൈരവന്റെ മനസ്സിനെ നീറ്റിയത് ഭാർഗ്ഗവന്റെ

മുഷ്ടിയുടെ കരുത്തായിരുന്നു. മുതുകിലമരുന്ന കിഴിയുടെ ചൂട്ടു നീറ്റലിൽ അയാൾ മനസ്സുകൊണ്ട് ഭാർഗ്ഗവനോടൊരു യുദ്ധപ്രഖ്യാപനം നടത്തി.

"ഭാർഗ്ഗവാ, ഇന്നു താനെന്നെ തല്ലി! ഇതിനു ഞാനെണ്ണി പകരം ചോദിക്കും. ഈ നാട്ടുകാരെല്ലാവരും കാൺകെ നിന്നെ ഞാനൊരു പട്ടിയെപ്പോലെനടത്തും. ഇട്ടുണ്ണൂലിയമ്മയുടെ സ്വത്തിൽ ഒരു തരിപോലും നിനക്കു കിട്ടി

ല്ല. അതിനുള്ള വഴി ഞാൻ കണ്ടിട്ടൊണ്ട്. ആ സ്വത്തു മുഴുവൻ ഈ ഭൈരവനുള്ളതാ. പിന്നെ നിനക്കുള്ളതുകൂടി ഞാൻ കളയിക്കും. അപ്പോൾ നീയുംനിന്റെ കെട്ടിയവളും ആ സുന്ദരിക്കോത മോളുംകൂടി ഈ നാട്ടിലാകെ നടന്നുതെണ്ടുന്നത് ഞാൻ കാണും. അന്നു ഞാൻ ചിരിക്കുമെടാ നായേ. നീ നോക്കിക്കോ..!"

ഭൈരവൻ പല്ലിറുമ്മി.

അയാളുടെ ശരീരം വിറയ്ക്കുന്നത് കണ്ട് ഭാനുമതിയമ്മ ആകുലപ്പെട്ടു.

"എന്താ, എന്തുപറ്റി?"

"നിന്റമ്മായിയപ്പൻ ചത്തുപോയി!"

ഭൈരവനും ദേഷ്യം വന്നു.

"നോക്കിയിരിക്കാതെ വേഗം ചൂടുവയ്ക്കടീ!"

അയാൾ തല ഉയർത്തി ഒച്ചവച്ചു.

ഭാനുമതിയമ്മ അരിശത്തോടെ ആവി പറക്കുന്ന കിഴിയെടുത്ത് ഭൈരവന്റെ പുറത്തെ നീലിച്ചു കിടക്കുന്ന വലിയൊരു ചതവിൽ ആഞ്ഞൊരുകുത്ത്. കുറച്ചു നിമിഷങ്ങൾ അത് അവിടെയിരുന്നു.

ഭൈരവൻ വലിയ വായിൽ നിലവിളിച്ചു. എവിടെ നിന്നോ ആനന്ദിയുംപുഷ്പാംഗദനും മുറിയിലേക്കോടി വന്നു.

" അച്ചരനെന്താണു പറ്റിയത്?"

"അച്ചരനിപ്പമരിക്കും മക്കളേ! ഓരോരുത്തന്റെ ഇടീം വാങ്ങി."

ഭാനുമതിയമ്മ രോഷം കടിച്ചമർത്തി.

"ഈ തള്ളേടെ നാക്കൊരു കാലത്തും ഗുണം പിടിക്കുകേല!"

ആനന്ദി മുറുമുറുത്തു കൊണ്ടിറങ്ങിപ്പോയി.

"വേണ്ടടീ, നിന്റെയൊക്കെ...."

"നിർത്ത് ."

ഭാനുമതിയമ്മയുടെ ശബ്ദത്തിന് കൂച്ചുവിലങ്ങിട്ടുകൊണ്ട് പുഷ്പാംഗദൻ ഗർജിച്ചു.

അവിടെയൊരു നിശബ്ദത വ്യാപിച്ചു.

അവനിപ്പോൾ അവിടേക്ക് വന്നു കയറിയതേയുള്ളു.

“വയസുകാലത്ത് വീട്ടില് വെറുതെയിരിക്കണം.”

പുഷ്പാംഗദൻ ഒരു താക്കീത് പോലെ എല്ലാവരോടുമായി പറഞ്ഞു.

“ഭ്ഫാ.”

ഭൈരവൻ കമിഴ്ന്നു കിടന്നുകൊണ്ട് ഒരൊറ്റയാട്ട്

"വീട്ടിൽ വെറുതെയിരുന്നാൽ നിന്റെ മറ്റവള് ചെലവിന് തരുമോടാനായിന്റെ മോനേ?"

പുഷ്പാംഗദൻ അതുപാതി കേട്ടതാടോ മുണ്ടുമടക്കിക്കുത്തി അമർത്തിചവിട്ടിനടന്നുപോയി.

ഭൈരവൻ ആ പോക്ക് തലപൊന്തിച്ചൊന്നു നോക്കി

എന്നിട്ടു ഭാനുമതിയമ്മയുടെ മുഖത്തേക്കു നോക്കി. ഭാനുമതിയമ്മ തലവെട്ടിച്ചു.

തെല്ലിട നിശ്ശബ്ദനായി, മുഖം തറയിൽ പൂഴ്ത്തിയിരുന്നിട്ട് ഭൈരവൻഞരങ്ങിക്കൊണ്ട് കാർത്തികേയനോട് ചോദിച്ചു;

"ചാമുണ്ഡേശ്വരനെ നീയോർക്കുന്നുണ്ടോ നമ്മുടെ പഴയ ചാമുണ്ഡേശ്വരൻ."'

“ഒണ്ടങ്ങുന്നേ; അദ്ദേഹത്തെ മറക്കാനൊക്കുമോ??"

"ചാമുണ്ഡേശ്വരൻ ഇപ്പോൾ എവിടെയുണ്ടാകും? എനിക്കവനെയൊന്നു കാണണമായിരുന്നു."

“ഭാഗ്യം. അങ്ങുന്ന് ഭാഗ്യം ചെയ്തവനാ. ചാമുണ്ഡേശ്വരൻ വിളിപ്പാകലെയുണ്ട്. തെക്കേ കോളനിയിൽ. കൂട്ടുമ്മകുടുംബക്കാരുടെ വീട്ടിലൊരു പെണ്ണിനു ബാധകയറി! തൂങ്ങിച്ചത്ത കുഞ്ഞിപെരച്ചന്റെ പ്രേതം! അതൊഴിപ്പിക്കാൻ ചാമുണ്ഡേശ്വരനെ ഒരു വീടെടുത്തുകൊടുത്ത് താമസിപ്പിച്ചിരിക്കുകയാ.""

കാർത്തികേയൻ തനിക്കറിയാവുന്ന വിവരങ്ങളൊക്കെപ്പറഞ്ഞു. ഭൈരവന്റെ ചുണ്ടിന്റെയൊരു കോണിൽ വികൃതമായൊരു ചിരി ഊറിക്കൂടി.

സൂര്യനസ്തമിക്കുന്നതിനു തൊട്ടുമുമ്പ് ഭൈരവൻ ആ വീട് കണ്ടുപിടിച്ചു. തെക്കേ കോളനിയിൽ കൂട്ടുമ്മ കുടുംബക്കാരുടെ രണ്ടേക്കർ പുരയിടത്തിന്റെ വടക്കു കിഴക്കു മൂലയ്ക്ക് ഒരു ഇരുട്ടു പിടിച്ച കോണിൽ! മറ്റാരുമറിയാതെ ഭൈരവൻ ആ വീടിന്റെ വാതിൽ തള്ളിത്തുറന്ന് അകത്തു കയറി.

"ഓം ചാമുണ്ഡേശ്വരായ നമ:"

നിലം നിറയെ കളംവരച്ച് നിലവിളക്കുകൾ കൊളുത്തിവച്ച് അതിനുപിന്നിൽ പത്മാസനമിട്ടിരുന്ന് ധ്യാനനിരതനായി കണ്ണുകളടച്ചിരിക്കുന്ന ചാമുണഡ്ശ്വേരൻ?

ഭൈരവൻ അറിയാതെ കൈകൾ കൂപ്പി...

5

ചാമുണ്ഡേശ്വരനെ ഭൈരവൻ കൺകുളിർക്കെ കണ്ടു. തന്റെ രക്ഷകൻ. മുഖത്താകെ മുറ്റി വളർന്നു നിൽക്കുന്ന താടിമീശയും തലയിൽചുവന്ന വട്ടക്കെട്ടും. നെഞ്ചിലാകട്ടെ പുലിനഖമാലയും...

മുറിയിൽ മറ്റാരുമില്ല...

"ഭാഗ്യം" ഭൈരവൻ മനസ്സിൽ പറഞ്ഞു. താൻ വന്നത് അദ്ദേഹമറിഞ്ഞിട്ടില്ല. ഒന്നു മുരടനക്കിയാലോ? വേണ്ട! അദ്ദേഹത്തിന്റെ ധ്യാനത്തിന് ഭംഗംവരും.

ഭൈരവൻ മെല്ലെ, ഭക്തിപുരസ്സരം ചാമുണ്ഡേശ്വരൻ അഭിമുഖമായിഇരിപ്പുറപ്പിച്ചു.

ചാമുണ്ഡേശ്വരൻ ധ്യാനത്തിൽ നിന്നുണരട്ടെ?

നിലവിളക്കുകളുടെ മഞ്ഞവെളിച്ചവും അഷ്ടഗന്ധത്തിന്റെ സുഗന്ധവും മുറിയിലെങ്ങും വ്യാപിച്ചിരുന്നു. തറയിൽ ശ്രദ്ധാപൂർവം വരച്ചിട്ട കളത്തിന്റെ ഒരു വശത്ത് ചെത്തിപ്പൂക്കൾ കൂമ്പാരം കൂട്ടിയിട്ടിരുന്നു. തൊട്ടടുത്ത്

പാത്രങ്ങളിൽ നിറച്ചുവച്ച കുങ്കുമവും ഭസ്മവും. ചാമുണ്ഡേശ്വരനു പിന്നിൽകുത്തിനിറുത്തിയ ഒരു ത്രിശൂലം.

പൊടുന്നനെ, ഭൈരവനറിയാതെ ചാമുണ്ഡേശ്വരന്റെ കൈചലിച്ചു!

"ഓം ചാമുണ്ഡേശ്വരായ നമ:

ഭൈരവന്റെ മുഖം നിറയെ ഭസ്മം പൊതിഞ്ഞിരുന്നു! അപ്രതീക്ഷിതമായി അങ്ങിനെ സംഭവിച്ചപ്പോൾ ഭൈരവൻ ഞെട്ടിപ്പോയി. കണ്ണിലുംമൂക്കിലും തുറന്നുപിടിച്ചിരുന്ന വായിലും ഭസ്മം വീണ് ഭൈരവൻ വേവലാതി പൂണ്ടു. അയാൾ ചുമയ്ക്കുകയും കണ്ണു തിരുമ്മുകയും ചെയ്തു.

കണ്ണുകൾക്ക് അസഹ്യമായ എരിച്ചിൽ!

അയാൾ കണ്ണുകളമർത്തി ത്തിരുമ്മി നോക്കി. ഭൈരവനു ശരിക്കുംദേഷ്യം വന്നു. മറ്റേതെങ്കിലും സമയത്താണെങ്കിൽ അയാൾ പച്ചത്തെറിതന്നെപറയുമായിരുന്നു. അയാൾ രണ്ടും കല്പിച്ച് കണ്ണുകൾ തുറന്നു.

അപ്പോഴേയ്ക്കും ഒരുപിടി കുങ്കുമം ഭൈരവനുമേൽ പതിച്ചു.

"ഓം ചാമുണ്ഡേശ്വരായ നമഃ"

ചാമുണ്ഡേശ്വരന്റെ ശബ്ദം മുറിയിൽ മുഴങ്ങി. അസഹ്യതയോടെഭൈരവൻ അലറി.

"ചാമുണ്ഡേശ്വരാ"

"കുഞ്ഞിപ്പെരച്ചാ, നീ ശബ്ദിക്കരുത്!"

ചാമുണ്ഡേശ്വരൻ താക്കീതുനൽകി.

"കുഞ്ഞിപ്പെരച്ചൻ നിന്റെ തന്ത!"

ഭൈരവൻ ഇങ്ങനെ മനസ്സിൽ പറഞ്ഞതേയുള്ളൂ.

"ചാമുണ്ഡേശ്വരാ നീ പരീക്ഷിക്കുകയാണോ?"

ഭൈരവൻ ചോദിച്ചു.

ചാമുണ്ഡേശ്വരൻ പൊട്ടിച്ചിരിച്ചു. മുറിയിൽ അത് പ്രകമ്പനം കൊണ്ടു.

"ചാമുണ്ഡേശ്വരന്റെ പരീക്ഷണങ്ങളെ അതിജീവിക്കാൻ നിനക്കു ശക്തിയില്ല കുഞ്ഞിപ്പെരച്ചാ!"

ഒരു വെളിപാടുപോലെ ചാമുണ്ഡേശ്വരൻപറഞ്ഞു.

"ഞാൻ കുഞ്ഞിപ്പെരച്ചനല്ല! ഭൈരവനാണ്."

ഭൈരവൻ കണ്ണൊന്നു തുറക്കാൻ പാടുപെട്ടുകൊണ്ട് പറഞ്ഞു.

"ഭൈരവൻ?"

ചാമുണ്ഡേശ്വരൻ നെറ്റിചുളിച്ചു.

"അതേ! ഭൈരവൻ!"

"അപ്പോൾ നീ ശക്തി കൂടിയ ബാധയാണ്. അങ്ങനെ വഴിക്കു വാ. നിന്നെ ഹോമിച്ചിട്ടല്ലാതെ ചാമുണ്ഡേശ്വരന് ഇനി വിശ്രമമില്ല."

ഇങ്ങനെ പറഞ്ഞ് ചാമുണ്ഡേശ്വരൻഅട്ടഹാസം മുഴക്കി. കൂക്കി വിളിച്ചു.

"ചൂരൽവടികൊണ്ട് നിന്നെ ആയിരത്തൊന്നുവട്ടം പ്രഹരിക്കും. നീ പോകൂ. നിനക്കു പോകാൻ മനസില്ലെങ്കിൽ നിന്റെ മോഹിത

ശരീരത്തിൽ ഞാനെന്റെ ത്രിശൂലം കുത്തിയറക്കി മുറിവുണ്ടാക്കും. അതുവഴി നിന്നെ ഞാൻ പുറത്തുചാടിക്കും."

അയാൾ പൊട്ടിച്ചിരിച്ചു.

"ഓം ചാമുണ്ഡേശ്വരായ നമഃ""

ഭൈരവൻ ഞെട്ടിത്തരിച്ചിരുന്നുപോയി.

ചൂരലും തൃശുലവുമായി വരുന്നതിനു മുമ്പ് കണ്ണൊന്നു തുറന്നുകിട്ടിയിരുന്നെങ്കിൽ! അയാൾക്കാകെ ഭയമായി.

ഇന്നു വെളുപ്പിന് ഏതവനെയാണോ കണികണ്ടത്. അവൻ മൂന്നുജന്മത്തേക്ക് മുടിഞ്ഞു പോകട്ടെ!

ഭൈരവൻ മുഖം അമർത്തി ത്തുടച്ചു.

കുറച്ചുവെള്ളം കിട്ടിയിരുന്നെങ്കിൽ!

ചാമുണ്ഡേശ്വരൻ അപ്പോൾ കണ്ണുതുറന്ന് ഏതാനും നിമിഷങ്ങളായി ഭൈരവനെ സുക്ഷിച്ചുനോക്കിക്കൊണ്ടിരിക്കുകയായിരുന്നു. അയാളുടെ കണ്ണുകൾ ഇടുങ്ങി. നെറ്റി ചുളിഞ്ഞു.

കുഞ്ഞിപ്പെരച്ചന്റെ ബാധ കയറിയ ആ പെണ്ണെവിടെപ്പോയി?

അവൾ രൂപം മാറിയതാണോ?

ഉഗ്രമൂർത്തി ! എന്നെ രക്ഷിക്കു; എനിക്കു ശക്തി തരൂ!

അപ്പോൾ ഭൈരവന്റെ കരച്ചിൽ കേട്ടു.

"കളത്തിലിരുന്ന പെണ്ണെവിടെ?"

ചാമുണ്ഡേശ്വരൻ ചോദിച്ചു.

"ഏതു പെണ്ണ്..ഞാനൊരു പെണ്ണിനേയും കണ്ടില്ല."

"ങാഹാ..ഞാൻ കണ്ണടച്ച തക്കത്തിൻ അവളിറങ്ങി ഓടിക്കാണും."

ചാമുണ്ഡേശ്വരന് കാര്യം മനസിലായി. പെണ്ണു സ്ഥലം വിട്ടു. ഇത് ഏതോ വേട്ടാവളിയനാണ്.

"പെണ്ണിന്റെയൊരു ബാധ! "

ചാമുണ്ഡേശ്വരൻ ശബ്ദമില്ലാതെ ചിരിച്ചു.

"പെണ്ണിനെ കെട്ടിച്ചുവിടാൻ കൂട്ടുമ്മ കുടുംബക്കാരോടു പറഞ്ഞാൽ, അവരുതട്ടിക്കയറും."

അയാൾ മുക്കു കശക്കി ഒന്നുകൂടി ഭൈരവനെ സൂക്ഷിച്ചുനോക്കിക്കൊണ്ട് തന്നോടു തന്നെ പറഞ്ഞു:

"പെണ്ണു കൊള്ളാം. കിട്ടണ കാശും മേടിച്ച്... '

ചാമുണ്ഡേശ്വരനൊന്ന് ഇളകിച്ചിരിച്ചു.

ഭൈരവനതു കേട്ടില്ല! പക്ഷേ ഒന്നു സംഭവിച്ചു. ഭൈരവൻ കണ്ണുതുറന്നു

ചാമുണ്ഡേശ്വരൻ ചോദിച്ചു: .

“താനാരാ?"

"ചാമുണ്ഡേശ്വരാ" ഭൈരവൻ ദയനീയമായി വിളിച്ചു.

"നിയിതു പറയണം! നമ്മളൊന്നിച്ചു കളിച്ചു വളർന്നവരല്ലേടാ!

ചാമുണ്ഡേശ്വരന് ഒന്നും മനസ്സിലായില്ല.

"ഞാൻ ആലത്തൂരെ ഭൈരവനാണെടാ"

"ആലത്തൂരെ ഭൈരവൻ!"

ചാമുണ്ഡേശ്വരന്റെ മുഖം വികസിച്ചു.

"ഇതു നിനക്കു നേരത്തെ പറഞ്ഞുകൂടായിരുന്നോ?"

"അതിനു നീയെന്നെ അനുവദിച്ചിട്ടു വേണ്ടേ!" ഭൈരവൻ സങ്കടത്തോടെ പറഞ്ഞു.

അയാളുടെ അപ്പോഴത്തെ രൂപവും ഭാവവും കണ്ട് ചാമുണ്ഡേശ്വരൻപൊട്ടിച്ചിരിച്ചു.

ചാമുണ്ഡേശ്വരാ, നീയിങ്ങനെ ചിരിക്കാതെടാ, എനിക്കു പേടിയാകുന്നു... മുഖം കഴുകാനിത്തിരി വെള്ളം വേണം!"

ചാമുണ്ഡേശ്വരൻ വെള്ളം നിറച്ച ഓട്ടുകിണ്ടി ഭൈരവനു മുന്നിലേക്കുനീക്കിവച്ചുകൊടുത്തു. ഭൈരവൻ പുറത്തുപോയി മുഖം കഴുകി വൃത്തിയാക്കിയതിനുശേഷം വന്നു. ചാമുണ്ഡേശ്വരൻ ഒന്നു നിവർന്നിരുന്നു.

"ഭൈരവാ, ഇനി പറയു, എന്താണു നിന്റെ പ്രശ്നം?'

ചാമുണ്ഡേശ്വരനു മുന്നിലിരിക്കുമ്പോൾ ഭൈരവന്റെ മുഖം വലിഞ്ഞുമുറുകി. ശരീരത്തിലെ നീലിച്ച പാടുകളിൽ വേദന പെരുകി. മനസ്സിൽ കാർമേഘങ്ങൾ ഉരുണ്ടുകൂടി.

ഇട്ടുണ്ണൂലിയമ്മയുടെ സ്വത്ത് ഒരിക്കലും ഭാർഗ്ഗവനു ലഭിച്ചു കൂടാ.

പൊന്നുവിളയുന്ന അമ്പത്താറേക്കർ ഭൂമിയും കൊട്ടാരംപോലൊരു മാളികയും.

"ഭൈരവാ! ചാമുണ്ഡേശ്വരന്റെ ശബ്ദത്തിന് ഒരാജ്ഞാശക്തിയുണ്ടായിരുന്നു. ഭൈരവന്റെ കണ്ണുകളിൽ കനലുകളുടെ ചെന്തീനിറം അയാൾകണ്ടു:

"നിന്റെ ദുഃഖം ഞാനറിയുന്നു!"

"'ഭാർഗ്ഗവനൊരിക്കലും ജയിക്കരുത്" ഭൈരവൻ മുരണ്ടു.

ചേക്കേറാനുള്ള പക്ഷികൾ സൂര്യനസ്തമിച്ചതിനുശേഷവും കലപിലകൂട്ടിക്കൊണ്ട് തെക്കോട്ടു പറക്കുന്നുണ്ടായിരുന്നു. എരിഞ്ഞടങ്ങിയസൂര്യന്റെ കറുത്ത പുകപോലെ ഇരുൾ പരന്നു. ഭൈരവന്റെ അമർത്തിപ്പിടിച്ച വാക്കുകളിൽ നിന്ന് ചാമുണ്ഡേശ്വരൻ കാര്യം ഗ്രഹിച്ചുകഴിഞ്ഞിരുന്നു.

അയാളുടെ ചുണ്ടുകളിലൊരു പുഞ്ചിരി തത്തിക്കളിച്ചു.

" ചാമുണ്ഡേശ്വരന്റെ ശക്തിയിൽ ഭൈരവനു വിശ്വാസമില്ലേ?"

തിർച്ചയായും! ഭൈരവൻ പറഞ്ഞു.

ചാമുണഡേശ്വരന്റെ കണ്ണുകളടഞ്ഞു. നിശബ്ദമായ കുറെ നിമിഷങ്ങൾ അവർക്കിടയിലേക്ക് ഉതിർന്നു വീണു. ഭാവിയിൽ, ഭാർഗ്ഗവൻ നേരിടാൻ പോകുന്ന ആ നാശത്തെക്കുറിച്ച് മനസ്സിലോർത്ത് ഭൈരവനൊന്നു

പുഞ്ചിരിച്ചു. ചാമുണ്ഡേശ്വരൻ കണ്ണുകൾ തുറന്നു.

ഇന്ന് അർദ്ധരാത്രിയിൽ നമുക്ക് ഇട്ടുണ്ണൂലിയമ്മയുടെ പുരയിടത്തിൽപോകണം. ജപിച്ചെഴുതിയ ചെമ്പോല മാളികക്കകത്തും പുരയിടത്തിലും കുഴിച്ചിടണം. എന്റെ ഉപാസനാമൂർത്തികളുടെ അത്യപാരമായ ശക്തികളെ

ഞാനതിലേക്കാവാഹിക്കും! ഭാർഗ്ഗവനങ്ങോട്ടു കടക്കില്ല! കടന്നാൽ.."

അർധനിദ്രാവസ്ഥയിൽ ഒരു വെളിപാടുപോലെയായിരുന്നു അയാളതുപറഞ്ഞത്.

'ആ സ്വത്ത് എന്റെ വരുതിയിൽ വരുമോ?" ഭൈരവൻ ചോദിച്ചു.

"വഴിയുണ്ടാക്കാം! ആദ്യം ഭാർഗ്ഗവൻ അവിടെ കയറാതെ നോക്കണം.മറ്റുകാര്യങ്ങൾ പിന്നാലെ..."

ചാമുണ്ഡേശ്വരൻ ഒരുനിമിഷം നിശബ്ദനായി.

"ഇന്നുരാത്രി പ്രന്തണ്ടരമണി കഴിഞ്ഞ് നമുക്ക് വീണ്ടും കാണാം."

അയാൾ ഗൌരവത്തിൽ ഭൈരവനെ നോക്കി. "അർദ്ധരാത്രി ഇട്ടുണ്ണൂലിയമ്മയുടെ മാളികയിൽ!

ഭൈരവന്റെ നട്ടെല്ലിലൂടെ ഒരു മിന്നൽപ്പിണർ പാഞ്ഞുപോയി.

സന്ധ്യകഴിഞ്ഞ സമയത്ത് അറച്ചറച്ചായിരുന്നു കൃഷ്ണൻകുട്ടിയും അയ്യപ്പൻകുട്ടിയും ഭാർഗ്ഗവനമ്മാവന്റെ വീടിന്റെ പടിപ്പുര കടന്നു ചെന്നത്. തളത്തിൽ പൊക്കമുള്ള ഒരു നിലവിളക്ക് കൊളുത്തിവച്ചിരിക്കുന്നത് പടിപ്പുരയിൽ നിന്നേ കാണാമായിരുന്നു. വെറുതെ കണ്ണുകളടച്ചു ചാരുകസാലയിൽ കിടക്കുന്ന ഭാർഗ്ഗവനമ്മാവനെക്കണ്ട് കൃഷ്ണൻകുട്ടിയും അയ്യപ്പൻകുട്ടിയും മുഖത്തോടുമുഖംനോക്കി.

"നീ പറഞ്ഞതുപോലെ വല്ലതും നടക്കുമോടാ കൃഷ്ണൻകുട്ടി?"

അടക്കിപ്പിടിച്ചാണ് അയ്യപ്പൻകുട്ടി ചോദിച്ചത്. കൃഷണൻകുട്ടിയൊരുകള്ളച്ചിരി ചിരിച്ചു.

"നമ്മുടെ ഭാർഗ്ഗവവനമ്മാവനല്ലേ, നീ വാ'

അയാൾ മുണ്ടുയർത്തിപ്പിടിച്ച് ഉത്സാഹത്തോടെ മുന്നോട്ടു നടന്നു.

അയ്യപ്പൻകുട്ടി തെല്ലു സംശയത്തോടെ കൃഷണൻകുട്ടിയെ ഒന്നുനോക്കിയിട്ട് അയാൾക്കു പിന്നാലെ ചെന്നു.

"രണ്ടുപേരും പതിവില്ലാത്ത നേരത്താണല്ലോ വരവ"

ഭാര്ഗ്ഗവൻ തല ഉയർത്തി വച്ച് ചാരുകസാലയിൽ നിവർന്നിരുന്നു.

അയാളുടെ മനസ്സു നിറയെ സ്വപ്നങ്ങളായിരുന്നു മധുരമുള്ള കുറെസ്വപ്നങ്ങൾ

ഭാർഗ്ഗവന്റെ മുഖത്ത് അതിന്റെ തെളിച്ചമുണ്ടായിരുന്നു..

കൃഷ്ണൻകുട്ടിയും അയ്യപ്പൻകുട്ടിയും തെല്ലൊരു ജാള്യതയോടെ തളത്തിലേക്കു കയറി, ഉയർത്തിക്കെട്ടിയ തിണ്ണയിലിരുന്നു.

കൃഷ്ണൻകുട്ടി കാലുകളാട്ടിക്കൊണ്ട്, അകത്തേക്കൊന്നു പാളി നോക്കി രണ്ടുവാതിലുകൾക്കപ്പുറത്ത് മീനാക്ഷിയെ ഒരു മിന്നൽപോലെ കണ്ടു.

അയ്യപ്പൻകുട്ടി ഭാർഗ്ഗവ്വനമ്മാവനറിയാതെ കൃഷ്ണൻകുട്ടിയുടെ തുടയിലൊന്നു നുള്ളി.

"ഹാ!" കൃഷണൻകുട്ടി പുളഞ്ഞുപോയി.

"എന്താടാ, എന്തുപറ്റി!' ഭാർഗ്ഗവനമ്മാവൻ ഉത്ക്കണ്ഠയോടെ ചോദിച്ചു.

അയ്യപ്പൻകുട്ടി കൃഷ്ണൻകുട്ടിയെ നോക്കി പല്ലിളിച്ചു.

കൃഷ്ണൻകുട്ടി ഇളിഭ്യതയോടെ ഒരുചിരി ചിരിച്ചു.

"ഒന്നുമില്ലമ്മാവാ." .

"അതല്ല. കൃഷണനൻകുട്ടക്കീയിടെയായി ബാധയുടെ ഉപദ്രവമുണ്ട്."

അയ്യപ്പൻകുട്ടി ഒരുതാങ്ങുവച്ചുകൊടുത്തു.

"ബാധയോ? ശിവ! ശിവ! നമുക്ക് നല്ലൊരു മന്ത്രവാദിയെ കാണാം.

ഭാർഗ്ഗവനമ്മാവന് കുറച്ചൊരാശങ്കയുണ്ടായി.

"കഴിഞ്ഞ ദിവസം ഇവൻ ഇട്ടുണ്ണൂലിയമ്മയുടെ മാളിക വീടിന്റെ പടിപുരയ്ക്കു മുന്നിലൂടെയൊന്നു പോയി. ആ നടവഴിയേ ഒറ്റയ്ക്കു നടക്കരുതെന്ന് ഞാൻ പലപ്രാവശ്യം പറഞ്ഞിട്ടുള്ളതാ, ഇവൻ കേക്കണ്ടേ..."

ഒന്നു നിർത്തിയിട്ട അയ്യപ്പൻകുട്ടി, കൃഷ്ണനൻകുട്ടിയെ ഒളികണ്ണിട്ടു നോക്കി.

ഭാർഗ്ഗവനമ്മാവൻ മിഴിച്ചു നോക്കിയിരുന്നു.

"അവിടെ ബ്രഹ്മരക്ഷസ്സുകളുണ്ട്. അവർ മനുഷ്യരുടെ ചോരയൂറ്റിക്കുടിച്ച് കഴുത്തുഞെരിച്ചു കൊല്ലും. കുന്നുംപുറത്തെ ശശിയെങ്ങിനെയാണുമരിച്ചതെന്നറിയാമോ അമ്മാവന്?"

അയ്യപ്പൻകുട്ടി ചോദിച്ചു.

ഭാർഗ്ഗവൻ ഉമിനീരിറക്കി ആകാംക്ഷയോടെ അയാളുടെ മുഖത്തേയ്ക്ക്ഉറ്റുനോക്കി...

അയ്യപ്പൻകുട്ടി തുടർന്നു:"ശശിയെ എനിക്കറിയാം! അവനു ചങ്കൂറ്റമിത്തിരി കുടുതലായിരുന്നു. ഒരു വെള്ളിയാഴ്ച ദിവസം സന്ധ്യ എരിഞ്ഞിറങ്ങണ നേരത്തല്ലേ അവൻ ഇട്ടുണ്ണൂലിയമ്മയുടെ ആ മാളികവീടിന്റെ മുന്നിലൂടെ നടന്നുപോയത്. വഴിയിലെങ്ങും ആരുമില്ല! അവനൊറ്റക്കൊരു പാട്ടുപാടിയങ്ങു നടന്നു. നേരമേതാണ്ട് ഇരുട്ടായെന്നോര്ക്കറണം. ശശി പടിപ്പുരയിക്കടുത്തെത്തിയപ്പോ മാളികക്കകത്തുനിന്നൊരു കൂക്കിവിളി കേട്ടു! ശശി അതുകാര്യമാക്കിയില്ല. കാലൻകോഴി കൂവിയതാണെന്ന് അവൻ വിചാരിച്ചുകാണും. പിന്നെക്കേട്ടത് അലർച്ചേം പൊട്ടിച്ചിരിയുമായിരുന്നു. അതും ഉച്ചത്തിൽ!"

ഭാർഗ്ഗവൻ ചുമലിലെ രണ്ടാംമുണ്ടുകൊണ്ട് വിയർപ്പുകണങ്ങളൊപ്പി.

കൃഷ്ണനൻകുട്ടിക്കും എന്തൊക്കെയോ തോന്നിപ്പോയി...

" മാളികയിലാരോ ഉണ്ടെന്ന് ശശിക്കു സംശയം തോന്നി. കള്ളന്മാരോ. കൊള്ളക്കാരോ ആരെങ്കിലും അവിടെ തമ്പടിച്ചിട്ടുണ്ടായിരിക്കുമെന്നാണ്ശശി വിചാരിച്ചത്. ശശി അനങ്ങാതെ പടിപ്പുരവാതിൽക്കൽ നിന്നുകൊണ്ട് മാളികയിലേയ്ക്കു സൂക്ഷിച്ചു നോക്കി. അപ്പോഴാണ് മൂന്നാം നിലയിലെ ഗ്ലാസ്സ് ജനാലയിൽ ഒരു നീല വെളിച്ചം മിന്നിമറഞ്ഞത്. ആരോ ഒരാളുടെ നിഴലും കണ്ടു. കള്ളന്മാർ ആരെങ്കിലുമായിരിക്കണം. പിടിച്ചു പോലീസിലേൽപ്പിക്കണം എന്നു വിചാരിച്ച് ശശി പടിപ്പുരക്കുള്ളിലേക്കു നടന്നു. ഒരു ഇലയനക്കം പോലുമില്ല. ഭീകരമായ ഏകാന്തത.പെട്ടെന്നായിരുന്നു അത് സംഭവിച്ചത്. എവിടെ നിന്നോ ആർത്തലച്ചു വന്ന ഒരു ചുഴലിക്കൊടുങ്കാറ്റ് പടിപ്പുര കടന്നുവന്ന്, ശശിയുടെ തലയ്ക്കുതൊട്ടുമുകളിലൂടെ മാളികയ്ക്കു നേരെ പാഞ്ഞുപോയി. ശശിക്ക് തലമരവിച്ചതുപോലെ തോന്നി. കാലുകൾ വേച്ചുപോയി. ഒരുപക്ഷേ അരൂപിയായൊരു ബ്രഹ്മരക്ഷസായിരിക്കാം മാളികയിലേക്കു് പാഞ്ഞുപോയത്. അല്ലെങ്കിൽ ഇട്ടുണ്ണൂലിയമ്മയുടെ അലഞ്ഞുനടക്കുന്ന ആത്മാവായിരിക്കാം. ആ ചുഴലിക്കൊടുങ്കാറ്റിനെന്തൊരു ശക്തിയായിരുന്നു!”

അയ്യപ്പൻകുട്ടി കണ്ണുകൾ ശൂന്യതയിൽ ഉറപ്പിച്ചുവച്ച് ഒരു സ്വപ്നത്തിലെന്നതുപോലെ പറഞ്ഞു. ഭാർഗ്ഗവനമ്മാവന്റെ ഹൃദയമിടിപ്പുകൾ ഒരു പെരുമ്പറപോലെ തന്റെ ചെവിക്കുമുന്നിൽ മുഴങ്ങുന്നത് അയ്യപ്പൻകുട്ടി അറിഞ്ഞു.

“പാഞ്ഞു പോയ കൊടുങ്കാറ്റിൽപെട്ടുലഞ്ഞ് ശശി മാളികയിലേക്ക് വലിച്ചടുപ്പിക്കപ്പെടുകയായിരുന്നു. ആരുടെയോ പ്രേരണയിലെന്നപോലെ, കാലുകൾപതറി. തലമരവിച്ച് എന്തു ചെയ്യുന്നുവെന്നറിയാതെ വേഗതയിൽ നീങ്ങി.കൊടുങ്കാറ്റടിച്ച് മാളികയുടെ വാതിലുകൾ വലിയ ശബ്ദത്തോടെ മലർക്കെ തുറന്നു. പുറത്തുനിന്നും അകത്തേയ്ക്ക് കരിയിലകൾ പറന്നുകയറി.അപ്പോൾ മാളികയ്ക്കകത്തെവിടെനിന്നൊക്കെയോ കറുത്ത കൂറ്റൻ കടവാവലുകൾ ചിറകടിച്ചു പുറത്തേക്കു പറന്നു വന്നു. അവ കൂർത്ത കോമ്പല്ലുകൾ നക്കിത്തുടച്ച് ശശിയെ മണത്തുനോക്കി. അയാളുടെ ചുറ്റും ചിറകിട്ടടിച്ച് പറന്നു നടന്നു. മാളികയ്ക്കകത്ത് അരണ്ട ഒരു നീലവെളിച്ചം പരന്നിരുന്നു. ആ വെളിച്ചത്തിൽ ശശി അപ്പോഴാണ് ആ

കാഴ്ച കണ്ടത്. അവന്റെ ചോര തണുത്തു മരവിച്ചുപോയി..."

"ഭാർഗ്ഗവീ നിലയം!"

അയ്യപ്പൻകുട്ടിയുടെ സംസാരത്തെ ഇടയ്ക്കുവച്ചു മുറിച്ചുകൊണ്ട്മീനാക്ഷി വാതിലിനു പിന്നിൽ നിന്നു വിളിച്ചു പറഞ്ഞു. അയ്യപ്പൻകുട്ടിക്കൊരുചമ്മലുണ്ടായി.

മീനാക്ഷീ!" ഭാർഗ്ഗവനു ദേഷ്യം വന്നു.

സംഭവത്തിന്റെ രസച്ചരടുപൊട്ടി! നശിച്ചവൾ

"അയ്യപ്പൻകുട്ടീ, നീ ബാക്കികൂടിപ്പറ!"

ഭാർഗ്ഗവൻ അക്ഷമനായി..

6

"ഈ അയ്യപ്പൻകുട്ടിച്ചേട്ടൻ നുണ പറഞ്ഞ് അച്ഛനെപ്പറ്റിക്കുവാ"

മീനാക്ഷി തളത്തിലേക്കിറങ്ങിവന്നു.

കൃഷ്ണൻകുട്ടി ഒരു കള്ളനെപ്പോലെ തലയും താഴ്ത്തി ഇരുന്നു.

"കൃഷ്ണൻകുട്ട്യേട്ടനും അയപ്പൻകുട്ടിച്ചേട്ടനും എന്തോ ഒപ്പിച്ചിട്ടുണ്ട്. കള്ളൻ! ദേ തലയും താഴ്ത്തിയിരിക്കുന്നതു കണ്ടില്ലേ!"

മീനാക്ഷി, കൃഷ്ണൻകുട്ടിയുടെ തലയിൽ ഒന്നു തോണ്ടി.

"എടി മണ്ടീ നിനക്ക് ഇട്ടുണ്ണൂലിയമ്മയെക്കുറിച്ച് എന്തറിയാം?"

കൃഷ്ണൻകുട്ടി, അവളെ തലയുയർത്തി നോക്കി. അയാളുടെ കണ്ണുകളിൽ ഒരു കുസൃതിയുണ്ടായിരുന്നു.

"പിന്നെ! ഒരിട്ടുണ്ണൂലിയമ്മ!'" മീനാക്ഷി ചുണ്ടുകോട്ടി.

"സത്യമായിട്ടും ഇട്ടുണ്ണൂലിയമ്മയുടെ പൊട്ടിച്ചിരിയും അലർച്ചയും ഞാനന്നു കേട്ടതാ" കൃഷ്ണൻകുട്ടി തലേരാത്രിയിലെ അനുഭവമോർത്തുപറഞ്ഞു. അയാളുടെ ശരീരത്തിലെവിടെയോ ഭയം നിറഞ്ഞ ഒരു കോരിത്തരിപ്പുണ്ടായി....

മീനാക്ഷി വാ പൊത്തി ചിരിയടക്കാൻ പണിപ്പെട്ടു. കൃഷ്ണൻകുട്ടിക്കു ശരിക്കും അരിശംവന്നു. അയാൾ ചാടിയെണീറ്റു.

"പോടീ അപ്പുറത്ത്! അവൾടെയൊരു..'

മീനാക്ഷി അകത്തേക്കൊരൊറ്റയോട്ടം വച്ചുകൊടുത്തു. പോകുന്നവഴിക്ക് തിരിഞ്ഞു നിന്ന് കൃഷ്ണൻകുട്ടിയെ നോക്കി കൊഞ്ഞനം കുത്തി.

അയ്യപ്പൻകുട്ടി തലയിൽ കൈയും കൊടുത്തിരിക്കുകയായിരുന്നു. ആപെണ്ണെല്ലാം പറ്റിച്ചു! ഭാർഗ്ഗവനമ്മാവൻ നല്ലൊരു മൂഡിലേക്കുവന്നതായിരുന്നു.

“അയ്യപ്പൻകുട്ടീ, ശശി പിന്നെങ്ങിനെയാ മരിച്ചത്?"

കൃഷ്ണൻകുട്ടി വിഷയം തിരിച്ചുവിടാനൊരു ശ്രമം നടത്തി.

“നിൽക്ക് , നിൽക്ക് , ഞാനൊന്നു ചോദിക്കട്ടെ, അയ്യപ്പൻകുട്ടീ. നീയീപറയണതൊക്കെ സത്യം തന്നെയാണോ?"

ഭാർഗ്ഗവനമ്മാവന്റെ ആ ചോദ്യം കേട്ട് അയ്യപ്പൻകുട്ടിയൊന്നു ഞെട്ടി. കഥയുടെ സകല ഗ്യാസും പോയി..

“സത്യമാണമ്മാവാ, കള്ളം പറഞ്ഞിട്ട് ഞാനെന്തു നേടാനാ?'"

അയ്യപ്പൻകുട്ടി ഉരുണ്ടുകളിച്ചു.

“ഈ കഥയൊക്കെ ശശി പറഞ്ഞുതന്നതാണോ?"

"ങാഹാ... ആ.. അതെ, അതെ!"

“ഭ്ഫാ... എമ്പോക്കി!"

ഭാർഗ്ഗവനമ്മാവന്റെ ഒച്ചകേട്ട അയ്യപ്പൻകുട്ടി നടുങ്ങിപ്പോയി.

“ചത്തുപോയ ശശി സ്വപ്നത്തിലാണോടാ നിനക്കു കഥ പറഞ്ഞുതന്നത്?”

അവിടെനിന്നെഴുന്നേറ്റ് ഓടിപ്പോകാൻ അയ്യപ്പൻകുട്ടിക്കു തോന്നി.

കഥയുടെ ലോജിക്കിൽ പിടിച്ച്കാർന്നോരുടെ ഒരു മുടിഞ്ഞ കണ്ടുപിടുത്തം! അയ്യപ്പൻകുട്ടി തലതിരിച്ച്

കൃഷ്ണൻകുട്ടിയെ നോക്കി. അവന്റെ മുഖം വിളറിവെളുത്തിരുന്നു.

“നോക്കണ്ട, നോക്കണ്ട രണ്ടുപേരുംകൂടി പറഞ്ഞുപറ്റിക്കുകാരുന്നു അല്ലേടാ, സത്യം പറ, എന്താടാ നിങ്ങടെ ഉദ്ദേശം?" ഭാർഗ്ഗവനമ്മാവൻ ഗൗരവത്തിലായിരുന്നു.

അകത്തുനിന്നുമൊരു കൂക്കിവിളികേട്ടു. അതു മീനാക്ഷിയാണെന്നുരണ്ടുപേർക്കും മനസ്സിലായി. കൃഷ്ണൻകുട്ടി പല്ലുകടിച്ചു.

"ഭൂതമെന്നും, പ്രേതമെന്നും കേൾക്കുമ്പോഴേയ്ക്കും ഭാർഗ്ഗവനമ്മാവൻ പേടിച്ച് മൂത്രമൊഴിക്കുമെന്ന് കരുതിയോടാ നീയൊക്കെ?" ഭാർഗ്ഗവനമ്മാവൻ പരിഹസിച്ചു.

“അതൊന്നുമല്ലമ്മാവാ.. ഇട്ടുണ്ണൂലിയമ്മയുടെ മാളികയിലേക്ക് അമ്മാവൻ പോകണ്ട!” കൃഷ്ണൻകുട്ടി രണ്ടുംകല്പ്പിച്ചു പറഞ്ഞു.

"അതെന്താടാ ഞാൻ പോയാൽ! അവിടെ നിന്റമ്മായിയമ്മ.. ?”

ഭാർഗ്ഗവനമ്മാവൻ അരിശം വന്നിട്ട് ബാക്കി വാക്കുകൾ വിഴുങ്ങിക്കളഞ്ഞു."

"അവന്റെ അമ്മായിയമ്മ അവിടെയല്ല! ഇവിടെയാ!" അയ്യപ്പൻകുട്ടി ചാടിപ്പറഞ്ഞു.

ഭാർഗ്ഗവനമ്മാവൻ ശരിക്കുചമ്മിപ്പോയതപ്പോഴായിരുന്നു.

"നിന്നെ ഞാൻ....!"

കയ്യോങ്ങിക്കൊണ്ടു ഭാർഗ്ഗവനമ്മാവൻ ചാരുകസാലയിൽ നിന്നുംബദ്ധപ്പെട്ട് എഴുന്നേറ്റപ്പോഴേക്കും അയ്യപ്പൻകുട്ടി ഒറ്റച്ചാട്ടത്തിന് തിണ്ണക്കപ്പുറത്തെത്തി.

"അമ്മാവാ..."

“അമ്മാവനങ്ങോട്ടു പോകരുത്! പോയാൽ...

"നീയിനി ഒന്നും പറയണ്ട. ഞാനങ്ങോട്ടു പോകും!”

ഭാർഗ്ഗവനമ്മാവൻ ഉറപ്പിച്ചു പറഞ്ഞു. അത് ഇനി ആർക്കും ഇളക്കാനാവില്ല.

കൃഷ്ണൻകുട്ടി കഠിനമായ ഇച്ഛാഭംഗത്തോടെ എഴുന്നേറ്റു. പിന്നെഅമ്മാവനെ നോക്കി ഒന്നു പല്ലിളിച്ചു. കോക്രികാട്ടുംപോലെ! ഭാർഗ്ഗവനമ്മാവനതൊന്നും മനസ്സിലായില്ല. കൃഷ്ണൻകുട്ടി, അയ്യപ്പൻകുട്ടിയേയും കൂട്ടി

മുറ്റത്തെ ഇരുട്ടിലേക്കിറങ്ങി പടിപ്പുരവാതിലിനുനേരെ നടന്നു.

"എല്ലാം തുലഞ്ഞു!" അയ്യപ്പൻകുട്ടി നിരാശയോടെ പിറുപിറുത്തു.

കൃഷ്ണൻകുട്ടിക്ക് ശരിക്കും കരച്ചിൽ വന്നുപോയി.

""അയ്യപ്പൻകുട്ടീ! ഇനി നമ്മളെന്തുചെയ്യും? കാർന്നോരു നാളെരാവിലെതന്നെ അങ്ങോട്ടു കെട്ടിയെടുക്കും!

ഇന്ന് തന്റെ ദിവസമാണ്. തന്റെ മാത്രം ദിവസം. ഭാർഗവൻ ജനലുകളും വാതിലുകളുമെല്ലാം അടച്ചിട്ട് മുറിയിൽ തനിയേയിരുന്നു പുഞ്ചിരിച്ചു. വർഷങ്ങൾക്കുമുമ്പ് പങ്കജാക്ഷിയമ്മയെ ഈ വീട്ടിലേക്കു കെട്ടിക്കൊണ്ടു വന്ന ആ ദിവസം പോലും താനിത്രയ്ക്ക് സന്തോഷിച്ചിട്ടില്ല! സൗഭാഗ്യങ്ങൾ തന്റെ മുന്നിലേക്ക് വരികയാണ്. ഒരു പക്ഷേ ഇത് നിയോഗമായിരിക്കും.

വൈകിയാണെങ്കിലും ആലത്തൂർ തറവാടിന്റെ നഷ്ടപ്പെട്ട പ്രതാപം വീണ്ടെടുക്കണം.

ഈ കരയിലെ ഏറ്റവും സമ്പന്നമായ, സമൃദ്ധിയുള്ള തറവാടായി

വീണ്ടും ആലത്തൂർ പുനർജനിക്കണം!

ഭാർഗ്ഗവൻ അലമാരതുറന്ന് ഭദ്രമായി സൂക്ഷിച്ചിരുന്ന ചെമ്പുപേടകമെടുത്ത് മുന്നിൽ വച്ചു. അതിൽ ആർത്തിയോടെ ചുംബിച്ചു.

മീനാക്ഷിയുടെയും കൃഷ്ണൻകുട്ടിയുടെയും എട്ടുതലമുറകൾക്കുസമൃദ്ധമായി കഴിയാനുള്ള സ്വത്ത്! ഭാർഗ്ഗവൻ നെടുവീർപ്പിട്ടു.

ഇനി എത്രയുംവേഗം അവരുടെ കല്യാണം നടത്തണം. പൊന്നിനുംപണത്തിനും ഇനി നെട്ടോട്ടമോടേണ്ടല്ലോ. അതായിരുന്നല്ലോ മുഖ്യപ്രശ്നം.

ജാനകി നിർബന്ധം പിടിച്ചപ്പോഴൊക്കെ പറഞ്ഞു: '"ആലത്തൂരെ പെങ്കൊച്ചുങ്ങൾ മേലു നിറയെ പൊന്നില്ലാതെ മണ്ഡപത്തിൽ കയറിയിട്ടില്ല.ഇന്നോളം പൊന്നിനും പണത്തിനും മുട്ടുവന്ന് കല്യാണം നടക്കാതെ പോയിട്ടില്ല. ഞാനായിട്ടതെങ്ങിനെ തെറ്റിക്കും ജാനകി"

കാരണവന്മാർ കൽപ്പിച്ചതൊക്കെ വാസ്തവം! ആലത്തൂർ തറവാട്ടിലെ പെങ്കൊച്ചുങ്ങൾക്ക് നല്ലൊരു തലേലെഴുത്തൊണ്ട്. കണ്ടില്ലേ?

ഭാർഗ്ഗവൻ തനിച്ചിരുന്നു പൊട്ടിച്ചിരിച്ചു. അയാൾ ചെമ്പുപേടകംമലർക്കെ തുറന്നു വച്ചു. അതിൽ നിന്നു വളരെ സൂക്ഷിച്ച് പ്രമാണങ്ങളോരോന്നായി മേശപ്പുറത്തു നിരത്തിവച്ചു. മൂന്നുപ്രമാണങ്ങൾ.

തുരുമ്പിച്ചു തുടങ്ങിയ താക്കോലുകൾ ഒന്നൊന്നായി ഭാർഗ്ഗവൻ പരിശോധിച്ചു.

ശൂന്യമായിരുന്ന പേടകത്തിൽ ഭാർഗ്ഗവൻ കൈകൾ കൊണ്ടൊന്നു പരതി. അതിനുള്ളിൽ ഇനിയുമൊന്നും ഉണ്ടാകാനിടയില്ലെന്ന് അറിയാമായിരുന്നെങ്കിലും അയാൾ വെറുതെ പേടകത്തിൽ പരതിനോക്കി.

ഭാർഗ്ഗവന്റെ കൈവിരലുകൾ തട്ടി പേടകത്തിനുള്ളിലെ അടിപ്പാളി പൊളിഞ്ഞുവന്നു.

വളരെ കനം കുറഞ്ഞ വീതിയുള്ള ഒരു ചെമ്പോലയായിരുന്നു അത്.

അയാൾ അത് അടർത്തിയെടുത്തു. ചെമ്പോല പെട്ടിക്കുള്ളിൽ

ഒട്ടിച്ചുവച്ചിരിക്കുകയായിരുന്നു. ഭാർഗവൻ ആകാംക്ഷയോടെ അത് പരിശോധിച്ചു. അയാളുടെ നെറ്റി ചുളിഞ്ഞു.

ചെമ്പോലയുടെ മറുവശത്ത് വിചിത്രമായ രേഖകളുണ്ട്.

ഇപ്പുറം ശൂന്യമാണ്.

ഭാർഗവൻ കണ്ണിനോട് അടുത്തുപിടിച്ച് ചെമ്പോലയിൽ സൂക്ഷിച്ചുനോക്കി.

കൂടോത്രമായിരിക്കുമോ

കൂടോത്രം ചെയ്യാൻ മന്ത്രവാദികൾ ചെമ്പോലയെഴുതി ജപിച്ചു കുഴിച്ചിടുന്ന പതിവുണ്ട്.

അല്ലെങ്കിൽ രക്ഷായന്ത്രം. ഇതുരണ്ടുമല്ല.

ചെമ്പോലയുടെ ഒരു വശത്ത് ചെറിയ അക്ഷരങ്ങളിൽ എന്തൊക്കെയോ കുത്തിക്കുറിച്ചുവച്ചിട്ടുണ്ട്.

അതിന് മുകളിലാണ് വരകൾ. ചതുരങ്ങൾപോലെ വരഞ്ഞിട്ടിരിക്കുന്നു.

ഒരു പ്രധാനമായ രഹസ്യം.

-ഭാർഗ്ഗവന്റെ മനസ്സുപറഞ്ഞു.

അയാൾ ചെമ്പോല നന്നായി തുടച്ചു മിനുക്കി അതിലെ അക്ഷരങ്ങൾവായിക്കാൻ ശ്രമിച്ചു.

അയാളുടെ മുഖത്തേക്ക് രക്തം ഇരച്ചു കയറുകയായിരുന്നു. ഹൃദയംനിന്നുപോകുന്നതുപോലെ. ആഹ്ലാദംകൊണ്ട് ഭാർഗ്ഗവൻ ഒരുതരം പ്രക്ഷുബ്ധാവസ്ഥയിലായിരുന്നു. അയാൾക്കു നിമിഷങ്ങളോളം ചലിക്കാനായില്ല. സ്വന്തം കൈവെള്ളയിലിരിക്കുന്നത് നിധിയാണ്.

നിധി! ആലത്തൂർ തറവാടിന്റെ നൂറ്റാണ്ടുകളുടെ അമൂല്യശേഖരം.

തറവാട്ടുകാരണവന്മാർ കാലാകാലങ്ങളായി രഹസ്യമാക്കിവച്ച് മരണസമയത്തുമാത്രം അവകാശികൾക്കു കൈമാറിയ പരമപവിത്രമായ ഒരുരഹസ്യം! ഭാർഗ്ഗവൻ തുള്ളിച്ചാടി!

തനിക്കിത് ഒരു ഐതിഹ്യകഥയാണ്. അച്ഛനോ മുത്തച്ഛനോ പറഞ്ഞുകേൾപ്പിച്ച ഒരു കെട്ടുകഥയെന്ന് താൻ ശരിച്ചുവച്ചത്. ആലത്തൂർ തറവാടിന്റെ ഏതോ താവഴിയിലൂടെ തറവാട്ടു കാരണവന്മാർക്കു ഹിതകരമല്ലാതെ വഴിതിരിഞ്ഞുപോയ രഹസ്യം ഇട്ടുണ്ണൂലിയമ്മയിലെത്തി അനാഥമായിക്കിടന്നിരിക്കാം. ഇന്ന് ആ

പവിത്രരഹസ്യം തന്റെ കൈവെള്ളയിൽ! ഒരു പക്ഷേ ഭരദൈവങ്ങളുടെ അഭീഷ്ടം അതായിരിക്കാം. ആലത്തൂർ നിധിക്ക് യഥാർത്ഥ അവകാശി താനാണ്. വിലമതിക്കാനാവാത്ത സ്വത്ത്!

അത് കോടികളുടെ കണക്കിൽ നിൽക്കുമോ? തല പെരുത്തുകയറി. അയാൾ ആ ചെമ്പോലയിൽ ആഞ്ഞാഞ്ഞു ചുംബിച്ചു. ഒരുനിമിഷം അയാൾ ആ ചെമ്പോല ഒന്നുകൂടി പരിശോധിച്ചു. അതിന്മേൽ വരഞ്ഞിട്ടിരിക്കുന്നത് ഇട്ടുണ്ണൂലിയമ്മയുടെ മാളികയുടെ രൂപരേഖ.

മാളികയുടെ നിലവറകൾക്കുള്ളിലെവിടെയോ നിധി ഭദ്രമായൊളിഞ്ഞിരിക്കുന്നുണ്ട്. ഭാർഗ്ഗവൻ അതു ഗ്രഹിച്ചെടുത്തു.

വാതിലിൽ മുട്ടുകേട്ടു.

"വാതിലു തുറക്ക്." പുറത്തുനിന്ന് പങ്കജാക്ഷിയമ്മയുടെ ശബ്ദം.

ഭാർഗ്ഗവൻ ധൃതിയിൽ എല്ലാം വാരിക്കൂട്ടി പേടകത്തിലാക്കി! പേടകം അലമാരയിൽ വച്ചുപൂട്ടി

അയാൾ നെടുവീർപ്പിട്ടു. പങ്കജാക്ഷിയമ്മ തൽക്കാലം ഒന്നുമറിയണ്ട. പ്രത്യേകിച്ച് ആലത്തൂർ നിധിയുടെ രഹസ്യം. പെണ്ണുങ്ങളല്ലേ. വല്ലവിധേനയും സംഭവം പുറത്തായാൽ എല്ലാം തുലഞ്ഞു. ഒരവസരത്തിന് വേണ്ടി കാത്തിരിക്കുകയാണ് ഭൈരവൻ.

"മുറിക്കകത്ത് വാതിലടച്ച് നിങ്ങളെന്തെടുക്കുകയാ."

പങ്കജാക്ഷിയമ്മ അക്ഷമയായി.

ഭാർഗ്ഗവൻ വാതിലിന്റെ സാക്ഷ നീക്കി

ഇരുവശവും പുല്ലാനിപ്പൊന്തകൾ അതിരിട്ട വീതി കുറഞ്ഞ വഴിയിൽപാതിരാവിന്റെ നേർത്ത നിലാവ് വീണു കിടന്നു. രാത്രിയുടെ വിചിത്ര ശബ്ദങ്ങൾ ഇരുളിൽ നിന്നുയർന്നു കൊണ്ട്തണുത്ത അന്തരീക്ഷത്തിലാകമാനം ചിതറി. ഭൈരവനും ചാമുണ്ഡേശ്വരനും ഇരുളിന്റെ മറപറ്റി വഴിയിലൂടെ ധൃതിയിൽ നടന്നു.

പുല്ലാനിപ്പൊന്തകൾ കഴിഞ്ഞ് ഇല്ലിക്കാടുകളാണ്. ഇരുട്ട് കട്ടപിടിച്ചുനിൽക്കുന്ന ഇല്ലിക്കാടുകൾ! പിച്ചിപ്പൂവിന്റെ നനുത്ത ഗന്ധം അവിടെയെങ്ങുംവ്യാപിച്ചിരുന്നു. ഇല്ലിക്കാടുകൾക്കകത്തു നിന്നും മുരൾച്ചകൾ കേട്ടു. ഭൈരവന്റെ ശരീരത്തിലാകമാനം ഒരു വിറയലുണ്ടായി.

ചാമുണ്ഡേശ്വരൻ മുതുകിൽ തൂക്കിയിട്ടിരുന്ന ചുവന്ന വലിയ ഭാണ്ഡം ഒന്നുകൂടി വലിച്ചുയർത്തിയിട്ടു.

7

ഇരുളിനുള്ളിൽ നിന്നെവിടെയോ ഒരു കൊള്ളിക്കുറവന്റെ അലർച്ച കേട്ട് ഭൈരവൻ നടുങ്ങി...

"ഭയമരുത് ഭൈരവാ, ഈ ചാമുണ്ഡേശ്വരൻ കൂടെയുള്ളപ്പോൾ നീയെന്തിന് ഭയക്കണം. ദുഷ്ടശക്തികൾ എന്റെ ഈ ചൂണ്ടുവിരലിന് മുന്നിൽ നിശബ്ദരാകും."

ചാമുണ്ഡേശ്വരൻ പതിഞ്ഞ ശബ്ദത്തിൽ പറഞ്ഞു.

"തമാശ പറയാതെ ചാമുണ്ഡേശ്വരാ, ഭാരവനിതുവരെ ആരേയും ഭയന്നിട്ടില്ല."

താനൊരു പേടിത്തൊണ്ടനാണെന്ന് ചാമുണ്ഡേശ്വരൻ പറഞ്ഞത് ഭൈരവനിഷ്ടപ്പെട്ടില്ല.

"പരിഹസിച്ചതല്ല ഭൈരവാ, അറിഞ്ഞിടത്തോളം ഇട്ടുണ്ണൂലിയമ്മയുടെ മാളിക ഒരു മായക്കൊട്ടാരം തന്നെ. അസ്സലൊരു പ്രേതമാളിക. കടുത്ത പരീക്ഷണങ്ങളെയാവും നമുക്കവിടെ നേരിടേണ്ടിവരിക. ഒരിക്കലും ഭയന്നോടിക്കളയരുത്."

ചാമുണഡേശ്വരൻ ഒരു താക്കീതുപോലെയാണ് പറഞ്ഞത്

ഒരു മിന്നൽപ്പിണർ മിന്നിപ്പൊലിഞ്ഞതുപോലെ ഭൈരവനു തോന്നി.

അയാൾ ചാമുണ്ഡേശ്വരന്റെ കാലടികളെ പിന്തുടർന്നു

"ചെമ്പോലകളാറെണ്ണം. ഓരോന്നിലും ശക്തിയുള്ള മൂർത്തികളെ ആവാഹിച്ചിട്ടുണ്ട്. ഓരോന്നിലും ശക്തിയുള്ള മൂർത്തികളെ ആവാഹിച്ചിട്ടുണ്ട്. അറവാതിലിന് വെളിയിലൊന്ന്. ബാക്കി അഞ്ചും മാളികക്കത്തു വയ്ക്കണം. ദുഷ്ടശക്തികളുടെ ഉറവിടം മാളികക്കകെത്താണ്. എന്റെ മൂർത്തികൾ അഞ്ചും ചേർന്ന് അവറ്റകളെ പിടിച്ചുകെട്ടും. ചക്രങ്ങൾ മൂന്നെണ്ണമുണ്ട്. മാളികയെ

മുക്കോണിനകത്ത് സങ്കൽപിച്ച് കോണൊന്നിൽ ഒരു ചക്രം വീതം മൂന്നു കോണിലായി മൂന്നു ചക്രം. ഭാർഗവൻ അതിനകത്തു കടക്കില്ല."

ചാമുണ്ഡേശ്വരൻ ആത്മവിശ്വാസത്തോടെ പറഞ്ഞു.

ഭൈരവൻ ചാമുണ്ഡേശ്വരനോട് ആരാധന തോന്നി. ഇട്ടുണ്ണൂലിയമ്മതീർച്ചയായും ചാമുണ്ഡേശ്വരനു മുന്നിൽ അടിയറവു പറയും.

തണുത്ത കാറ്റു വീശി.

അവർ ഇല്ലിക്കാടുകളുടെ ഇരുട്ടിനെ മറികടന്ന് ഇട്ടുണ്ണൂലിയമ്മയുടെപടിപ്പുരവാതിൽക്കൽ എത്തി ഒരു നിമിഷം നിന്നു. പടിപ്പുര വാതിലിനപ്പുറംനേർത്ത നിലാവെളിച്ചത്തിൽ വലിയ മാളിക കണ്ടു.

ഭൈരവന്റെ ഹൃദയമിടിപ്പ് വർധിച്ചു.

"ഭൈരവാ, ഇനിയാണു സൂക്ഷിക്കേണ്ടത്. ദുഷ്ടാത്മാക്കൾ അലഞ്ഞുനടക്കുന്ന സമയമാണ്. ഇപ്പോൾ അർദ്ധരാത്രി കഴിഞ്ഞിരിക്കും. നോക്ക്!മാളികമുകളിൽ കടവാവലുകൾ വട്ടമിട്ടു പറക്കുന്നതു കണ്ടില്ലേ? ഏതു രൂപത്തിലും അവയെത്തും. പട്ടിയായും പൂച്ചയായും ചെന്നായായും അവർ വരും."

ചാമുണ്ഡേശ്വരൻ മന്ത്രിച്ചു.

ഭൈരവന്റെ കാതുകൾക്കരികിൽ ഒരു ഹുങ്കാരമുണ്ടായി. അയാൾ ചുറ്റുപാടുമുള്ള കനത്ത ഇരുട്ടിലേക്കു നോക്കി...

ഇരുട്ടിൽ ചെന്നായ്ക്കളുടെ തിളങ്ങുന്ന തീക്കണ്ണുകളുണ്ടോ? രക്തമിറ്റുവീഴുന്ന വെളുത്ത കോമ്പല്ലുകളുമായി കടവാവലുകൾ പാഞ്ഞു വരുന്നുണ്ടോ?

ഭൈരവാ? ചാമുണ്ഡേശ്വരന്റെ ശബ്ദം. "ഇന്നൊരൊറ്റ രാത്രികൊണ്ട് ദുഷ്ടശക്തികളെയെല്ലാം ഒഴിപ്പിക്കാം..."' .

"ഭാർഗ്ഗവൻ ഈ പടിക്കുള്ളിൽ കാലുകുത്തരുത്!" ഭൈരവൻ അതാണ് ആവർത്തിച്ചു പറഞ്ഞത്.

ചാമുണ്ഡേശ്വരൻ പടിപ്പുര കടന്നുചെന്നു.

കരിയില മൂടിക്കിടന്ന മുറ്റത്ത് പാദപതന ശബ്ദങ്ങൾ ഉണ്ടാകാതിരിക്കാൻ അവർ ശ്രദ്ധിച്ചു.

ഇരുട്ടിന്റെ വിജനത അവരെ തുറിച്ചു നോക്കി.

ചെറുതായി മഞ്ഞു പെയ്തുകൊണ്ടിരുന്ന ആ അർദ്ധരാത്രിയിലും ഭൈരവൻ വിയർപ്പിൽ കുളിച്ചു...

ദൂരെ ഒറ്റയ്ക്കും കൂട്ടായും നായ്ക്കൾ ഓലിയിടുന്നതു കേൾക്കാം .

"എങ്ങനെയെങ്കിലും മാളികയ്ക്കകത്തു കടക്കണം ഭൈരവാ,അകത്തു നിന്നാണ് നമുക്കാരംഭിക്കേണ്ടത്.

ചാമുണ്ഡേശ്വരൻ അമർത്തിയ സ്വരത്തിൽ പറഞ്ഞുകൊണ്ട് പ്രധാന വാതിൽ ഒന്നു തള്ളിനോക്കി.

ഒരു നെല്ലിടപോലും അത് അനങ്ങിയില്ല.

"അകത്തെങ്ങിനെ കടക്കും. വാതിൽ ചവിട്ടിപ്പൊളിച്ചാലോ."

ഭൈരവൻ ചോദിച്ചു.

" അത് അസാധ്യമാണ്. ഈ വാതിൽ ചവിട്ടിപ്പൊളിക്കുക അത്ര എളുപ്പമുള്ള കാര്യമല്ല. നമുക്ക് മറ്റു വല്ല മാർഗവും നോക്കാം."

ചാമുണ്ഡേശ്വരൻ മാളികയുടെ തെക്കുഭാഗത്തേക്കു നടന്നു. വളർന്നുവരുന്ന കുറ്റിച്ചെടികളെ അയാൾ കാലുകൾ കൊണ്ട് വകഞ്ഞുമാറ്റി.

അയാൾക്കുപിന്നാലെ ഭൈരവൻ ഇരുട്ടിൽ തപ്പിത്തടഞ്ഞു നടന്നു ചെന്നു.

ചാമുണ്ഡേശ്വരന്റെ സൂക്ഷ്മദൃഷ്ടികൾ മാളികയാകമാനം പരതി നടന്നു.

എവിടെയാണൊരു പഴുത്!

ചുവരിൽ പത്തു പ്രന്തണ്ടടി ഉയരത്തിലായി ഒരു കിളിവാതിലുണ്ട്.

കാലപ്പഴക്കത്താൽ അതിന്റെ നെടിയ അഴികൾ അറ്റുപോയിരിക്കുന്നതവ്യക്തമായി കാണാം.

ഭൈരവൻ ഒരു ദീർഘനിശ്വാസമുതിർത്തു .

"ഭൈരവാ, ഇതിലൂടെയാണ് നാം ഇതിനകത്തു കയറുന്നത്."

ചാമുണ്ഡേശ്വരൻ ആ ജാലകത്തിലേക്കുറ്റു നോക്കി.

നല്ലൊരു പഴുതാണ്! പക്ഷേ എങ്ങിനെ? ഏകദേശം രണ്ടാൾ ഉയരമുണ്ട് ജാലകത്തിന്.

"ആദ്യം നീയിതിനകത്തു കയറണം. പിന്നാലെ ഞാനും കയറി വരും! മനസ്സിലായോ?"

ചാമുണ്ഡേശ്വരൻ നിർദ്ദേശിച്ചു.

ഭൈരവൻ ചങ്കിടിപ്പോടെ തലകുലുക്കി.

അയാൾ ചുറ്റുംനോക്കി. ആരെങ്കിലും കാണുന്നുണ്ടോ?

ജീവിതത്തിൽ ആദ്യമായിട്ടാണ് ഇങ്ങിനെയൊക്കെ ചെയ്യേണ്ടി വരുന്നത്. മുള്ളുകൾ നിറഞ്ഞവയാണല്ലോ? ലക്ഷ്യത്തിലേയ്ക്കുള്ള പാത.

ഭൈരവൻ കിളിവാതിലിലേക്ക് വലിഞ്ഞു കയറി.

താഴെ ചാമുണ്ഡേശ്വരൻ ഭാണ്ഡവുമായി തയ്യാറായി നിന്നു.

രണ്ടാൾ ഉയരത്തിലുള്ള ഒരു ജാലകത്തിലേക്കു വലിഞ്ഞു കയറുക

അത്ര നിസ്സാരമൊന്നുമല്ല. ഭൈരവൻ ഒരു വിധത്തിലാണ് അതിന്മേൽ കയറിപ്പറ്റിയത്.

ജാലകപ്പടിയിലിരുന്നുകൊണ്ട് അയാൾ മാളികയുടെ അകത്തേക്കുനോക്കി.

ഇരുട്ടാണ് ഒന്നും കാണാൻ വയ്യ.

"ചാടിക്കോളൂ'

ചാമുണ്ഡേശ്വരൻ താഴെ നിന്നു വിളിച്ചു പറയുന്നതു കേട്ടു.

ഭൈരവൻ ഒട്ടും മടിക്കാതെ ചാടി.

മുഖമടിച്ചാണ് വീണത്. കയ്യോ കാലോ ഒടിയാതിരുന്നത് ഭാഗ്യം. മുകളിൽ താൻ കയറിവന്ന ജാലകം വലിയ ഉയരത്തിലാണ്. ജാലകത്തിലൂടെ അരണ്ടവെളിച്ചം നിറഞ്ഞു നിൽക്കുന്ന ആകാശവും തെങ്ങിൻ തലപ്പുകളും കാണാം. ജാലകം അത്രയും ഉയരത്തിലാണെന്നറിഞ്ഞിരുന്നെങ്കിൽ ചാടുകയേ ഇല്ലായിരുന്നു.

ചാമുണ്ഡേശ്വരൻ വേഗമൊന്നു കയറിവന്നിരുന്നെങ്കിൽ. ഭൈരവൻ കിതപ്പടക്കി.

പുറത്തു ചാമുണ്ഡേശ്വരൻ ജാലകത്തിലേക്കു വലിഞ്ഞുകയറാനുള്ള തത്രപ്പാടിലായിരുന്നു. ചുമലിലെ സാമാന്യം വലിയ ഭാണ്ഡം മുറുക്കിക്കെട്ടിവച്ചു. ഒന്നുരണ്ടു തവണ കൈയെത്തിച്ചുനോക്കി പരിശ്രമിച്ചതാണ്.

ജാലകങ്ങൾ ഇത്ര ഉയരത്തിൽ കൊണ്ടുസ്ഥാപിച്ച ആ എമ്പോക്കിയെ കണ്ടിരുന്നെങ്കിൽ പിടലിക്കു രണ്ടുകൊടുത്തുവിടാമായിരുന്നു!

ഏതുവിധേനയും മാളികക്കകത്തു കയറിയേ തീരൂ.

ഭൈരവനിപ്പോൾ ഭയന്നുവിറച്ചു ചത്തുകാണും.

ചാമുണ്ഡേശ്വരൻ പരിസരമാകെ ഒന്നു നിരീക്ഷിച്ചു.

പൊടുന്നനെ അന്തരീക്ഷത്തിനൊരു തെളിച്ചം വന്നു. ആകാശത്ത് മഴക്കാറു നീങ്ങി ചന്ദ്രൻ കുടുതൽ പ്രകാശിച്ചു. അൽപ്പസമയത്തിനകം നിലാവ്അസ്തമിക്കും. പിന്നെ പൂർണ്ണാന്ധകാരമായിരിക്കും!

ആ നിലാവിൽ ചാമുണ്ഡേശ്വരൻ ഒരു കാഴ്ചകണ്ടു!

നട്ടെല്ലുകുത്തിത്തുളച്ചുകയറിയ തണുപ്പ് ശരീരത്തിലാകമാനം. വ്യാപിക്കുന്നതുപോലെ. ഭീകരമായ മരവിപ്പിൽ അയാളുടെ ശരീരം സ്തംഭനാവസ്ഥയിലായി.

മാളികയിലെ രണ്ടാം നിലയുടെ മട്ടുപ്പാവിൽ ഒരു രൂപം.

ഒരു സ്ത്രീ രൂപം!

നിലാവിൽ ചാമുണ്ഡേശ്വരൻ അതു വ്യക്തമായി കണ്ടു. .

അയാളുടെ ഇമകൾ പോലുമനങ്ങിയില്ല. നേർത്തകാറ്റിൽ ആ സ്ത്രീരൂപത്തിന്റെ വിടർത്തിയിട്ട മുടിയും സാരിത്തലപ്പും പറന്നുകളിച്ചുകൊണ്ടിരുന്നു.

പക്ഷേ സ്ത്രീ - നിശ്ചലയാണ്.

ചാമുണ്ഡേശ്വരന്റെ കണ്ഠത്തിൽനിന്ന് അമർത്തിയ ഒരു ആർത്തനാദമുയർന്നു , മരവിപ്പിൽ നിന്നു മോചിതമായ ആ നിമിഷത്തിൽ അയാളുടെ ശരീരം വിയർപ്പിൽ കുളിച്ചു. ആ കാഴചയിൽനിന്നു കണ്ണുപിൻവലിച്ചതിനുശേഷം രണ്ടാമതൊരിക്കൽക്കൂടി ആ രൂപത്തെ നോക്കുവാൻ അയാൾക്കു ധൈര്യമുണ്ടായില്ല.

മറ്റൊന്നിനെ കുറിച്ചും ചിന്തിക്കാതെ ചാമുണ്ഡേശ്വരൻ ഉറക്കെ നിലവിളിച്ചുകൊണ്ട് ഓടി.

ഒരു ബ്രഹ്മരക്ഷസ് അല്ലെങ്കിൽ രക്തം ഊറ്റിക്കുടിക്കുന്ന ഒരു യക്ഷി.

പിന്തിരിഞ്ഞു നോക്കുവാൻ വയ്യ. വായുവിലൂടെ ഒരു ചുഴലിക്കാറ്റുപോലെ അവൾ പിന്തുടർന്നുവരും. കൂർത്തുമൂർത്ത ദ്രംഷ്ടകൾ ചുവന്ന നാവു നീട്ടി നക്കിത്തുടച്ച് ആ പിശാച് തുറിച്ചുനോക്കും.

ചാമുണ്ഡേശ്വരൻ അതിവേഗം പടിപ്പുരയിലേക്കോടി. ഭൈരവൻ ഒന്നു നടുങ്ങി.

ചാമുണ്ഡേശ്വരന്റെ നിലവിളി കേട്ടു. അമർന്നുപോയപോലെ ഒരു നിലവിളി. ഒടുവിൽ മുറിഞ്ഞുമുറിഞ്ഞ് ഒരു ഞരക്കം മാത്രമായി അതവശേഷിച്ചു.

ഭൈരവൻ നടുക്കത്തോടെ കാതോർത്തു. ഈശ്വരാ ചാമുണ്ഡേശ്വരൻ.

ബ്രഹ്മരക്ഷസുകൾ അയാളുടെ ചോരയൂറ്റിക്കുടിക്കുകയാവും. ജാലകത്തിനപ്പുറത്ത് അതിഭീകരമായ ആ കാഴ്ച കാണുന്നതുപോലെ ഭൈരവന് തോന്നി.

കിളിവാതിലിലൂടെ പച്ചമാംസത്തിന്റെയും പച്ചച്ചോരയുടേയും ഗന്ധം വരുന്നുണ്ട്.

നായ്ക്കൾ ഓലിയിടുന്ന ശബ്ദം.

കടവാവലുകളുടെ ചിറകടിയൊച്ചകൾ!

രക്ഷസ്സുകളുടെ ആർത്തി പൂണ്ട അലമുറകൾ.

ഭൈരവൻ തണുത്ത തറയിൽ കണ്ണുകളിറുക്കിയടച്ച് കിടന്നു.

കണ്ണുകളിൽ കുത്തിയാലറിയാത്ത ഈ ഇരുട്ടിൽ ഒരു ഭീകര രക്ഷസ്സ്തന്റെ മുന്നിൽ വന്നുനിന്നു തുറിച്ചു നോക്കിയാൽപ്പോലും താനറിയില്ല.

തന്റെ കണ്ണുകളിലാഴ്ത്താൻ വെമ്പി നിൽക്കുന്ന കൂർത്ത കൈവിരൽനഖങ്ങൾ കണ്ണുകൾക്കു മുന്നിൽ തക്കം പാർത്തു നിൽക്കും !

പൊടുന്നനെ മാളികയിലാരോ ചിരിക്കുന്നതുപോലെ ഭൈരവനുതോന്നി. ചിരിയുടെ അലകൾ മാളികയിലാകമാനം തിങ്ങിനിറഞ്ഞ് പ്രകമ്പനംകൊണ്ട് കാതുകളിലേക്കൊഴുകിയെത്തുന്നു. ഭൈരവൻ ശ്വാസമടക്കികാതോർത്തു കിടന്നു. മുകൾത്തട്ടിലൂടെ ഒരു പക്ഷി ഉച്ചത്തിൽ ചിറകടിച്ചു

കൊണ്ടു പറന്നു. അതിന്റെ മുഴക്കം ഒരിരമ്പലോടെയാണ് കാതുകളിൽ വന്നലച്ചത്.

ഇവിടെ പന്തിയല്ല! കഴിയുന്നതുംവേഗം മാളികക്കു പുറത്തു കടക്കാം. കുടോത്രോം വേണ്ട ഒന്നും വേണ്ട. ജീവൻ തിരികെ കിട്ടിയാൽ മതിയായിരുന്നു.

ഭൈരവൻ പിടഞ്ഞെഴുന്നേറ്റു.

പുറത്തേക്കുള്ള വാതിൽ എവിടെയായിരിക്കും;

ഈ ഇരുട്ടിൽ എവിടെച്ചെന്നാണതു കണ്ടു പിടിക്കുക!

അയാൾ പകച്ചു.

മുന്നിൽ ഇപ്പോൾ ഇരുട്ടുമാത്രം!

വല്ലാത്തൊരു മരവിപ്പു മാത്രമാണ് തലയിൽ.

ഭൈരവൻ തറയിൽ വീണു. സപ്തനാഡികളിലും തളർച്ച. അയാൾ തണുപ്പുള്ള തറയിലേക്ക് തളർന്നു കിടന്നു.

നല്ല കുളിരുള്ള ആ വെളുപ്പാൻകാലത്ത് മീനാക്ഷി ഒരു സ്വപ്നം കണ്ടു.മധുരമുള്ള സ്വപ്നം.

ഈറനണിഞ്ഞ ഇലഞ്ഞിമരങ്ങൾക്കിടയിൽ നിന്ന് ആരാണതു ചോദിക്കുന്നത്.

“നിന്നെ ഞാനെന്റെ രാജകുമാരിയാക്കട്ടെ...!”

ഇലഞ്ഞിമരങ്ങളുടെ ഇലച്ചാർത്തുകളിൽ നിന്ന് മഞ്ഞ് പെയ്തിറങ്ങുന്നു, പുകപോലെ. പുകമഞ്ഞിനുള്ളിലൂടെ ശബ്ദം കേട്ടത് എവിടെയാണെന്നറിയാൻ കാതോർത്തു. പളുങ്കു കുപ്പായത്തിന്റെ തൊങ്ങലുകൾ ഉയർത്തിപപ്പിടിച്ച് ഇലഞ്ഞിമരങ്ങൾക്കിടയിലൂടെ നടന്നു.

“മീനാക്ഷീ" ആരോ പിന്നെയും വിളിക്കുന്നു.

“നിന്നെ ഞാനെന്റെ രാജകുമാരിയാക്കട്ടെ?"

"രാജകുമാരൻ ആരാണ്?" അവൾ തെല്ലാശങ്കയോടെ ചോദിച്ചു.

”ഏഴാം കടലിന്നക്കരെ എനിക്കൊരു രാജ്യമുണ്ട്!" ഇലഞ്ഞികൾക്കിടയിൽനിന്ന് പിന്നെയും രാജകുമാരന്റെ ശബ്ദം. ഏഴുവെള്ളക്കുതിരകളെപൂട്ടിയൊരു സ്വരണ്ണരഥത്തിൽ നിന്നെ ഞാനെന്റെ രാജ്യത്തേക്കു കൊണ്ടുപോകാം."

പുകമഞ്ഞിനുള്ളിൽ നിന്ന് കൊച്ചുപഞ്ചവർണ്ണക്കിളികൾ പറന്നുവന്ന്അവളെ മുത്തിയിട്ട് പറന്നുപോയി.

"ഇലഞ്ഞിമരങ്ങൾക്കിടയിൽ നിങ്ങളെവിടെയാണു രാജകുമാരാ?"

"എന്റെ രാജകുമാരീ നിനക്കെന്നെ കണ്ടുപിടിക്കാമോ?" കൊച്ചുപഞ്ചവർണ്ണക്കിളികൾ കയ്യെത്തും ദൂരെ ചിലച്ചുകൊണ്ടു പറന്നു നടക്കുകയായിരുന്നു. വെള്ളിമേഘങ്ങൾ പഞ്ഞിക്കെട്ടുപോലെ പറന്നു നടക്കുന്ന നീലാ

കാശത്ത്, ഏഴാംകടലിനക്കരെയുള്ള ഭംഗിയുള്ളൊരു കൊച്ചുരാജ്യം പ്രതിഫലിച്ചു. ഉറക്കത്തിൽ തലയണയെ കെട്ടിപ്പിടിച്ചുകിടന്ന് മീനാക്ഷി ചിരിച്ചുകൊണ്ടിരുന്നു.

൭

ഭൈരവൻ കണ്ണു തുറന്നു.

ഓട് പാകിയ തറ ഐസ്പോലെ തണുത്തിരിക്കുന്നു. ശരീരമാസകലം തളർന്നുപോയതുപോലെയുണ്ട്.

ഉറങ്ങിപ്പോയതെപ്പോഴാണെന്നറിയില്ല.

മാളികക്കകത്ത് വെളിച്ചമുണ്ട്. നേരം വെളുത്തിരിക്കുന്നു. ജാലകങ്ങളിലൂടെയും മറ്റും പ്രകാശം അരിച്ചിറങ്ങുന്നുണ്ട്. ഭൈരവൻ പണിപ്പെട്ട് എഴുന്നേറ്റിരുന്നു. ശരീരത്തിന് ഇടിച്ചുനുറുക്കിയതുപോലുള്ള വേദനയുണ്ട.

അയാൾ പകൽ വെളിച്ചത്തിൽ മാളികക്കകം ആദ്യമായി കാണുകയായിരുന്നു. എന്തു വലുപ്പം.

വലിയൊരു ഹാളാണത്. ഹാളിൽ നിന്ന് മുകളിലേക്ക് ഗോവണി. ഹാളിനുചുറ്റും മുറികളാണ്. ഒരു ഇടനാഴിയുണ്ട്. ഇടനാഴിയുടെ അവസാനം കാണാൻ വയ്യ. ഭൈരവന്റെ കണ്ണുകൾ വികസിക്കുകയായിരുന്നു. പൊടി തട്ടിയെടുത്താൽ ഇതൊരു രാജകൊട്ടാരം തന്നെ. അത്ഭുതങ്ങൾ വിരിയിക്കുന്ന മാന്ത്രികകൊട്ടാരം.

ഇതു തട്ടിയെടുക്കാൻ ഭൈരവനൊരിക്കലും ഭാർഗ്ഗവനെ അനുവദിക്കില്ല. തീർച്ച.

ഭൈരവൻ എഴുന്നേറ്റു നടന്നു. മാളികക്കുള്ളിലെ വിജനത പേടിപ്പെടുത്തുന്ന ഒന്നായി അയാളെ പിന്തുടരുകയായിരുന്നു. അല്ലായിരുന്നുവെങ്കിൽ ഒരുദിവസം മുഴുവൻ അതിനുള്ളിൽ ചെലവഴിച്ച് അതിന്റെ മുക്കും മൂലയും പരിശോധിച്ചേനെ.

ഭൈരവൻ കോണിപ്പടിക്കരികിലെത്തി പതറി നിന്നു.

പിന്നീടയാൾ പ്രധാനവാതിലിനടുത്തെത്തി. അതു തുറക്കാൻ ശ്രമിച്ചു. അതിന്റെ കനത്ത സാക്ഷകൾ ഒന്നക്കാൻ പോലും കഴിഞ്ഞില്ല. മാത്രമല്ല അതു പൂട്ടിയിരിക്കുകയാണ്. എങ്ങനെയാണ് പുറത്തു കടക്കുക.

വേവലാതിയോടെ ഭൈരവൻ പിന്തിരിഞ്ഞപ്പോഴാണ്, ഒരു വസ്തുഅയാളുടെ കണ്ണിൽപ്പെട്ടത്.

ഒരു കറുത്ത ബാഗ്!

8

കോണിപ്പടിയുടെ ചുവട്ടിൽനിന്ന് മൂന്നുനാലു മീറ്റർ അകലെ ചുവരിനോടു ചേർന്നു കിടക്കുകയായിരുന്നു ആ ബാഗ്. നല്ല ഒരു ലെതർ ബാഗി! ഇട്ടുണ്ണൂലിയമ്മയുടേതാണോ? ആവാൻ വഴിയില്ല! ഇത് ചില മുതലാളിമാർ കക്ഷത്തിൽ വച്ചുകൊണ്ടു നടക്കുന്നതുപോലെയുള്ള തരമാണ്. എന്തായാലും കണ്ടു നല്ല പരിചയമുണ്ട്.

ഭൈരവൻ അതിനടുത്തേക്ക് ചെന്ന് ബാഗ് കൈയിലെടുത്തു പരിശോധിച്ചു.

ശ്ശെ! നല്ല പരിചയം. വല്ല കള്ളന്മാരുടേതുമാണോ? കട്ട മുതല് സൂക്ഷിച്ചു വയ്ക്കാൻ പറ്റിയഇടം!

ഭൈരവൻ ആകാംക്ഷയോടെ ബാഗിന്റെ സിപ്പ് വലിച്ചു തുറന്നു.

പരട്ടക്കള്ളൻ. സത്യത്തിൽ ദേഷ്യം വന്നു.

പത്തുരൂപാ തികച്ചെടുക്കാനില്ല; പിന്നെ കുറെ ബില്ലുകളും കടലാസുകളും മാത്രം.

പക്ഷേ, മറ്റൊന്ന് ഭൈരവന്റെ ശ്രദ്ധയിൽത്തടഞ്ഞുഒരു ഫോട്ടോ! കല്യാണഫോട്ടോ......

ഭൈരവൻ ഞെട്ടിത്തെറിച്ചു ചാടിയെഴുന്നേറ്റു.

'ഇതു കൃഷ്ണൻകുട്ടിയല്ലേ.. എടാ കള്ളക്കഴുവേറി, ഇതല്ലേ ബാഗിന് നല്ല പരിചയം തോന്നിച്ചത്.

ഭൈരവൻ ആരോടെന്നില്ലാതെ പറഞ്ഞുകൊണ്ട് ഫോട്ടോയിലേക്ക് സൂക്ഷിച്ചുനോക്കി.

'ഈശ്വരാ ഇവന്റെ കല്യാണം കഴിഞ്ഞോ?

വെളുത്ത ഷർട്ടും വെളുത്ത മുണ്ടും നെറ്റിയിൽ ചന്ദനക്കുറിയുമായി നിൽക്കുന്നത് കൃഷ്ണൻകുട്ടി തന്നെയാണ്. അക്കാര്യത്തിൽ യാതൊരു സംശയവുമില്ല. അവനെ ഇന്നോ ഇന്നലേയോ കാണാൻ തുടങ്ങിയതല്ലല്ലോ.

പക്ഷേ ഈ പെണ്ണിനെ ഇതിനു മുമ്പ് കണ്ടിട്ടില്ല. നല്ല മുഖശ്രീയുണ്ട്. കണ്ടിട്ട് ക്രിസ്ത്യാനിയാണെന്നു തോന്നുന്നു. അവളുടെ കയ്യിലുമുണ്ട് ബൊക്കയും പൂമാലയുമൊക്കെ. രണ്ടുപേരുടേയും കൂടെ നിൽക്കുന്നവർ അവരുടെ കൂട്ടുകാരായിരിക്കും. സാക്ഷികൾ. കൃഷ്ണൻകുട്ടി, കള്ളറാസ്കൽ എല്ലാമൊപ്പിച്ചുവച്ചിട്ട് നീയൊന്നുമറിയാത്തതുപോലെ പൊട്ടൻ കളിക്കുവാ അല്ലേടാ.

ഭൈരവൻ ഒരു കച്ചിത്തുരുമ്പുകിട്ടിയവനെപ്പോലെ ചിരിച്ചു.

'നിന്റെ കള്ളി ഞാൻ പൊളിക്കും! പെണ്ണിനെ നീ ഒളിപ്പിച്ചുവച്ച..."

ഭൈരവൻ ആ ഫോട്ടോയെടുത്ത് സ്വന്തം പോക്കറ്റിലിട്ട് ബാഗിന്റെസിപ്പ് വലിച്ചടച്ച് ബാഗ് കക്ഷത്തിൽ വച്ചു. ഒന്നോർത്തപ്പോൾ ഭൈരവനു പൊട്ടിച്ചിരിക്കാൻ തോന്നിപ്പോയി.

"ഭാർഗ്ഗവാ, നിനക്കിതുവേണം! നിന്റെ സുന്ദരിക്കോത മോളെക്കെട്ടാൻ കൃഷ്ണൻകുട്ടി വരുമെന്നോർത്ത് നീ മാനം നോക്കിയിരിക്ക്. അവൻ വരും! പക്ഷേ..ഭൈരവൻ ശരിക്കും ആഹ്ലാദിച്ചതപ്പോഴാണ്. അയാൾ ഉള്ളു തുറന്നൊന്നു ചിരിച്ചു.

പോക്കറ്റിൽ കിടക്കുന്നതൊരു ബോംബാണ്. ആറ്റംബോംബ്!

ഭൈരവൻ ഷർട്ടിന്റെ പോക്കറ്റു തടവി.

അപ്പോഴും ഒരു ചോദ്യം അയാളുടെ ഉള്ളിൽ ഉത്തരം കിട്ടാതെ അവശേഷിച്ചു. .

ഈ ബാഗെങ്ങിനെ മാളികക്കകത്തു വന്നു:

൭

സൂര്യനുദിച്ചു വരുന്നതേയുള്ളു.

അകലെയേതോ ക്ഷേത്രത്തിൽ നിന്നു സുപ്രഭാതത്തിന്റെഅലയൊലികൾ.

"മീനാക്ഷീ, നിന്റച്ഛനെ വിളിക്ക്!"

പങ്കജാക്ഷിയമ്മ അടുക്കളജോലികൾക്കിടയിൽ ധൃതിപിടിച്ച് വിളിച്ചു പറഞ്ഞു.

"അച്ചരൻ ഭയങ്കര പൂജേലാ."

അവൾ അടുക്കളയിൽ വെറുതെ കുത്തിയിരിക്കുകയായിരുന്നു.

"കളിയാക്കണ്ടടീ മൂധേവി! മനുഷ്യനായാൽ ദൈവവിചാരം വേണം."

പങ്കജാക്ഷിയമ്മയ്ക്കു ദേഷ്യം വന്നു.

"ഞാനൊന്നും പറഞ്ഞില്ല! പൂജിച്ച് ...പൂജിച്ച്...

മീനാക്ഷി പിറുപിറുത്തു.

"എന്റെ കണ്ണുംവെട്ടത്തു നിന്ന് പോകുന്നുണ്ടോ നീയ്. അവൾടെയൊരു അധികപ്രസംഗം. കോളജീപോയിട്ടാകെയൊരു ഗുണം."

പങ്കജാക്ഷിയമ്മ ചട്ടുകം ഉയർത്തിക്കൊണ്ടു വന്നു.

അവർക്കങ്ങനെ ദേഷ്യമൊന്നും പെട്ടെന്ന് വരില്ല. എങ്കിലും മകളുടെ വർത്തമാനങ്ങൾ കുറച്ചധികമാകുന്നു എന്നവർക്കു തോന്നി.

മീനാക്ഷി പെട്ടെന്നെഴുന്നേറ്റു തൊടിയിലേക്കു പോയി നല്ല മൂഡുള്ള ദിവസമായിരുന്നു എല്ലാം കളഞ്ഞുകുളിച്ചു!

ഇനി ഇതൊരു ദിവസം മുഴുവൻ നിൽക്കും.

മീനാക്ഷിക്കു വല്ലായ്മ തോന്നി

തൊടിയിൽ പൂത്തു നിന്ന ഒരു വെണ്ടച്ചെടിക്കരികിൽ നിൽക്കുമ്പോൾ മനസിൽ മിന്നായം പോലെ ആ സ്വപ്നം കയറി വന്നു.

വെളുപ്പാൻ കാലത്ത് കണ്ട ആ സ്വപ്നം!

രാജകുമാരൻ!

മീനാക്ഷിയുടെ കവിളുകളിൽ ലജ്ജയുടെ ചുവപ്പ് പടർന്നു . വെണ്ടയുടെ തളിരിട്ടു വരുന്ന ഇലകളിൽ അടർന്നു വീഴാൻ വെമ്പി നിൽക്കുന്നഒരു മഞ്ഞിൻകണം കണ്ടു. വ്രജംപോലെ തിളങ്ങുന്ന ഒന്ന്.

അവൾ അതിൽ ചുണ്ടുചേർത്തു.

കോരിത്തരിപ്പിക്കുന്ന ഒരു...

ഭാർഗ്ഗവൻ പൂജാമുറിയുടെ വാതിലുകൾ തുറന്ന് പുറത്തുവന്നു. നെറ്റി

യിലും നെഞ്ചത്തും കൈത്തണ്ടകളിലും ചന്ദനക്കുറികളുണ്ടായിരുന്നു. ഭക്തിയോടെ പടികൾ തൊട്ടുവന്ദിച്ച് വാതിലടച്ച് തഴുതിട്ടു.

"പങ്കജാക്ഷീ!'' അവർ കരിപുരണ്ട കൈത്തലങ്ങൾ ഉടുവസ്ത്രത്തിൽതൂത്ത് ഓടിവന്നു...

“നെനക്കറിയാമല്ലോ നമ്മുടെ ജീവിതത്തിലെ ഒരു സുപ്രധാന ദിവസമാണിന്ന്."

ഭാർഗ്ഗവൻ പ്രസന്നമായ മുഖത്തോടെ പറഞ്ഞുതുടങ്ങി. പങ്കജാക്ഷിയമ്മ അതു ശ്രദ്ധിച്ചു കേൾക്കുകയായിരുന്നു..

ഇട്ടുണ്ണൂലിയമ്മയുടെ മാളിക ഇപ്പോൾ നമ്മുടേതാണ്. അവിടെപ്പോകണം. എല്ലാമൊന്നു ശരിപ്പെടുത്തണം. അതുകഴിഞ്ഞ് പറമ്പളപ്പിച്ച് നിയമപരമായ നടപടികളിലേക്കു കടക്കണം.

അസ്സൽ പ്രമാണങ്ങളുണ്ടല്ലോ. അതുകൊണ്ടു ബുദ്ധിമുട്ടാവില്ല മാത്രമല, മാമൂൽ പ്രകാരം സ്വത്തിന് നമ്മൾ തന്നെയാണല്ലോ അവകാശികൾ."

സന്തോഷം കൊണ്ട് ഭാർഗവന്റെ ശബ്ദം ഇടറി.

“മാളിക മിനുക്കിയെടുത്താൽ നമുക്കങ്ങോട്ടു താമസം മാറ്റാം. ഈ തല്ലിപ്പൊളി വീട് നമുക്കിടിച്ചു നിരത്താം. അല്ലെങ്കിൽ ആർക്കെങ്കിലും വാടകക്കു കൊടുക്കാം.”

പങ്കജാക്ഷിയമ്മയുടെ കണ്ണുകൾ നിറഞ്ഞൊഴുകി.

അവർ കണ്ണീരൊപ്പുന്നത് ഭാർഗവൻ കണ്ടില്ല.

"നമ്മുടെ മോൾ, അവളെ പറഞ്ഞു വിടണ്ടേ നമുക്ക്.എല്ലാത്തിനും ഒരു, വഴീണ്ടെടീ.?”

ഭാർഗ്ഗവൻ ഒരുകള്ളച്ചിരി ചിരിച്ചു.

കൈവെള്ളയിലെന്നതുപോലെ പൊന്നിരിപ്പുണ്ട്. ആർക്കുമതറിയില്ലല്ലോ!

“അവളെ ഞാനൊരു രാജകുമാരനെ കൊണ്ട് കെട്ടിക്കും.”

ഭാർഗ്ഗവൻ അഭിമാനത്തോടെ പറഞ്ഞു.

അതുകേട്ട് ഉള്ളിലൊരാന്തലോടെ പങ്കജാക്ഷിയമ്മ ചോദിച്ചു.

“പറഞ്ഞുറപ്പിച്ചതിൽ നിന്നു വാക്കു വ്യത്യാസം കാണിക്കാനാണോ?”

“എന്തു വാക്കുവ്യത്യാസം.”

ഭാർഗ്ഗവൻ തിരിഞ്ഞു നിന്നു.

"അതു പിന്നെ, കൃഷണൻകുട്ടീടച്ഛൻ മരിക്കുന്നതിനു മുമ്പെന്താ പറഞ്ഞത്?" മീനാക്ഷിയെ കൃഷ്ണൻകുട്ടിക്ക് കൊടുത്തേക്കണംന്ന്. ജാനകിയുംനമ്മളും അതു സമ്മതിച്ചതാ. അല്ലെങ്കിൽത്തന്നെ

കൃഷ്ണൻകുട്ടി, മീനാക്ഷിക്ക് മുറച്ചെറുക്കനല്ലേ?"'

പങ്കജാക്ഷിയമ്മ ഭാർഗ്ഗവന്റെ മുഖത്തേക്കു നോക്കിയല്ല സംസാരിച്ചത്. അവർ മുണ്ടിന്റെ കോന്തലയുടെ ഭംഗി നോക്കുകയായിരുന്നു.

"അതിനിപ്പോ ആരെന്താ എതിരു പറഞ്ഞത്? മീനാക്ഷി കൃഷ്ണൻകുട്ടിക്കുതന്നെയുള്ളതാ. ആ രാജകുമാരൻ കൃഷ്ണൻകുട്ടി തന്നെയാ!"

ഭാർഗ്ഗവൻ അതു പറഞ്ഞ് കുറച്ചുനേരം പങ്കജാക്ഷിയമ്മയെ നോക്കിനിന്നു. പിന്നെ പൊട്ടിച്ചിരിച്ചു...

അവർക്കു ശരിക്കും നാണം വന്നു.

ഇതൊന്നുമറിയാതെ തളത്തിലേക്കു വരികയായിരുന്ന മീനാക്ഷിക്ക്അച്ചൻ പറഞ്ഞതിന്റെ അവസാന വാചകം മാത്രമേ കേൾക്കാനായുള്ളൂ.

ഹൃദയത്തിലൊരു കുളിരുണ്ടായി.

പറയുന്നതു തന്നെപ്പറ്റിയാണെന്നൊരു സൂചന കിട്ടിയതിനാൽ അവൾഅനങ്ങാതെ അവിടെത്തന്നെ നിന്നു.

പക്ഷേ പിന്നെയൊന്നും കേട്ടില്ല. അച്ഛന്റെ പൊട്ടിച്ചിരി മാത്രം കേട്ടു.

അവള്ക്കു ചെറിയൊരു നിരാശ തോന്നി. കുറച്ചുകൂടി നേരത്തെവരാൻ തോന്നാതിരുന്നതിൽ.

മാളികയുടെ താക്കോലുകളുമെടുത്ത് ഭാർഗ്ഗവൻ പടിപ്പുരയിറങ്ങിയപ്പോൾ അയ്യപ്പൻകുട്ടിയാണ് എതിരെ വന്നത്. സൈക്കിളിൽ വന്നതുകൊണ്ട്നല്ല ശകുനം. പക്ഷേ വന്നത് അയ്യപ്പൻകുട്ടിയായതുകൊണ്ട് ഭാർഗ്ഗവന് ഒരു ശങ്ക

വന്നപാടെ അയ്യപ്പൻകുട്ടിയൊരു ചിരിചിരിച്ചു.

"ഭാർഗ്ഗവനമ്മാവനെങ്ങോട്ടാ? അയ്യപ്പൻകുട്ടി ജാള്യതയോടെ ചോദിച്ചു.

"നിന്റെയമ്മൂമ്മ അവിടെ പെറ്റു കിടക്കുകയാ, അവരെയൊന്നു, കണ്ടിട്ടുവരാമെന്നു കരുതി!"

ഭാർഗ്ഗവനമ്മാവൻ വലിയൊരു കാര്യം പറയുന്നതുപോലെയാണ് പറഞ്ഞത്. അയ്യപ്പൻകുട്ടി ചമ്മി.

“അമ്മാവാ, അനാവശ്യം പറയരുത്. അമ്മൂമ്മ പെറ്റു കിടക്കുന്നേടത്ത് അമ്മാവനെന്താ കാര്യം?”

പിന്നെ ഭാർഗ്ഗവനമ്മാവൻ ഒരക്ഷരം മിണ്ടിയില്ല. താക്കോലുകൾ കുലുക്കിക്കൊണ്ട് നേരെയൊരു നടത്തം വച്ചുകൊടുത്തു,

അയ്യപ്പൻകുട്ടിയിൽ നേരിയൊരു സംശയം തലപൊക്കി. സൈക്കിളുന്തിക്കൊണ്ട് ഭാർഗ്ഗവനമ്മാവന്റെ പിന്നാലെ വച്ചു പിടിച്ചു.

"അമ്മാവാ, അവിടെ നിൽക്ക്. ഞാനും വരുന്നു.”

"എങ്ങോട്ടാ?"

"വെറുതെ, കുറച്ചു നടക്കാം. വെളുപ്പാൻ കാലത്തു നടക്കുന്നത് ഒരുസുഖമാണ്."

ഭാർഗ്ഗവൻ ധൃതിയിൽ നടന്നു. അയ്യപ്പൻകുട്ടി സൈക്കിളിൽ പിന്നാലെചെന്നു.

"കെളവന്റെ പോക്കത്ര പന്തിയല്ല!'

അയ്യപ്പൻകുട്ടി മനസ്സിൽ പറഞ്ഞു.

ഭാർഗ്ഗവന്റെ കയ്യിൽ കിലുങ്ങിക്കൊണ്ടിരിക്കുന്ന താക്കോൽക്കൂട്ടം കണ്ടപ്പോഴേ അയ്യപ്പൻകുട്ടിയുടെ ഉള്ളാന്തിപ്പോയിരുന്നു.

"നീ പിന്നേം വന്നോ?"

ഭാർഗ്ഗവനമ്മാവൻ അസഹ്യതയോടെ എളിക്കു കൈയും കൊടുത്തുനിന്നു.

“ഈ അമ്മാവന്റെയൊരു കാര്യം! ഞാനിതുവഴി അങ്ങോട്ടു പോകുകയാ"

അയ്യപ്പൻകുട്ടി സൈക്കിളിലിരുന്നുകൊണ്ട് മുന്നിലുള്ള വഴിയിലേക്കുചൂണ്ടിക്കാണിച്ചു. അമ്മാവൻ അങ്ങോട്ടുനോക്കി.

"എങ്ങോട്ട്?"

“ആ.... അങ്ങോട്ട്.”

"എങ്ങോട്ടാണെന്നാ ചോദിച്ചത്?" അമ്മാവനു ക്ഷമ കെട്ടു.

അയ്യപ്പൻകൂട്ടി രണ്ടും കല്പ്പിച്ചങ്ങു ചോദിച്ചു.

"അമ്മാവനെങ്ങോട്ടാ?"

ഭാർഗ്ഗവനമ്മാവൻ തലകുലുക്കി. അമ്മാവനെന്തോ മനസ്സിലായി.

“നിനക്കൊരു പെണ്ണുകാണാൻ! ദാ - ആ കാണുന്ന വളവു തിരിഞ്ഞ് അരകിലോമീറ്റർ നടന്നാൽ പെണ്ണിന്റെ വീടു കാണാം."

അയ്യപ്പൻകുട്ടി മിഴിച്ചു നിന്നു കേട്ടു.

“പെണ്ണു വലിയ തറവാട്ടു കാരിയാ. നീകേട്ടിട്ടുണ്ടാവും. ഇട്ടുണ്ണൂലിയമ്മയെന്നാ പേര്. പ്രായത്തിലിത്തിരി കൂടിയാലും എന്തൊരു ഗ്ലാമറാ.”

ബാക്കി കേൾക്ക്ണമെന്നില്ലായിരുന്നു അയ്യപ്പൻകുട്ടിക്ക്.

ഇനിയിവിടെ ഒരു നിമിഷം നിന്നാൽ സകല ഗ്യാസും പോകും.

കെളവന്റെ കുണുങ്ങിക്കുണുങ്ങിയുള്ള പോക്കു കണ്ടപ്പോഴേ നിനച്ചതാ എന്തെങ്കിലും കുരുത്തക്കേടൊപ്പിക്കാനുള്ള പുറപ്പാടാണെന്ന്. എത്രയും പെട്ടെന്ന് കൃഷ്ണൻകുട്ടിയെ വിവരമറിയിക്കണം. കിഴവന്റെ കണ്ണിൽപ്പെട്ടാൽ എല്ലാം അതോടെ തീർന്നു.

ഉള്ളിലൊരു ബൂകമ്പം നടക്കുന്നതുപോലെ അയ്യപ്പൻകുട്ടിക്കു തോന്നി.

സൈക്കിളെടുത്തു നേരേ തിരിച്ചു വച്ച് അതിവേഗം ചവിട്ടി.

അയ്യപ്പൻകുട്ടിയുടെ മരണപ്പാച്ചിൽ കണ്ട് മിഴിച്ചു നിൽക്കുകയായിരുന്നു ഭാർഗവനമ്മാവൻ.

തന്റെ ഡോസ് ഏറ്റുവെന്ന് അയാൾക്കുതോന്നി.

9

മുറിയിലേക്കു വന്നപാടേ അയ്യപ്പൻകുട്ടി കട്ടിലിൽ തളർന്നിരുന്നു.

"ചതിച്ചു കൃഷ്ണൻകുട്ടീ, എല്ലാം കുളമാകാൻ പോകുകയാണ്!"

അയ്യപ്പൻകുട്ടി കിതച്ചുകൊണ്ടു പറഞ്ഞു.

"എന്താടാ, എന്തുപറ്റി?'

കൃഷ്ണൻകുട്ടിക്കൊന്നും മനസ്സിലായില്ല.

"ഇനിയെന്തു പറ്റാനാ, ഭാർഗ്ഗവനമ്മാവൻ നേരെ വച്ചു പിടിച്ചിരിക്കുകയാ"

അയ്യപ്പൻകുട്ടി ശബ്ദമുയർത്തി പ്പറഞ്ഞു.

കൃഷ്ണൻകുട്ടിക്ക് പെട്ടെന്ന് കാര്യത്തിന്റെ ഗൌരവം പിടികിട്ടി. അയാൾപൊടുന്നനെ അയ്യപ്പൻകുട്ടിയുടെ വായ്പൊത്തി. അയ്യപ്പൻകുട്ടി കണ്ണുമിഴിച്ചു.

"പതിയെപ്പറ!'"

കൃഷ്ണൻകുട്ടിക്ക് ഉത്ക്കണ്ഠയായിരുന്നു.

"ഭാർഗ്ഗവനമ്മാവനെ എങ്ങിനെയെങ്കിലും തടയണം! അങ്ങേരുടെ കയ്യിൽ കുറെ താക്കോലുകളുമുണ്ട്. അവിടെ ചെന്നാൽ രാജനെയും ആലീസിനെയും അമ്മാവൻ കണ്ടുപിടിക്കും. ഉറപ്പാ!" അയ്യപ്പൻകുട്ടി വളരെ ശബ്ദം താഴ്ത്തിയാണതു പറഞ്ഞത്.

കൃഷ്ണൻകുട്ടി നെഞ്ചിൽ കൈവച്ചു.

"ഈശ്വരാ, വല്ല്യമ്മാവൻ ഒരു പാരയാകും! മുടിയാൻ നേരത്താണ് ആ ചെമ്പുപേടകം തട്ടിവീണത്.

കൃഷ്ണൻകുട്ടിക്ക് കരയാൻ തോന്നിപ്പോയി.

"ഇനിയിപ്പോഴെന്തു ചെയ്യും? ഉടനെ എന്തെങ്കിലും ചെയ്തില്ലെങ്കിൽനമുക്കു തന്നത്താൻ ഓരോ ശവക്കുഴി വെട്ടിയിട്ടാ

മതി! ആലീസിന്റപ്പച്ചനും പോലീസും കേസും.. നിന്റമ്മാവന്മാരും..”

അയ്യപ്പൻകുട്ടി വിതുമ്പി.

“നിന്നു മോങ്ങാതെടാ ആരെങ്കിലും കേൾക്കും ! പിന്നെയതുമതി!”

കൃഷ്ണൻകുട്ടി, അയ്യപ്പൻകുട്ടിയുടെ കാതിനരികിൽ മുറുമുറുത്തു.

പൊടുന്നനെ കൃഷ്ണൻകുട്ടിയുടെ മുഖത്തൊരു വെളിച്ചം മിന്നിമറഞ്ഞു.

ഒരു ഐഡിയാ!

ഭാർഗ്ഗവനമ്മാവനു പറ്റിയ ഉഗ്രൻ മരുന്ന്.

കൃഷ്ണൻകുട്ടി നിന്നനിൽപ്പിൽ നിലത്തു നിന്നൊരു ചാട്ടം.

“നീയിവിടിരിക്ക്.. ഞാനിപ്പവരാം.”

അയ്യപ്പൻകുട്ടിയോട് ധൃതിയിൽ സ്വകാര്യമായി പറഞ്ഞിട്ടു കൃഷ്ണൻകുട്ടി പുറത്തേയ്ക്കൊരൊറ്റയോട്ടം.

അയ്യപ്പൻകുട്ടി മിഴിച്ചവിടെയിരുന്നു.

ഒരു അഞ്ചുമിനിറ്റ് കഴിഞ്ഞപ്പോൾ വെടികൊണ്ട പന്നിയെപ്പോലെ കൃഷ്ണൻകുട്ടി ഓടിപ്പാഞ്ഞു വന്നു.

“അയ്യപ്പൻകുട്ടീ, വാടാ, വേഗം വാ, നിന്റെ സൈക്കിളെടുക്ക്?”

കൃഷ്ണൻകുട്ടി നിന്നു കിതച്ചു.

ഒരു നിമിഷംപോലും പാഴാക്കാതെ അവരിരുവരും കുതിച്ചു - ഇട്ടുണ്ണൂലിയമ്മയുടെ മാളികയിലേക്ക്

ജീവിതത്തിൽ അന്നോളമനുഭവിച്ചിട്ടില്ലാത്തത്ര വർധിച്ച ഉത്സാഹത്തോടെയും സന്തോഷത്തോടെയുമാണ് ഭാർഗ്ഗവൻ മാളികയുടെ പടിപ്പുരകടന്നത്. അവിടെ നിന്നുകൊണ്ട് അയാൾ മാളികവീടിനെയും ആ പുരയിടമാകെയും വീക്ഷിച്ചു. പിന്നെ കയ്യിലുള്ള താക്കോൽക്കൂട്ടത്തിൽ ആവേശത്തോടെ ചുംബിച്ചു.

എന്റെ ഭാഗ്യോദയം! കാലം ഭാർഗ്ഗവന് അനുകൂലമാകുകയാണ്. ഇത്രയും നാൾ കഷ്ടപ്പെട്ടില്ലേ? അല്ലലുകൾ അനുഭവിച്ചതിന് കണക്കുകളില്ലല്ലോ! പണമില്ലാത്തവൻ വെറും പിണം. വാസ്തവമാണത്! പണമില്ലാത്തവന്റെ ദുഃഖം പണമില്ലാത്തവനല്ലേ അറിയൂ? ആലത്തൂർ

തറവാടിന്റെ ചരിത്രത്തിലൊരിക്കലും ഇത്രയും ക്ഷയം സംഭവിച്ചുകാണുകയില്ല. പക്ഷേ ഇവിടംമുതൽ ആലത്തൂർ തറവാട് ഉയർത്തെഴുന്നേല്ക്കും ! പഴയ ശൂരത്വവും വീര്യങ്ങളും ഒട്ടും കുറയാതെ! ആലത്തൂർ തറവാടിന്റെക്ഷയം ദൈവംപോലും ആഗ്രഹിക്കുന്നില്ലെന്നതാണ് സത്യം. ഭാർഗ്ഗവൻ ഊറിച്ചിരിച്ചു...

പടിപ്പുരയുടെ പൂതലിച്ച കട്ടിളപ്പടിയിൽ അയാൾ കൈകൊണ്ടു ചുരണ്ടിനോക്കി. പിന്നെ തെല്ലകലെ തലയുയർത്തിപിടിച്ചു നിൽക്കുന്ന മാളികയിലേക്കു നോക്കി...

"എല്ലാമൊന്നു നേരെയാക്കിയെടുക്കണം. അതു കഴിഞ്ഞ്..."

ഭാർഗ്ഗവൻ തനിയെ പറഞ്ഞുകൊണ്ട് കരിയിലകൾ മൂടി കിടക്കുന്ന മുറ്റത്തുകൂടി നടന്ന് മാളികയ്ക്കു മുന്നിലെത്തി.

കാലമിത്രയായെങ്കിലും കാര്യമായ കേടുപാടുകളൊന്നുമില്ല. പഴയ പണിയല്ലേ.

പൊടുന്നനെ അങ്ങേർ പടിപ്പുറക്കപ്പുറത്തേക്ക് ഉയർത്തിയ കാൽ പിന്നോക്കം വച്ചു.

മാളികയുടെ മുന്നിൽ ഒരു രൂപം.

ആദ്യത്തെ നടുക്കത്തിൽ നിന്നു മുക്തനായപ്പോൾ ആ രൂപത്തെ വ്യക്തമായി കണ്ടു.

ഭൈരവൻ!

ഭാർഗ്ഗവൻ പല്ലുകടിച്ചു.

ഭൈരവൻ ചിരിച്ചുകൊണ്ട് മുന്നോട്ടു വന്നു.

"എന്നെയിവിടെ തീരെ പ്രതീക്ഷിച്ചില്ല അല്ലേ?"

ഭാർഗ്ഗവന്റെ കൈ തരിച്ചു.

" നീയെന്തിനാടാ നായേ, ഇതിനകത്ത് കയറിയത്? സത്യം പറ! നീയെങ്ങനെ ഇതിനകത്ത് കയറി?"

ഭാർഗ്ഗവൻ ദേഷ്യം കടിച്ചമർത്തി ചോദിച്ചു.

"ഹ! ഹ! അതാണ് ഭൈരവൻ!" അയാൾ പൊട്ടിച്ചിരിച്ചു.

"നിനക്കു കിട്ടിയതൊന്നും പോര, അല്ലേടാ? പരമ ചെറ്റേ!"

ഭാർഗ്ഗവൻ, ഭൈരവന്റെ കോളറിൽ പിടിച്ച് ഉയർത്തി . അയാളുടെ കണ്ണുകളിൽ നിന്ന് തീ പാറുകയായിരുന്നു.

"വല്യമ്മാവാ! വല്യമ്മാവാ!"

പെട്ടെന്ന് ഉച്ചത്തിലുള്ള നിലവിളി കേട്ട് ഭാർഗ്ഗവൻ തിരിഞ്ഞുനോക്കി.

പടിപ്പുരയിലൂടെ ഓടിക്കിതച്ച് കയറി വരികയാണ് കൃഷ്ണൻകുട്ടിയുംഅയ്യപ്പൻകുട്ടിയും.

അവരിരുവരും പരിഭ്രാന്തരായിരുന്നു,

"എന്താടാ?" ഭാർഗ്ഗവൻ കലിയടങ്ങാതെ ചോദിച്ചു.

"ചതിച്ചമ്മാവാ, എല്ലാം പോയി..."

കൃഷ്ണൻകുട്ടി നിലവിളിച്ചുകൊണ്ടു മൂക്കു പിഴിഞ്ഞു. .

ഭാർഗ്ഗവന്റെ മനസ്സിലൂടെ ഒരിടിവാൾ പാഞ്ഞു. അതിന്റെ പെരുപ്പ് ശരീരത്തിലൂടെ ഇഴഞ്ഞു നടന്നു. ഉത്ക്കണ്ഠയോടെ കൃഷ്ണൻകുട്ടിയുടെ മുന്നിലേക്കു വന്നു അയാൾ.

"എന്താടാ സംഭവിച്ചത്? നീ കാര്യം പറ!"

"അമ്മാവാ... അത്..."

കൃഷ്ണൻകുട്ടിയുടെ ശബ്ദമിടറി.

"നീ കാര്യം തുറന്നു പറ കൃഷ്ണൻകുട്ടീ!"

ഭാർഗവനമ്മാവൻ അക്ഷമയോടെ കൃഷ്ണൻകുട്ടിയെ പിടിച്ചുകുലുക്കി.

ഭൈരവനപ്പോഴും സ്തംഭനാവസ്ഥയിലായിരുന്നു.

അയ്യപ്പൻകുട്ടി നിന്നു വിറയ്ക്കുകയാണ്.

"പങ്കജാക്ഷിയമ്മായി.."

കൃഷ്ണൻകുട്ടി തലയുയർത്താതെ പറഞ്ഞു.

"പങ്കജാക്ഷിയമ്മായി?"

ഭാർഗവൻ അങ്കലാപ്പോടെ ചോദിച്ചു.

"പങ്കജാക്ഷിയമ്മായി കിണറ്റിൽച്ചാടി."

കൃഷ്ണൻകുട്ടി ഒറ്റശ്വാസത്തിലാണത് പറഞ്ഞത്.

ശ്വാസം നിലച്ചുപോകുന്നതുപോലെ ഭാർഗവന് തോന്നി.

"ആഴമുള്ള കിണറല്ലേ ഞങ്ങളു നോക്കിയിട്ടൊരു രക്ഷയുമില്ല. അമ്മാവനങ്ങോട്ടു ചെല്ല്. ഞങ്ങളാളേയും കൂട്ടി പിന്നാലെ വരാം."

കൃഷ്ണൻകുട്ടി കരഞ്ഞു. പാതി കേട്ടതോടെ ഭാർഗ്ഗവനമ്മാവൻ ഓടി.

ആ കാഴ്ചകണ്ട് കൃഷ്ണൻകുട്ടിയും അയ്യപ്പൻകുട്ടിയും പരസ്പരം നോക്കി ദീർഘനിശ്വാസമുതിർത്തു.

"അയ്യപ്പൻകുട്ടീ, കുറച്ചുകൂടിപ്പോയി, അല്ലേടാ? ."

കൃഷ്ണൻകുട്ടി തെല്ലൊരു സമാധാനത്തോടെയാണു ചോദിച്ചത്.

തല്ക്കാലത്തേക്കെങ്കിലും ഭാർഗ്ഗവനമ്മാവൻ ഒഴിഞ്ഞുപോയല്ലോ.

"ഒരു കൂടുതലുമില്ല. അയാൾക്കങ്ങിനെ തന്നെ വരണം. ഭാർഗ്ഗവന്റെനാശം തുടങ്ങിയിട്ടല്ലേ ഉള്ളൂ. വരട്ടെ, കാത്തിരുന്നു കാണാം.

ഭൈരവൻ ഊറിച്ചിരിച്ചുകൊണ്ട് മുന്നിലേക്കു വന്നു. അപ്പോഴാണു അവരിരുവരും ഭൈരവനെ കാണുന്നതു തന്നെ. അവർ ഞെട്ടിപ്പോയി!

ഈ മനുഷ്യൻ എങ്ങിനെ ഇവിടെയെത്തി? പൊട്ടിവീണതുപോലെ!

ഇയാൾക്കെന്തെങ്കിലും സംശയമുണ്ടാകുമോ?

കൃഷ്ണൻകുട്ടി പെട്ടെന്നു മുന്നിലേക്കു വന്നു.

" അങ്ങനെ പറയരുത് ഭൈരവനമ്മാവാ, ഇതൊരുതരം പുരകത്തുമ്പോവാഴവെട്ടുന്ന സ്വഭാവമാണ്. ഒന്നുമില്ലെങ്കിലും സ്വന്തം ചേട്ടനല്ലേ ഭാർഗ്ഗവനമ്മാവൻ? പാവം പങ്കജാക്ഷിയമ്മായി?"

കൃഷ്ണൻകുട്ടിയുടെ മുഖത്തൊരു കള്ളച്ചിരി മിന്നിമറഞ്ഞത് ഭൈരവൻ കണ്ടില്ല.

"വെള്ളം കുടിച്ചു ചാകട്ടെടാ! അതിന് നിനക്കെന്ത് ചേതം! നീയെന്തിനാവെഷമിക്കണത്?"

ഭൈരവന്റെ ആ പറച്ചിലിൽ കൃഷ്ണൻകുട്ടിക്കു നേരെ ഒരു മുനയുണ്ടായിരുന്നു. തെമ്മാടി ആരുമറിയാതെ കല്യാണം കഴിച്ചിട്ട് പെണ്ണിനെയെങ്ങാണ്ട് ഒളിപ്പിച്ചുവച്ച് നല്ലപിള്ള ചമഞ്ഞു നടക്കുകയാണ്.

അയാൾ ഉള്ളിൽ ചിരിച്ചു. അപ്പോഴാണ് ഭൈരവന്റെ കക്ഷത്തിലിരിക്കുന്ന ബാഗ് കൃഷ്ണൻകുട്ടിയുടെ ശ്രദ്ധയിൽപ്പെട്ടത്. അവന്റെ ഉള്ള് ശരിക്കും നടുങ്ങിയത് അപ്പോഴാണ്.

അയ്യോ, ഇതെന്റെ ബാഗാണല്ലോ?"

കൃഷ്ണൻകുട്ടി അങ്കലാപ്പോടെ പറഞ്ഞു.

"നിന്റെ ബാഗോ നിന്റെ ബാഗെങ്ങനെ എന്റെ കൈയിൽ വരും."

ഭൈരവൻ യാതൊരു ഭാവഭേദവും കാട്ടിയില്ല.

"അയ്യോ ഇതെന്റെ ബാഗു തന്നെ, ഇതെങ്ങനെ അമ്മാവന്റെ കൈയിൽ വന്നു."

കൃഷ്ണൻകുട്ടിക്കപ്പോഴും അമ്പരപ്പായിരുന്നു.

മാളികക്കകത്ത് ബാഗ് നഷ്ടപ്പെട്ടത് സത്യമാണ്. ഈ ബാഗാണ് യഥാർത്ഥത്തിൽ കെണി മുഴുവൻ ഉണ്ടാക്കിയത്.

ഭാരവനമ്മാവൻ മാളികക്കകത്തു കയറിയിട്ടുണ്ടാകണം.

മാളിക്കകത്തു നിന്നല്ലാതെ ബാഗു കിട്ടാൻ മറ്റൊരു വഴിയുമില്ല.

പക്ഷേ ഭൈരവനമ്മാവൻ മാളികക്കകത്തു കയറിയതെന്തിനായിരിക്കും. എങ്ങനെ കയറി.

“ഒക്കെ നിന്റേയോരോ തോന്നലാ കൃഷ്ണൻകുട്ടി.”

ഭാരവനമ്മാവൻ സഹതപിക്കുംപോലെയാണ് പറഞ്ഞത്.

ഇതു നേരെ ചൊവ്വേ പോകുകയില്ലെന്ന് കൃഷ്ണൻകുട്ടിക്കു വ്യക്തമായി.

"ഭൈരവനമ്മാവാ!"‘

കൃഷ്ണൻകുട്ടി ഗൗരവത്തിൽ വിളിച്ചു.

ഭൈരവൻ പുച്ഛത്തിൽ കൃഷ്ണൻകുട്ടിയെ നോക്കി.

“അമ്മാവൻ ഒരു മരുമകനോടിതു ചെയ്യരുതായിരുന്നു.""

കൃഷ്ണൻകുട്ടി കുറച്ചു കടുപ്പിച്ചാണു പറഞ്ഞത്.

ഭൈരവൻ പുച്ഛിച്ചു ചിരിച്ചു.

"സത്യം പറ ഭൈരവനമ്മാവാ, അമ്മാവനിത് അടിച്ചു മാറ്റിയതല്ലേ?""

ഭൈരവൻ അക്ഷരാർത്ഥത്തിൽ ഞെട്ടിപ്പോയി! മനസ്സറിയാത്ത കാര്യം!

“പോക്രിത്തരം പറയരുത് കൃഷ്ണൻകുട്ടീ നീ."

ഭൈരവനമ്മാവന് അത് അഭിമാനത്തിന്റെ പ്രശ്നമായി. -

കൃഷ്ണൻകുട്ടിയൊരു കള്ളച്ചിരിചിരിച്ചു. കാര്യങ്ങൾ തന്റെ വരുതിയിൽ വരുന്നുണ്ട്.

“ബാഗെന്റേതാണ്. അത് അമ്മാവനറിയാം. ഈ അയ്യപ്പൻകുട്ടിക്കറിയാം. ബാഗിൽ എന്റെ പേരുണ്ട്. കൂടാതെ ബാഗിനകത്ത് മൂവായിരത്തി ഒൻപ തുരൂപ മുപ്പത്തിയഞ്ചു പൈസയുണ്ട്. പിന്നെ കുറെ പേപ്പേഴ്സും!"" കൃഷണൻകുട്ടി ഗൗരവം വിടാതെ പറഞ്ഞു.

ഭൈരവൻ തലയിൽ കൈവച്ചു.

“മൂവായിരം രൂപയോ? എടാ ദ്രോഹീ! ഒരുമാതിരി തെണ്ടിത്തരം പറയരുത്. ആകെ ഒമ്പതു രൂപ മുപ്പത്തിയഞ്ചു പൈസാ നിന്റേയി ഒണക്കബാഗിലുണ്ടായിരുന്നുവെന്നത് സത്യമാണ്. അതല്ലാതെ

ഒറ്റപ്പൈസപോലും ഇതിലില്ലായിരുന്നു.""

"എന്ന് അമ്മാവൻ പറയുന്നതല്ലേ; അതാര് വിശ്വസിക്കാനാണ്?"

കൃഷ്ണൻകുട്ടി പൊട്ടിച്ചിരിച്ചുകൊണ്ട് അയ്യപ്പൻകുട്ടിയെ കണ്ണിറുക്കി കാട്ടി.

"മൂവായിരം രൂപ ഈ ബാഗിലുണ്ടായിരുന്നതായി അയ്യപ്പൻകുട്ടിക്കറിയാം, ആലീസിനറിയാം.."

പറഞ്ഞുവരുന്നത് ഒരു ഭീമാബദ്ധമാണെന്നോർത്തപ്പോൾ കൃഷ്ണൻകൂട്ടി പൊടുന്നനെ അതവിടെ നിർത്തി .

അയ്യപ്പൻകുട്ടി തലയ്ക്കു കൈ കൊടുത്തു.

ഭൈരവൻ അതു കണ്ടുപിടിച്ചു.

"ആലീസോ..?"

ഭാരവന്റെ മനസിൽ അപ്പോൾ തെളിഞ്ഞുവന്നത് പോക്കറ്റിൽ കിടക്കുന്ന കല്യാണഫോട്ടോയായിരുന്നു.

ആ ഫോട്ടോയിൽ കണ്ട ആ പെണ്ണുതന്നെയാണ് ആലീസ്. അതിൽ സംശയമില്ല. ആ പെണ്ണിനെ കണ്ടാൽ ഒരു ക്രിസ്ത്യാനിയെപ്പോലിരിക്കുന്നുവെന്ന് അപ്പോഴേ മനസ്സിൽ കരുതിയതാണ്. ഇപ്പോൾ സംഗതി കിറുകൃത്യം!

കൃഷ്ണൻകുട്ടീ; അപ്പോൾ നീയൊരു ക്രിസ്ത്യാനിപ്പെണ്ണിനെകല്യാണം കഴിച്ച് ഒളിച്ച് താമസിപ്പിച്ചിരിക്കുകയാണല്ലേ? നിന്റെ നാളുകൾ എണ്ണപ്പെട്ടുകഴിഞ്ഞു.

ഭൈരവൻ ഉള്ളാലെ ചിരിച്ചു.

"ആരാടാ ഈ ആലീസ്?"

ഭൈരവൻ ഗൗരവത്തിൽ ചോദിച്ചു.

കൃഷ്ണൻകുട്ടി ശരിക്കും പതറിപ്പോയി.

അയ്യപ്പൻകുട്ടി നിലത്തുകുത്തിയിരുന്നു.

അതോടെ ഭൈരവന് കാര്യങ്ങളേതാണ്ട് ഉറച്ച മട്ടായി.

"അത്... അത്... അതേയ്... ഭൈരവനമ്മാവാ... ആലീസ് ഫ്രണ്ടാ... എന്റെയല്ല... ഈ ഇവന്റെ; അയ്യപ്പൻകുട്ടിയുടെ.."

കൃഷ്ണൻകുട്ടി ഉരുണ്ടു കളിച്ചു.

ഭൈരവൻ പരിഹാസത്തോടെ ചുണ്ടുകടിച്ചുകൊണ്ട് പറഞ്ഞു: "അങ്ങനെ വരാൻ വഴിയില്ലല്ലോ?"

കൃഷ്ണൻകുട്ടി നിശ്ചലനായി നിന്നുപോയി.

“ഹാ... അതൊക്കെ പോട്ടെ, ആലീസിനു സുഖം തന്നെയല്ലേ? കൃഷ്ണൻകുട്ടി, വിശേഷമൊന്നുമില്ലല്ലോ?"

ഭൈരവൻ കുശലാന്വേഷണം നടത്തി.

കൃഷ്ണൻകുട്ടിക്കു പ്രാണൻ പറിഞ്ഞുപോകുന്ന അവസ്ഥയായി.

ഇയാൾ അസൽ വേന്ദ്രനാണ്.

സിഐഡികള് ചോദിക്കുംപോലെയല്ലേ ചോദ്യങ്ങള്. എല്ലാമറിഞ്ഞുകൊണ്ടാണോ മാരണം വന്നിരിക്കുന്നത്. എന്നാലിന്നത്തോടെ എല്ലാം തീർന്നു. എല്ലാത്തിനും ഓരോ കുപ്പി സയനൈഡ് വാങ്ങിക്കൊടുക്കാം.

“കൃഷ്ണൻകുട്ടി, എനിക്കിത്തിര ധൃതീണ്ട്. ഞാൻ പോവ്വാ.”

ഭൈരവൻ അങ്ങനെ പറഞ്ഞപ്പോൾ കൃഷ്ണൻകുട്ടിക്ക് ജീവൻ തിരിച്ചുകിട്ടിയതുപോലെയായി അയ്യപ്പൻകുട്ടിക്കും അതേയവസ്ഥ. ശ്വാസം നേരേ വീണതപ്പോഴാണ്.

“ ദേ കിടക്കണ് നിന്റെ ഒടുക്കത്തെയൊരു ബാഗ്.”

ഭൈരവൻ കൃഷ്ണൻകുട്ടിയുടെ കാൽച്ചുവട്ടിലേക്ക് ബാഗ് വലിച്ചെറിഞ്ഞു കൊടുത്തു.

“പിന്നേയ് മൂവായിരം രൂപ അമ്മാവന്റെ പേരിൽ മോൻ വരവു വച്ചോട്ടോ.”

പോകുന്ന പോക്കിൽ ഭൈരവൻ കൃഷ്ണൻകുട്ടിയോടു പരിഹാസത്തോടെ പറഞ്ഞു.

കൃഷ്ണൻകുട്ടിക്കൊന്നും സംസാരിക്കാനായില്ല.

നടക്കുന്നതിനിടയിൽ ഭാരവൻ പോക്കറ്റിൽ ആ കല്യാണഫോട്ടോ ഭദ്രമായുണ്ടോയെന്ന് തപ്പി നോക്കി. ബോംബാണത്. സമയമാകുമ്പോൾ പൊട്ടിക്കാം. കൃഷ്ണൻകുട്ടിന നീയധികം ഞെളിയണ്ട; നിന്റെ കള്ളക്കളി ഞാൻ പൊളിക്കും,

ഭൈരവൻ ചിരിച്ചു.

കൃഷ്ണൻകുട്ടിയും അയ്യപ്പൻകുട്ടിയും ആ പോക്കു നോക്കി നിന്നു.

"കൃഷ്ണൻകുട്ടി, സൂക്ഷിക്കേണ്ടിയിരിക്കുന്നു. അയാൾക്കെന്തോ മനസ്സിലായിട്ടുണ്ട. അങ്ങേരുടെ ചാഞ്ഞും ചെരിഞ്ഞുമുള്ള നോട്ടവും അർത്ഥം വച്ചുള്ള ആ സംസാരവും... ഒന്നും അത്ര പന്തിയല്ല!’ അയ്യപ്പൻകുട്ടി അടക്കിപ്പിടിച്ച് കൃഷ്ണൻകുട്ടിയോടു പറഞ്ഞു.

"ചേട്ടൻ പാര, അനിയൻ പാര എന്നു പറഞ്ഞു കേട്ടിട്ടേയുള്ളു. വല്ല്യമ്മാവനും ചെറിയമ്മാവനും കൂടി നമ്മളെ പാരവച്ച് കോർത്തെടുക്കും.

"ദൈവമേ! ഏതു മുടിയാൻ കാലത്താണ് ആ പിശാചുക്കൾക്ക് പ്രേമിക്കാൻതോന്നിയത്!"

കൃഷ്ണൻകുട്ടി തലയിൽ തല്ലി.

10

ഉറക്കെ നിലവിളിച്ചുകൊണ്ട് ഭാർഗ്ഗവൻ കിണറ്റിന്നരികിലെത്തിയപ്പോഴേക്കും വെട്ടിയിട്ടവാഴപോലെ നിലത്തു വിണുപോയി. കണ്ണുകളിൽ ഇരുട്ടുകയറിയത് ഓർമ്മയുണ്ടായിരുന്നു ഭാർഗ്ഗവന്.

മീനാക്ഷി കരഞ്ഞു ബഹളംവച്ചു...

മറ്റുള്ളവരും സ്തബ്ധരായിരുന്നു.

മീനാക്ഷി, ഭാർഗ്ഗവനെ കുലുക്കി വിളിച്ചു.

ആരോ മുഖത്തു തണുത്ത വെള്ളം തളിച്ചു.

ഭാർഗവൻ മെല്ലെ കണ്ണുകൾ തുറന്നു...

ചുറ്റും കൂടി നിൽക്കുന്നവരുടെ മങ്ങിയ ചിത്രങ്ങൾ കാണാം.

മീനാക്ഷി, അയൽപക്കത്തെ രമാഭായി, സുധ, കൌസു... പിന്നെ മറ്റാരൊക്കെയോ, എല്ലാവരുടെയും കണ്ണുകളിൽ ഉൽക്കണ്ഠ

"പങ്കജാക്ഷീ!...""

ഭാർഗവന്റെ ചുണ്ടുകൾ ചലിച്ചു.

“എന്താ എന്തു പറ്റീ?”

അടുക്കളപ്പുറത്തുനിന്ന് ആശങ്കയോടെ അൽപം ഉറക്കെയുള്ള നിലവിളി കേട്ടു.

ഭാർഗവൻ ശബ്ദം കേട്ട ദിക്കിലേക്കു തല തിരിച്ചുനോക്കി.

പൊടുന്നനെ നെഞ്ചിനുള്ളിൽ നിന്നൊരു തീഗോളം ഉയർന്നുവരുന്നതുപോലെ തോന്നി.

കരി പുരണ്ട കൈത്തലങ്ങൾ ഉടുമുണ്ടിൽ തുടച്ചുകൊണ്ട് അടുക്കളപ്പുറത്തുനിന്നും പാഞ്ഞുവരുന്നതാരാണ്?

ഭാർഗവൻ ചാടിപ്പിടഞ്ഞെഴുന്നേറ്റ് പൂഴിമണ്ണിലിരുന്ന തന്റെ നേർക്കു ഓടിവരുന്ന പങ്കജാക്ഷിയെ പകച്ചുനോക്കി.

പങ്കജാക്ഷിയമ്മ വേവലാതിയോടെ അയാളുടെ അടുത്തുചെന്നു.

"നിങ്ങൾക്കെവന്താ പറ്റിയെ?" ?

അവരുടെ ശബ്ദത്തിൽ വല്ലാത്ത ഉത്ക്കണ്ഠയുണ്ടായിരുന്നു ഭാർഗ്ഗവന് ഒന്നും സംസാരിക്കാൻ കഴിഞ്ഞില്ല.

"വല്ലതും കണ്ടു പേടിച്ചോ?"

പങ്കജാക്ഷിയമ്മ ചോദിച്ചതിനൊന്നും ഉത്തരം പറയാതെ ഭാർഗ്ഗവൻ അവരെ ഉറ്റുനോക്കി. ഒരുതരം മരവിപ്പോടെ.

"നീയെന്തിനാ കിണറ്റിൽ ചാടിയത്?' .

അപ്രതീക്ഷിതമായി ഭാർഗ്ഗവന്റെ ചോദ്യം കേട്ട് പങ്കജാക്ഷിയമ്മ അമ്പരന്നുപോയി. ഓരോന്നോർത്തപ്പോൾ അവർക്കു കരച്ചിൽ വന്നു.

"മോളേ മീനാക്ഷീ; അച്ചനെ നമുക്കാശുപത്രിയിൽ കൊണ്ടുപോകാം. കണ്ടില്ലേ! പിച്ചും പേയും പറയുന്നത്! എന്തോ കണ്ടുപേടിച്ചിട്ടുണ്ട്. മാളികയിൽ ഒറ്റയ്ക്കു പോകുന്നതുകണ്ടപ്പോഴേ ഞാൻ കരുതിയതാ."

പങ്കജാക്ഷിയമ്മ ഏങ്ങലടിച്ചു കരഞ്ഞുകൊണ്ടു പറഞ്ഞു.

"തേങ്ങാക്കൊല! നിന്റമ്മായിയച്ചനാ പിച്ചുംപേയും പറയുന്നത്!"

ഭാർഗ്ഗവനു ദേഷ്യം വന്നു.

"ഇവിടെയാരാ കിണറ്റിൽ ചാടിയത്?" ഭാർഗ്ഗവൻ ഉറക്കെ ചോദിച്ചു.

"അച്ഛനെന്താ പറ്റിയത്?" മീനാക്ഷി ശാസിച്ചു.

"ഇവിടെയാരും കിണറ്റിൽ ചാടിയില്ല. കിണറ്റിൽ ഒരു പൂവൻകോഴികിടപ്പുണ്ട്. എങ്ങനെ ചാടിയെന്നാർക്കറിയാം!"

"പൂവൻകോഴിയോ?"' ഭാർഗ്ഗവനു സംശയമായി.

"അതേ, നമ്മുടെ പൂവൻകോഴിയാ, ഞങ്ങളു പഠിച്ചപണി പതിനെട്ടും പയറ്റിയിട്ടും അത് കരയ്ക്കു കയറുന്നില്ല" മീനാക്ഷി പറഞ്ഞു.

വിശ്വാസം വരാതെ ഭാർഗ്ഗവൻ എഴുന്നേറ്റ് പോയി കിണറിനുള്ളിലേക്ക്നോക്കി.

വാസ്തവം!

ഒരു പൂവൻ കോഴി നീന്തിത്തുടിച്ചു കിടക്കുന്നുണ്ട്. ഭാർഗ്ഗവനുണ്ടായ കലിക്ക് അതിരില്ലായിരുന്നു, വയസ്സുകാലത്ത് ഒന്നോ രണ്ടോ കിലോമീറ്റർ പത്തുമിനിറ്റുകൊണ്ട് ഓടി വന്നതും പോരാഞ്ഞ്

എന്തൊക്കെ പ്രശ്നങ്ങളാണ് ഉണ്ടായത്?

നല്ലൊരു ദിവസം കുളമായി.

"ആ റാസ്ക്കൽ ഇനി എന്റെ പടിക്കകത്തു കയറിയാൽ അടിച്ചവന്റെ നട്ടെല്ലു ഞാനൊടിക്കും."

ഭാർഗ്ഗവൻ ആക്രോശിച്ചു.

മറ്റുള്ളവർ സ്തബ്ധരായി നിന്നുപോയി

“ആരുടെ കാര്യമാണച്ഛാ?"" ?

മീനാക്ഷി ആശങ്കയോടെ തിരക്കി.

"നിന്റെ മറ്റവന്റെ; കേറിപ്പോടീ അകത്ത്"

ഭാർഗ്ഗവൻ ചീറി. അയാൾക്കു ദേഷ്യവും സങ്കടവുമുണ്ടായി. അരനിമിഷംകൊണ്ട് അയാൾക്കു ചുറ്റും ആളൊഴിഞ്ഞു.

ഇരുവശത്തും കൈതച്ചെടികൾ ഇടതൂർന്നു വളർന്നു നിന്ന വീതികുറഞ്ഞ തോടിന്റെ കരയിലെ കറുത്ത പാറകളിൽ അവരിരുവരും ഇരുന്നു.

ആനന്ദിയും ബാലനും.

കൈതപ്പൂക്കൾക്ക് പ്രണയം പൂക്കുന്ന സുഗന്ധമായിരുന്നു! നിലയ്ക്കാതൊഴുകുന്ന തെളിനീരിൽ വട്ടംചുറ്റിയ പ്രണയപ്പൂക്കൾ അടിവാരത്തേക്കൊഴുകിപ്പോയി.

"നിന്റച്ചൻ ഭൈരവനെങ്ങാനും ഇതറിഞ്ഞാൽ... എനിക്കാക്കാര്യംഓർക്കാൻ കൂടിവയ്യാ ആനന്ദീ!"

"ബാലൻ വിഷണ്ണനായിരുന്നു.

"ഭയക്കാതെ... എല്ലാം നേരേയാകും..

ആനന്ദിയുടെ കണ്ണുകളിൽ ഒരു മഹാസമുദ്രത്തിന്റെ അഗാധ നീലിമയുണ്ടായിരുന്നു.

"എങ്ങിനെ?"

ബാലൻ അവളുടെ മുഖത്തേക്ക് നോക്കി.

"ഭൈരവന്റെ പൊന്നുമകളെ ഭാർഗ്ഗവന്റെ കാര്യസ്ഥൻ അയാൾ കെട്ടിച്ചുകൊടുക്കുമോ? എന്നു നിനക്കു തോന്നുന്നുണ്ടോ?"

ബാലൻ അടക്കിപ്പിടിച്ച വൈഷമ്യത്തോടെ ജലപ്പരപ്പിലെ ഉലയുന്നസ്വന്തം പ്രതിബിംബത്തിലേക്കു നോക്കി.

"അതൊരിക്കലും നടക്കില്ലെന്ന് ബാലേട്ടനറിയില്ലേ? അച്ഛൻ നമ്മുടെരണ്ടിന്റെയും തലയരിഞ്ഞുരുട്ടും!"

ആനന്ദി ഭയത്തോടെ പറഞ്ഞു.

"എങ്കിൽപ്പിന്നെ എന്തു ചെയ്യും നമ്മൾ?

"ദൂരെയെവിടേക്കെങ്കിലും പോകാം നമുക്ക!

ആനന്ദി പ്രതീക്ഷകളോടെ ബാലനെ നോക്കി.

ബാലൻ പുച്ഛരത്തോടെ ഒരു ചിരി ചിരിച്ചു. ആനന്ദിയുടെ മുഖം മങ്ങി...

" ഓർമ്മ വച്ചനാൾ മുതൽ ആലത്തൂർ തറവാടിനെ സ്നേഹിക്കുകയുംസേവിക്കുകയും ചെയ്യുന്നു. ഭാർഗ്ഗവനങ്ങത്തയെ വിട്ടുപിരിയുകയെന്നുവച്ചാൽ."

"ഒരു ജീവിതകാലം മുഴുവൻ വല്യച്ഛരന്റെ പിന്നാലെ നടന്ന് ജൻമം പാഴാക്കിക്കളയണമെന്നാണോ ബാലേട്ടന്?

ആനന്ദിക്ക് അരിശം വന്നു.

ബാലൻ മിണ്ടിയില്ല.

"ഈ നാടും വീടുമൊക്കെ വിട്ട് ആരുമറിയാത്തൊരു ദിക്കിൽച്ചെന്ന് നമുക്ക് പാർക്കാം. വാടകക്ക് ഒരു ചെറിയ വീടെടുക്കാം. അല്ലറ ചില്ലറ പണികളെടുത്താൽ ജീവിക്കാം. ബാലേട്ടൻ ഒരാണല്ലേ' അല്ലെങ്കിൽ കുറച്ച കാശുസ്വരുക്കൂട്ടി ചെറിയ എന്തെങ്കിലും ബിസിനസ് തുടങ്ങാം. വലിയ വലിയമോഹങ്ങളൊന്നുമില്ലെനിക്ക്. കാറും വാഷിംഗ് മെഷിനും ഫ്രിഡ്ജുമൊന്നുംവേണ്ട! നമ്മുക്കു രണ്ടുപേർക്കും ആഹാരത്തിനും വസ്ത്രത്തിനുമുള്ള വകകിട്ടിയാൽ മതി. പിന്നെ..."

ആനന്ദി ഒരു സ്വപ്നം കാണുന്നതുപോലെ പറഞ്ഞു. ബാലൻ കൗതുകത്തോടെ ആനന്ദി പറയുന്നത് കേട്ടുകൊണ്ടിരുന്നു. അപ്രതീക്ഷിതമായിടാണ് അവരിരുവരും ഒരു ചിരി കേട്ടത്. കൈതച്ചെടികളുടെ തലപ്പുകൾക്കപ്പുറത്ത് ഒരാൾ!

നെഞ്ചിലൂടെ ഒരിടിവാൾ പാഞ്ഞുപോയതുപോലെ അവർക്കു തോന്നി,

ചുണ്ടിൽ പരിഹാസച്ചിരിയുമായി കാർത്തികേയൻ! ഭൈരവന്റെ മനഃസാക്ഷി സൂക്ഷിപ്പുകാരൻ!

കള്ളപ്പുള്ളികളെ കണ്ടു പിടിച്ച ഒരു പോലീസുകാരന്റെ അഹന്തയോടെയാണ് കാർത്തികേയൻ അവർക്കു മുന്നിലേക്കു

വന്നത്. കുറ്റവാളികളെപ്പോലെ ആനന്ദിയും ബാലനും സ്തബ്ധരായി.

ഇന്നത്തോടെ എല്ലാം തീർന്നു!

ഒടുവിൽ തങ്ങൾ പിടിക്കപ്പെട്ടിരിക്കുന്നു..

വീട്ടുമുറ്റത്ത് ഇന്നൊരു ചോരപ്പുഴയൊഴുക്കും!

ബാലൻ ആനന്ദിയെ നോക്കി. അവൾ കരയാൻ വെമ്പി നില്ക്കുപകയായിരുന്നു. അയാൾ അവളുടെ തുടയിൽ ഒരു നുള്ളുവച്ചുകൊടുത്തു.

ആനന്ദിക്കതു മനസ്സിലായി.

"ഈയുള്ളവൻ ഒരു കട്ടുറുമ്പായോ?"" കാർത്തികേയൻ അവരുടെമുന്നിലേക്കു വന്ന് പരിഹാസത്തോടെ ചോദിച്ചു.

"ചിലരെപ്പോഴും അങ്ങനെയാ"

ബാലൻ യാതൊരു ഭാവഭേദവും കൂടാതെ പറഞ്ഞു.

"തമാശ!"'

കാർത്തികേയൻ പൊട്ടിച്ചിരിച്ചു.

ബാലനും ആനന്ദിയും നിശ്ചലരായി ഇരുന്നതേ ഉള്ളൂ. ഈ ബൊമ്മകളെ കാണാനിപ്പോൾ നല്ല ചന്തം! ഇവറ്റകളുടെ നെഞ്ചിലൊരു പഞ്ഞിവച്ചുകൊടുത്താലിപ്പോൾ കത്തും. ഇന്നു കാർത്തികേയന്റെ ദിവസമാണ്. ഇന്നു

താനൊരു കളികളിക്കും. തന്നെ കാണുമ്പോഴിവൾക്കു ചതുർത്ഥിയാണ്'

ജാടക്കാരി. ഇവറ്റകളെ മൂക്കുകൊണ്ട് "ക്ഷ" വരപ്പിക്കണം.

കാർത്തികേയന്റെ മനസ്സ് ചില കണക്കുകൂട്ടലുകൾ നടത്തി.

"നീയെന്തിനാ ഇങ്ങോട്ടു വന്നത്?" ബാലൻ പരുഷമായി ചോദിച്ച

"അതേയ് - വഴിയിലൂടെ പോയപ്പോ കൈതക്കാട് കുലുങ്ങുന്ന കണ്ടു. വല്ല പൂച്ചകളോ പട്ടികളോ കടിപിടി കൂട്ടണതായിരിക്കുമെന്നാ കരുതിത്. നോക്കിയപ്പോഴല്ലേ നിങ്ങൾ..!"

കാർത്തികേയൻ ചുണ്ടിന്റെ കോണിലൊരു ചിരി വരുത്തി ആനന്ദിയെ പാളി നോക്കി.

ഇരുന്ന ഇരുപ്പിൽ ഉരുകിയങ്ങുതീർന്നെങ്കിൽ എന്ന് ആനന്ദി പ്രാർത്ഥിച്ചു.

ബാലനു ദേഷ്യം വന്നു

"ദേ ഒറ്റയിടി വച്ചു തന്നാലുണ്ടല്ലോ. നിന്റെ പല്ല് താഴെ കിടക്കും.

“ ഇടിക്കെടാ ധൈര്യമുണ്ടെങ്കിൽ ഇടിക്ക്. ഇടിച്ചെന്റെ പല്ലു താഴെയിട്.

കാർത്തികേയൻ മുന്നോട്ടു വന്ന് ഗൗരവത്തോടെ നെഞ്ചു വിരിച്ചു നിന്നു.

അര നിമിഷം കൊണ്ടാണ് കാർത്തികേയന്റെ ഭാവം മാറിയത്. അയാൾ പല്ലുഞെരിച്ചുകൊണ്ട് ബാലന്റെ കോളറിൽ പിടിച്ചുയർത്തി.

“പോക്രിത്തരം കാണിച്ചിട്ട് നിന്ന് വീരസ്യം പറയുന്നോടാ. ആലത്തൂരെ ഭൈരവന്റെ മോളെ പ്രേമിക്കാൻ നിനക്കെങ്ങനെ ധൈര്യം വന്നു. ഭൈരവനങ്ങത്തെ രണ്ടിനേം കൊത്തിനുറുക്കി തുണ്ടം തുണ്ടമാക്കി ഈ തോട്ടിലൂടെയൊഴുക്കിവിടും’

ബാലൻ സ്വന്തം കോളറിൽ നിന്ന് കാർത്തികേയന്റെ പിടിവിടുവിച്ചു.

ഈ കാര്യത്തിൽ താനിടപെടേണ്ട!"

പറഞ്ഞത് ആനന്ദിയായിരുന്നു.

"അയ്യോ; ഇല്ല തമ്പുരാട്ടീ" കാർത്തികേയൻ പരിഹാസത്തോടെകൈകുപ്പി.

"പക്ഷേ ഇന്ന് ഭൈരവനങ്ങത്തെ ഈ വിവരമറിയുമ്പോഴാണ്.."

കാർത്തികേയൻ ആ വാചകം പൂർത്തിയാക്കിയില്ലു. അയാൾ ഇരുവരെയും

മാറിമാറി നോക്കി. അവരുടെ ചങ്കുകത്തിയത് അപ്പോഴായിരുന്നു.

"നീ പറയാതെ ഭൈരവനങ്ങത്ത ഈ വിവരമറിയില്ല!"

കാർത്തികേയനെ ഒറ്റയടിക്ക് കൊല്ലാനുള്ള കലിയുണ്ടായിരുന്നു

ബാലന് കാർത്തികേയൻ ഒരു വിടലച്ചിരിചിരിച്ചതേയുള്ളു.

ഭൈരവനോട് അയാൾ അതുപറയാതെ അടങ്ങുകയില്ലെന്ന് ബാലനുറപ്പായി. ആനന്ദിയുടെ നെഞ്ചിൽ തീയെരിയുകയായിരുന്നു. അവൾ അടങ്ങാത്ത പകയോടെയാണ് കാർത്തികേയനെ നോക്കിയത്.

"ദയവുചെയ്ത് ഭൈരവനങ്ങത്തയോട് നീയീവിവരം പറയരുത്!"

ബാലന്റെ ശബ്ദം താണു.

കാർത്തികേയൻ ഒരു തമാശ കേട്ടതുപോലെ പൊട്ടിച്ചിരിച്ചു. ബാലൻദേഷ്യമടക്കിപ്പിടിച്ചു. പൊട്ടിത്തെറിച്ചതുകൊണ്ട് ഒരു പ്രയോജനവുമില്ല.

"നീയിങ്ങുവന്നേ"

ബാലൻ എഴുന്നേറ്റ് കാർത്തികേയന്റെ ചുമലിൽ പിടിച്ചു മാറ്റിനിർത്തിയിട്ടു പറഞ്ഞു.

"ഞാൻ നിന്റെ കാലുപിടിക്കാം കാർത്തികേയാ! ഈ കാര്യം നീ ഭൈരവനങ്ങത്തയോട് പറയരുത്.

ബാലൻ അപേക്ഷിച്ചു.

ആനന്ദിയതു കേട്ടില്ല അവൾ അൽപമകലെ അവരെ നോക്കിനില്ക്കുകയായിരുന്നു.

കാർത്തികേയൻ ഒന്നും മിണ്ടിയില്ല.

ബാലൻ വീണ്ടും അയാളുടെ കൈപിടിച്ചപേക്ഷിച്ചു.

" നീ ഞങ്ങളെ സഹായിക്ക്." .

"നിങ്ങളെ സഹായിക്കാൻ നിങ്ങളുടെ ആരാണ് ഞാൻ? നിന്റെസ്നേഹിതനോ ബന്ധുവോ അല്ല ഞാൻ. ആനന്ദി എന്റെ മുതലാളിയുടെമകളാണ്. അതുകൊണ്ട് മുതലാളിയോടുള്ള കൂറ് എനിക്കു കാണിച്ചേ പറ്റൂ"

കാർത്തികേയൻ ഗൌരവത്തിൽ പറഞ്ഞു.

"കാർത്തികേയാ, പ്ലീസ്! ഞങ്ങളുടെ ജീവന്മരണപ്രശനമാണ് ഇത്..."

ബാലന്റെ തൊണ്ടയിടറിപ്പോയി. "ഗത്യന്തരമില്ലാതെ വന്നാൽ ഞങ്ങളാത്മഹത്യ ചെയ്യും!"

കാർത്തികേയൻ വിളറി.

ഒടുവിലയാൾ കള്ളച്ചിരിയോടെ ചോദിച്ചു.

"ഞാനിതു പറയാതിരുന്നാൽ എനിക്കെന്തു നേട്ടം?"

"ഒരു നൂറു പുണ്യം കിട്ടും!" ബാലൻ ചാടിപ്പറഞ്ഞു.

"ആർക്കുവേണം പുണ്യം?.." കാർത്തികേയൻ അർദ്ധോക്തിയിൽനിർത്തി .

"പിന്നെ നിനക്കെന്താണു വേണ്ടത്?"

ബാലൻ ആകാംക്ഷയോടെ ചോദിച്ചു.

കാർത്തികേയൻ ഒരു ചെറുചിരിയോടെ തല ചൊറിഞ്ഞു.

"പറയെടാ."

ബാലൻ പിന്നേയും പറഞ്ഞു.

" രൂപയുണ്ടെങ്കിൽ തൽക്കാലം നീയൊരു ഇരുന്നൂറ് രൂപ താ."

കാർത്തികേയൻ കൈ നീട്ടി.

" ഇരുന്നൂറു രൂപയോ?"

ബാലനൊന്നു ഞ്ട്ടി.

"തരാൻ മനസില്ലെങ്കിൽ വേണമെന്നില്ല. ഞാനങ്ങുപോയേക്കാം."

കാർത്തികേയൻ ഗൗരവത്തിൽ തിപിഞ്ഞു നടക്കാൻ തുടങ്ങി. അയാളുടെ മനസ്സിൽ ഒരു കുളിരുവീണു കഴിഞ്ഞു.

"കാർത്തികേയാ നിൽക്ക് "

കാർത്തികേയൻ തിരിഞ്ഞു.

ബാലൻ പോക്കറ്റിൽ തപ്പി നോക്കി.

പങ്കജാക്ഷിയമ്മ തന്നുവിട്ട കുറച്ചുകാശുണ്ട്. പശുവിന് തീറ്റ വാങ്ങാനുള്ള കാശാണ്. ബാലൻ അതു തപ്പിപ്പെറുക്കിയെടുത്ത് കാർത്തികേയന് നേരേ നീട്ടി.

"എഴുപത്തിയഞ്ച് രൂപയുണ്ട്. അതേയുള്ളൂ."

ബാലന്റെ ശബ്ദത്തിൽ ദൈന്യത നിറഞ്ഞു.

കാർത്തികേയൻ അതു വാങ്ങാൻ കൂട്ടാക്കിയില്ല.

അയാളുടെ മുഖത്ത് പുച്ഛരഭാവം.

ബാലനു വല്ലായ്മ തോന്നി.

"തൽക്കാലം നീയിത് വാങ്ങ് കാർത്തികേയാ. ബാക്കി ഞാൻ എങ്ങനെയെങ്കിലും നാളെ സംഘടിപ്പിച്ചു തരാം."

ബാലൻ ഇതുവരെ ആരുടേയും മുന്നിൽ ഇങ്ങനെ താണിട്ടില്ല.

അതിന്റെ വിഷമം അയാളുടെ മുഖത്തുണ്ടായിരുന്നു. കാർത്തികേയൻ കൈനീട്ടി കാശുവാങ്ങി. പിന്നെയൊരു താക്കീതോടെ ബാലനെ നോക്കി.

"വാക്കുവ്യത്യാസം കാണിക്കരുത് ബാലാ നീ, വ്യത്യാസം കാണിച്ചാൽ ഞാനും വാക്കുവ്യത്യാസം കാണിക്കും!"

കാർത്തികേയൻ സന്തോഷത്തോടെ പറഞ്ഞു.

ബാലൻ വിമ്മിട്ടത്തോടെ ചിരിച്ചു.

"പിന്നെ ബാലാ, പ്രേമിക്കുന്നതൊക്കെ കൊള്ളാം - പക്ഷേ..""

പിന്നെയെന്തൊക്കെയോ കൂടി കാർത്തികേയൻ ബാലന്റെ കാതിൽപ്പറ

ഞ്ഞു. ബാലൻ അത് ഇഷ്ടമായില്ല. എങ്കിലും അയാളതു പുറത്തുകാട്ടിയില്ല.

കാർത്തികേയൻ ചൂളംവിളിച്ചുകൊണ്ടു പോയി... ബാലൻ ആനന്ദിക്കടുത്തേക്ക് വന്നപ്പോൾ അവൾ അയാളെ ക്രുദ്ധയായി തുറിച്ചു നോക്കി നിൽക്കുകയായിരുന്നു.

11

ബാലന്റെ ആ പ്രവൃത്തി ആനന്ദിക്ക് ഇഷ്ടപ്പെട്ടില്ല.

"ബാലേട്ടനയാൾക്ക് കാശ് കൊടുത്തുവിട്ടു; അല്ലേ?"

ആനന്ദി ക്രുദ്ധയായി.

"നമ്മൾ തമ്മിൽ ഇഷ്ടപ്പെടുന്നത് അച്ഛനോടയാൾ പറയാതിരിക്കാൻകാശുകൊടുക്കുക! നാണമില്ലല്ലോ ബാലേട്ടന്"

ബാലന് ശരിക്കും ദേഷ്യം വന്നു.

"പിന്നെ ഞാനെന്തു ചെയ്യുണം. നീ പറ!"

"ഇതിലും ഭേദം നമ്മുക്കു രണ്ടുപേർക്കും കൂടിയങ്ങു തൂങ്ങിച്ചാകാമായിരുന്നു!""

ആനന്ദിക്കു കരച്ചിൽ വന്നു..

വർണ്ണപ്പകിട്ടുള്ള ദിനരാത്രങ്ങൾ മുന്നിലൂടെ ഓടിമറയുന്നത് ഭാർഗ്ഗവൻ സ്വപ്നം കണ്ടു. അയാൾ ചാരുകസാലയിൽക്കിടന്ന് ഇരുണ്ട ആകാശത്ത് ചിതറിക്കിടക്കുന്ന നക്ഷത്രക്കൂട്ടങ്ങളെ നോക്കി. ഇട്ടൂണ്ണുലിയമ്മയുടെമാളികക്കുള്ളിൽ എവിടെയോ ഒളിച്ചിരിക്കുന്ന പൊൻനിധി ആകാശത്തു ചിതറി വീണതുപോലെ! നക്ഷത്രക്കൂട്ടങ്ങളിൽ മരതകവും മാണിക്യവും ഇന്ദ്രനീലവും വൈഡൂര്യവുമുണ്ട്. രത്നത്തിളക്കങ്ങൾക്കിടയിൽ ജ്വലിക്കുന്നവെണ്മാളിക കാണാം. ഇരുളിൽ തിളങ്ങുന്ന ഒരു മഴവില്ല്...

"അത്താഴം വിളമ്പട്ടെ?"

പങ്കജാക്ഷിയമ്മ അടുത്തു വന്നു നിന്നു ചോദിക്കുന്നത് ഭാർഗ്ഗവൻകേട്ടില്ല! അയാളുടെ ചുണ്ടിലൊരു ചെറുചിരി വിടർന്നു നിന്നു.

"സ്വപ്നം കാണുകയാണോ നിങ്ങൾ? ' ഭാർഗ്ഗവന്റെ മുഖത്ത് കുനിഞ്ഞുനോക്കിക്കൊണ്ട് പങ്കജാക്ഷിയമ്മ ചോദിച്ചു.

"സ്വപ്നം?"

ഭാർഗ്ഗവൻ ചിരിച്ചു.

"അതിനെ സ്വപ്നമെന്ന് എങ്ങിനെയാണു പറയുക പങ്കജാക്ഷി! ഈകുന്നത്തൂർ നാടിനെയാകെ നമുക്ക് വിലയ്ക്കു വാങ്ങാം. ഞാനീ നാട്ടിലെരാജാവും നീ പട്ടമഹിഷിയും നമ്മുടെ മകൾ ഒരു രാജകുമാരിയും..."

"നിങ്ങളെന്തൊക്കെയാണീ പറയുന്നത്?"

പങ്കജാക്ഷീ അമ്പരപ്പോടെ ചോദിച്ചു.

"സത്യം!"

ഭാർഗ്ഗവൻ അകലങ്ങളിലേക്കു നോക്കി.

നമ്മുടെ ഭാഗ്യം കത്തിനിൽക്കുകയാണ് പങ്കജാക്ഷി! അന്ന് ചെമ്പു

പേടകം ബാലനുകിട്ടിയതു മുതൽ നമ്മുടെ ഭാഗ്യം തുടങ്ങുകയായിരുന്നു.

നമ്മുടെ അല്ലലുകൾക്കും കഷ്ടപ്പാടുകൾക്കും ഒരറുതിയായില്ലേ പങ്കജാക്ഷി;

ആലത്തൂർ തറവാടിന്റെ പ്രതാപങ്ങൾ അസ്തമിച്ചിട്ടില്ലെന്ന് നാട്ടുകാരറിയട്ടെ. ഇവിടെ മുതൽ ആലത്തൂർ തറവാടിന്റെ മറ്റൊരു അദ്ധ്യായം തുടങ്ങട്ടെ!"

പങ്കജാക്ഷിയമ്മ നിശ്ശബ്ദയായി അയാൾ പറയുന്നതു കേട്ടു കൊണ്ടുനിന്നു. ഉള്ളിൽ ആഹ്ലാദം തിങ്ങിനിറഞ്ഞു നിന്നിരുന്നെങ്കിലും അവരതുപുറത്തു കാട്ടിയില്ല!

എന്തായാലും കെട്ടുപ്രായമെത്തി നിൽക്കുന്നൊരു പെണ്ണ് വീട്ടിലുണ്ടെന്നോർക്കണം!

അപ്പോഴും പങ്കജാക്ഷിയമ്മക്ക് അതേ പറയാനുണ്ടായിരുന്നുള്ളു.

പെൺകുട്ടികൾക്ക് പ്രായം തികഞ്ഞാൽ അമ്മമാരുടെ മനസ്സിൽ തീയാണെന്ന്

അപ്പന്മാർക്കറിയില്ലല്ലോ! മകളിപ്പോഴും കുട്ടിയുടുപ്പുമിട്ട് നഴ്സറിയിൽ പോവുകയാണെന്നാണ് അവരുടെ വിചാരം! കോളജിൽ പഠിക്കുന്ന പിള്ളേരല്ലേ.

അല്ലെങ്കിൽത്തന്നെ എന്തെങ്കിലും ഒരു ഏടാകൂടം ഒപ്പിച്ചുകൊണ്ടു വന്നാൽ

പ്പിന്നെ ജീവിച്ചിരുന്നിട്ടു കാര്യമില്ല. വല്ലാത്ത കാലമാണ്. എന്താ, എപ്പഴായെന്ന ആർക്കറിയാം. പങ്കജാക്ഷിയമ്മ ആധിയോടെ ഓർത്തത് അതിനെക്കുറിച്ചായിരുന്നു.

“അക്കാര്യം പറഞ്ഞ് നീ വായിലെ വെള്ളം വറ്റിക്കണ്ട. അതെനിക്കറിയാം!'

ഭാർഗ്ഗവൻ പറഞ്ഞു.

എന്നിട്ടും പങ്കജാക്ഷിയമ്മയ്ക്കു തൃപ്തിയായില്ല

“ജാനകിയോടാലോചിച്ച് എത്രയും വേഗം അതു നടത്തണമെന്നേ ഞാൻ പറഞ്ഞുള്ളൂ"

അതു കേട്ടപ്പോൾ ഭാർഗവന് ദേഷ്യം വന്നു.

“ആ എമ്പോക്കി കൃഷ്ണൻകുട്ടിയിവിടെ മരുമകനായിട്ട് വന്നാൽ എല്ലാം പൂർത്തിയായി.”

“എന്തായിപ്പോ അങ്ങനെ പറയണേ, മീനാക്ഷിയെ കൃഷ്ണൻകുട്ടിക്ക് കൊടുക്കാൻ.”

പങ്കജാക്ഷിയമ്മ പൂർത്തിയാക്കുന്നതിന് മുമ്പേ ഭാർഗവൻ ഒച്ച വച്ചു.

“ മാങ്ങാത്തൊലി ആ എമ്പോക്കി ഇനി എന്റെ വീട്ടിൽ കയറുന്നതെനിക്കിഷ്ടമല്ല. അവനുമായിട്ടൊരു സംബന്ധോം ഇവിടെ വേണ്ട!”

പങ്കജാക്ഷിയമ്മ ഞെട്ടിപ്പോയി!

“എന്റീശ്വരാ! അവർ നെഞ്ചിൽ കൈ വച്ചു.”

“ ഇതു പറയാൻ മാത്രം എന്തേയിപ്പോ ഉണ്ടായത്.”

“ഈ നാട്ടില് വേറേണ്ട ആമ്പിള്ളേര്. സ്വാത്തും പണോം തറവാട്ടുമഹിമേം ഉള്ളോര്. അവരെക്കൊണ്ടു ഞാനെന്റെ മോളെ കെട്ടിക്കും.”

ഭാർഗവൻ കലിയടങ്ങാതെ പറഞ്ഞുകൊണ്ടിരുന്നു.

പങ്കജാക്ഷിയമ്മ അയാളുടെ വായ് പൊത്തി.

“അവളു കേൾക്കും. ഒന്നു പതുക്കെപറ.”

ഭാർഗ്ഗവൻ അവരുടെ കൈ തട്ടി മാറ്റി.

അന്നു രാത്രിയിൽ അത്താഴം കഴിഞ്ഞ് പടിഞ്ഞാറ്റയിൽ വെറുതെ തെക്കു വടക്കു നടക്കുമ്പോൾ പങ്കജാക്ഷി ഒരു മൂലയ്ക്ക് മുഖവും വീർപ്പിച്ചിരിക്കുന്നത് ഭാർഗ്ഗവൻ കണ്ടു. അയാൾക്കപ്പോൾ എന്തുകൊണ്ടോ ചിരിയാണു വന്നത്.

പാവം!

ഭാർഗ്ഗവൻ അവരുടെയടുത്തേക്കു ചെന്നു. പങ്കജാക്ഷിയമ്മ അയാളെകണ്ട ഭാവം നടിച്ചില്ല.

"നീ പിണങ്ങിയിരിക്കുകയാണോ?"

ഭാർഗ്ഗവൻ ചോദിച്ചു. അവർ തലയുയർത്താൻ കൂട്ടാക്കിയില്ല.

"അപ്പോഴത്തെ ദേഷ്യത്തിന് ഓരോന്നു പറഞ്ഞതാ ഞാൻ. അതിനു നീയിങ്ങനെ പിണങ്ങിയാലോ?""

ഭാർഗ്ഗവൻ സ്നേഹപൂർവമാണ് പറഞ്ഞത്.

പങ്കജാക്ഷിയമ്മ സങ്കോചത്തോടെ അയാളെ നോക്കി.

"കാശുകാരായെന്നു വച്ചു നിലമറക്കരുത്" അവർ പിറുപിറുത്തു.

"നിനക്കെപ്പോഴും അതാണോർമ്മ!" ഭാർഗ്ഗവൻ കുറ്റപ്പെടുത്തി. നിലമറന്നിട്ടല്ല ഞാനതു പറഞ്ഞത്. കൃഷ്ണൻകുട്ടി ആളു ശരിയല്ല! അവനെന്നെഒരു ബഹുമാനവുമില്ല. അവനു ഞാൻ ഇപ്പോൾത്തന്നെ ഒരു കോമാളിയാണ്. പിന്നെ കല്യാണം കഴിഞ്ഞാലത്തെ അവസ്ഥ പറയണ്ടല്ലോ! കെണറ്റില് കോഴിയെപ്പിടിച്ചിട്ടിട്ട് അവൻ എന്റുടുത്ത നിലവിളിച്ചോടി വന്ന് പറഞ്ഞതെന്താണെന്നറിയാമോ? പങ്കജാക്ഷിയമ്മായി കിണറ്റിൽ ചാടിയെന്ന്? ഞാനോടി വന്നപ്പോഴോ.."

ഭാർഗ്ഗവൻ അരിശം കടിച്ചമർത്തി.

"കഴുവേറിയെ അമ്മിപ്പിള്ളക്കിടിച്ച് കൊന്നേനെ..."

പങ്കജാക്ഷിയമ്മ വാ പൊത്തിയിരുന്ന ചിരിച്ചു.

"നിനക്ക് ചിരി."

ഭാർഗ്ഗവൻ ശുണ്ഠിയെടുത്തു.

"അവൻ തമാശ പറഞ്ഞതായിരിക്കും!"

പങ്കജാക്ഷിയമ്മ ചിരിയമർത്തിക്കൊണ്ടു പറഞ്ഞു.

ഭാർഗ്ഗവൻ നിശബ്ദനായി ഇളംതിണ്ണയിൽ ആകാശം നോക്കി ഇരുന്നു.

പടിഞ്ഞാറ്റയിലേക്ക് തണുത്ത കാറ്റടിച്ചു.

അൽപ്പനേരത്തിനുശേഷം ഭാർഗ്ഗവൻ പങ്കജാക്ഷിയമ്മയോടടൊരുസ്വകാര്യം പറഞ്ഞു. അവരോടതു പറയാൻ വേണ്ടി അയാളുടെ ഹൃദയംവെമ്പി നിൽക്കാൻ തുടങ്ങിയിട്ടു നേരമേറെയായി.

ഭാർഗ്ഗവൻ പറഞ്ഞതു കേട്ട് വിശ്വാസമാകാത്തതുപോലെ, പങ്കജാക്ഷിയമ്മ അയാളുടെ മുഖത്തേക്ക് നോക്കി നിശ്ചലയായി ഇരുന്നു. നിധി!

ആലത്തൂർ തറവാടിന്റെ പരമപവിത്രമായ നിധി! അത് ഇട്ടുണ്ണൂലിയമ്മയുടെ മാളികയിലെവിടെയോ മറഞ്ഞിരിക്കുന്നുണ്ടെന്ന്.

"സത്യമാണോ?"

പങ്കജാക്ഷിയമ്മ അടക്കിപ്പിടിച്ച ശബ്ദത്തിൽ ചോദിച്ചു.

ഭർത്താവിനെ കെട്ടിപ്പിടിച്ച് ഒരു ഉമ്മകൊടുക്കാൻ തോന്നിപ്പോയി!

"നിന്നോടു ഞാനെന്തിനു കള്ളം പറയണം! ' ഭാർഗ്ഗവൻ തീരെ പതിഞ്ഞസ്വരത്തിലാണ് പറഞ്ഞത്.

"ഞാൻ പറഞ്ഞില്ലേടീ, നമുക്കീ നാടുമുഴുവൻ വിലയ്ക്കെടുക്കാം!"

പങ്കജാക്ഷിയമ്മ ആഹ്ളാദത്താൽ നെടുവീർപ്പിട്ടു. കാലം തെളിയുകയാണ്.

അവർ ആരാധനയോടെ ഭർത്താവിന്റെ മുഖത്തേയ്ക്കു നോക്കി.

അവരിരുവരും അടക്കിപ്പിടിച്ചുചിരിച്ചു.

" ഈശ്വരാ, ഇന്ന് ഇടിവെട്ടി മഴപെയ്യും!"

മീനാക്ഷി പൊട്ടിവീണതുപോലെയായിരുന്നു അവിടെയെത്തിയത്.

അവളുടെ പ്രഖ്യാപനം കേട്ട് അവർക്ക് നേരിയൊരു ചമ്മലുണ്ടായി.

പതിവില്ലാത്ത കാഴ്ചകളാണിതൊക്കെ! മീനാക്ഷി വലിയ സന്തോഷത്തിലായിരുന്നു.

“നീയുറങ്ങാൻ കിടന്നില്ലേ ഇതുവരെ?" പങ്കജാക്ഷിയമ്മ ചോദിച്ചു:

“എങ്ങനെയുറക്കം വരാനാ, പങ്കജാക്ഷിയമ്മേ?" മീനാക്ഷി താളാത്മകമായാണ് പറഞ്ഞത്.

“പിന്നേ, മോളുടെ തലയിലല്ലേ പ്രാരാബ്ധം മുഴുവൻ!"

ഭാർഗ്ഗവൻ കളിയാക്കി.

“നിന്നെ തൽക്കാലം ഞങ്ങൾ കെട്ടിച്ചയക്കുന്നില്ല. അതുകൊണ്ട് മോൾക്കുറക്കം വരാതിരിക്കണ്ട.

"അച്ഛാ! വേണ്ട"

മീനാക്ഷിക്കു ലജ്ജയുണ്ടായി

“അച്ഛനും മകളും കൊള്ളാം"

പങ്കജാക്ഷിയമ്മയുടെ കമന്റ്

“നിങ്ങളെന്തു രഹസ്യമാണിവിടെ പറഞ്ഞുകൊണ്ടിരിക്കുന്നത്.”

മീനാക്ഷി തൂണിൽ കെട്ടിപ്പിടിച്ച തഞ്ചത്തിൽ ചോദിച്ചു.

“നാടു മൊത്തം വില പറഞ്ഞുവച്ചിരിക്കുകയാണെന്നൊക്കെ കേട്ടു.”

അവളുടെ സംസാരം അൽപം ഉച്ചത്തിലായതുകൊണ്ട് പങ്കജാക്ഷിയമ്മ ഉടൻ അവളുടെ വായ്പൊത്തി..

“വായടയ്ക്ക് അസത്തേ.. “

പങ്കജാക്ഷിയമ്മ ശബ്ദമടക്കി താക്കീതു ചെയ്തു. മീനാക്ഷി അമ്പരന്നു പോയി.

"നാടു മുഴുവൻ കൊട്ടിഘോഷിച്ചോളണം?" പങ്കജാക്ഷിയമ്മയ്ക്കുക്ഷമകെട്ടു.

“എന്താ കാര്യമെന്നു പറ!’

മീനാക്ഷി സ്വകാര്യത്തിൽ ചോദിച്ചു. പങ്കജാക്ഷിയമ്മ ഭാർഗ്ഗവന്റെ മുഖത്തേക്ക് നോക്കി... ഇവളോട് അത് പറയണോവേണ്ടയോ എന്നായിരുന്നു ആ നോട്ടത്തിന്റെ അർത്ഥം.

"അമ്മേ?"

മീനാക്ഷിക്ക് ആ "കാര്യം" കേൾക്കാതെ നിവൃത്തിയില്ലെന്നായി. ഭാർഗ്ഗവൻ ഒന്നും മിണ്ടിയില്ല. ഒടുവിൽ പങ്കജാക്ഷിയമ്മയ്ക്കതു പറയേണ്ടി വന്നു.

മീനാക്ഷി ഒരു പ്രേതകഥ കേട്ടതുപോലെ മിഴിച്ചിരുന്നു. അവൾക്കത്അവിശ്വസനീയമായി തോന്നി. ഐതിഹ്യങ്ങളിലും നാടോടിക്കഥകളിലുംഇതുപോലെ കേട്ടിട്ടുണ്ട്. വലിയൊരു നിധി തങ്ങളുടെ അധീനതയിൽ കൈയെത്തും ദൂരത്ത്! അച്ഛനും അമ്മയുമാണ് പറയുന്നത്!

മറ്റാരെങ്കിലുമാണതു പറയുന്നതെങ്കിൽ അവരെ കണക്കിനു കളിയാക്കിയേനെ! എന്തെങ്കിലും കാര്യമില്ലാതെ പറയുന്ന കൂട്ടത്തിലല്ല അച്ഛനുംഅമ്മയും.

നിധിയെങ്ങിനെയായിരിക്കും? അതേക്കുറിച്ചൊക്കെ ഓർത്തപ്പോൾമീനാക്ഷിയ്ക്കു രോമഹർഷമുണ്ടായി.

"എടീ മരക്കഴുതേ!'"

അച്ഛൻ അടക്കത്തിൽ കനപ്പിച്ചു വിളിക്കുകയായിരുന്നു.

"ഇപ്പോൾ നമ്മൾ മൂന്നുപേർ മാത്രമേ ഇതറിഞ്ഞിട്ടുള്ളു. പുറത്തൊരുകുഞ്ഞുപോലും ഇതറിയരുത്. "

ഭാർഗവൻ പങ്കജാക്ഷിയമ്മയെ നോക്കി

"നിന്നാടുകൂടിയാണ് പറഞ്ഞത്! രണ്ടുപേരും കമാ ന്നൊരക്ഷരം ഇതിനെപ്പറ്റി പുറത്തു മിണ്ടിപ്പോകരുത്."

പങ്കജാക്ഷിയും മീനാക്ഷിയും വല്ലായ്മയോടെ പരസ്പരം നോക്കി.

ഭാർഗ്ഗവൻ ഗൗരവത്തിലാണ് പറഞ്ഞത്.

പുലർച്ചെ മീനാക്ഷി ക്ഷേത്രത്തിൽപോയി തൊഴുതു മടങ്ങി വന്നതു തനിച്ചായിരുന്നു. പടർന്നുപന്തലിച്ച കണിക്കൊന്നയിൽ നിന്നുതിർന്നുവീണ മഞ്ഞപ്പൂക്കൾ ചിതറിക്കിടന്ന പച്ചപ്പായൽ പടർന്ന കൽപ്പടവുകൾ ഇറങ്ങിവരുമ്പോഴാണ് അവൾ കൃഷ്ണൻകുട്ടിയെ കാണുന്നത്. മനസ്സിലൊരു കുളിർമഴ പെയ്തു.

ഇന്നെന്താണ് ആൾ പതിവില്ലാതെ മുന്നിൽ വന്നുപെട്ടത്.

കുറച്ചു ദിവസങ്ങളായിട്ട് വരാൽ മീനിനെപ്പോലെ വഴുതിവഴുതി നടക്കുകയായിരുന്നു. കൊച്ചുകള്ളൻ!

കൃഷ്ണൻകുട്ടിയുടെ മുഖത്ത് തെളിച്ചമുള്ളൊരു ചിരിയുണ്ടായി.

മീനാക്ഷി കൂടുതൽ സുന്ദരിയാണ്!

മഞ്ഞുപെയ്യുന്ന പ്രഭാതത്തിൽ ഈറൻ മുടിത്തുമ്പു കെട്ടിയിട്ടൊരു.....

മീനാക്ഷി ഇലക്കീറ്റിലെ ചന്ദനമെടുത്ത് കൃഷ്ണൻകുട്ടിയുടെ നെറ്റിയിൽ ചാർത്താൻ തുനിഞ്ഞപ്പോൾ അവനതു തടഞ്ഞു.

"കുളിക്കാത്ത തേവർക്കെന്തിനാടീ പ്രസാദം?"

"അപ്പോൾ കുളിക്കാതെയാണോ?'

"പിന്നേ-ഈ തണുത്ത വെളുപ്പാൻ കാലത്ത് വിറച്ചു വിറച്ച് കുളിക്കാൻ എനിക്കെന്തൊരു...." "

കൃഷ്ണൻകുട്ടി കളിയാക്കി.

"അപ്പോൾ ഞാനോ?"

മീനാക്ഷി അവന്റെ മുഖത്തേക്കു നോക്കി.

"നിനക്കു വട്ട്, അല്ലാതെന്താ?'

"മടി തന്നെ മടി! എന്റീശ്വരാ, ഇതിനെ ഞാനെങ്ങനെ സഹിക്കും!"

മീനാക്ഷി കൃഷ്ണൻകുട്ടിയെ പിടിച്ചു തള്ളി.

"നീ സഹിച്ചില്ലെങ്കിവേണ്ട, ഈ നാട്ടില് വേറെ പെമ്പിള്ളേരൊണ്ടോന്ന് ഞാനൊന്നു നോക്കട്ടെ!"

കൃഷ്ണൻകുട്ടി കൃത്രിമ ഗൗരവത്തോടെ പറഞ്ഞു.

"ചെല്ല്; ചെന്ന് മോൻ നോക്കിയിട്ടു വാ."

മീനാക്ഷി മുഖം വീർപ്പിച്ചു.

വിജനമായ ഇടവഴിയിലൂടെ അവർ ഇരുവരും നിശ്ശബ്ദരായി നടന്നു.

മഞ്ഞുവീണ് ഈറനണിഞ്ഞു കിടന്ന പച്ചിലക്കാടുകളിൽ പൂക്കൾമിഴിവിടർത്തി നിന്നു.

വേലിയിറമ്പുകളിൽ അണ്ണാൻ കുഞ്ഞുങ്ങൾ ഓടിക്കളിച്ചു.

"ആളിനെ ഈയിടെ കണ്ടുകിട്ടാറേയില്ലല്ലോ?"

മീനാക്ഷി പരിഭവം പറഞ്ഞു.

"സമയം കിട്ടണ്ടേടി!"

കൃഷ്ണൻകുട്ടിയുടെ വാക്കുകളിൽ നിസ്സംഗതയായിരുന്നു.

“എന്നാലും ഇങ്ങനെയൊന്നുമല്ല ഞാൻ പ്രതീക്ഷിച്ചത്”

“എങ്ങനെയൊന്നുമല്ലെന്ന്?‘"

കൃഷ്ണൻകുട്ടി, മീനാക്ഷിയെ നോക്കി.

മീനാക്ഷി സങ്കോചത്തോടെ പറഞ്ഞു.

"പിന്നേ, ഞാനെപ്പോഴും നിന്റടുത്ത് വന്ന് കിന്നരിച്ചിരുന്നാൽമതിയോ? എനിക്കു വേറെ പണിയുണ്ട് മോളേ"

കൃഷ്ണൻകുട്ടി കളിയായിട്ടാണ് പറഞ്ഞതെങ്കിലും മീനാക്ഷിയുടെമുഖം വാടി.

"അതു പറഞ്ഞപ്പോഴേയ്ക്കും നീ പിണങ്ങിയോ?"

കൃഷ്ണൻകുട്ടി അധികാരത്തോടെ മീനാക്ഷിയുടെ കൈപിടിച്ചു.

മീനാക്ഷി മെല്ലെ ആ കൈ വിടുവിച്ചു. കൃഷ്ണൻകുട്ടിക്ക് ജാള്യത തോന്നി.

"എനിക്കിങ്ങനെയൊക്കെയേ പറ്റു! സിനിമയിൽ കാണുന്നതുപോലെ പ്രേമിക്കാനൊന്നും എനിക്കറിയില്ല!"’

അയാൾ ഗൌരവം പൂണ്ടു.

മീനാക്ഷിക്ക് ചിരി വന്നു.

" ....എന്നാരാ പറഞ്ഞത്?"

“കളിയാക്കണ്ട നീ!"

"വീട്ടില് അച്ചനും അമ്മയും പറയുന്നുണ്ട്.”!

മീനാക്ഷി വലിയ കാര്യത്തിൽ ശബ്ദം താഴ്ത്തി പറഞ്ഞു.

"എന്ത്?"

"നമ്മുടെ കാര്യം?""

അത് പറയുമ്പോൾ അവൾക്കു സങ്കോചം തോന്നി

“നമ്മുടെയെന്തു കാര്യം?”

കൃഷ്ണൻകുട്ടിക്കൊന്നും മനസ്സിലായില്ല.

“ദേ, എനിക്കരിശം വരണ്ട്."

"അതിനു നിനക്കരിശം വരാനെന്തിരിക്കുന്നു? നമ്മുടെയെന്തു കാര്യമാണ് വീട്ടിൽ പറഞ്ഞതെന്നല്ലേ ഞാൻ ചോദിച്ചുള്ളൂ.” .

കൃഷ്ണൻകുട്ടിയെ മീനാക്ഷി തുറിച്ചു നോക്കി.

“കല്യാണക്കാര്യം!”

തെല്ല് ഉറക്കെയാണ് അവൾ പറഞ്ഞത്!

കൃഷ്ണൻകുട്ടി ചെവിപൊത്തിക്കളഞ്ഞു! മീനാക്ഷി അതുകണ്ട്അയാളെ കൊഞ്ഞനം കുത്തിക്കാണിച്ചു.

അയാൾ അവളുടെ ചെവിക്കു പിടിച്ചു.

"പെണ്ണ് നല്ല പെട വാങ്ങും!”

മീനാക്ഷി കുതറിയോടി.

"അതിനിത്തിരി പുളിക്കും!" അവൾ ഉറക്കെപ്പറഞ്ഞു.

വഴിയിലൊരു ചെമ്പരത്തിക്കാടുകണ്ടപ്പോൾ അവൾ അവിടെ നിന്നു.

അവൾക്കു ചുറ്റും അടയ്ക്കാക്കിളികൾ കലപില കൂട്ടി പറന്നുനടന്നു.

കൃഷ്ണൻകുട്ടി നടന്നെത്തി അവളുടെ കൈപിടിച്ചു. അവളുടെ മുഖം ലജ്ജയിൽ ചുവന്നു തുടുത്തു.

പടർന്നുപന്തലിച്ച ചെമ്പരത്തിക്കാടിന്റെ ശീതളഛായയിൽ കലപില കൂട്ടിക്കൊണ്ടിരുന്ന അടക്കാക്കിളികൾ പെട്ടെന്ന് നിശ്ബ്ദരായതുപോലെ.

അയാൾ അവളുടെ കൈയിൽ മുറുകെ പിടിച്ച് അവളുടെ മുഖത്തേക്കു

നോക്കിനിൽക്കുകയായിരുന്നു. കൃഷ്ണൻകുട്ടി ഒരു ചെമ്പരത്തിപ്പൂവ് പറിച്ചെടുത്തുകൊണ്ട് അവളുടെ മുഖത്തേക്കു കുനിഞ്ഞു. ഏറെ നേരത്തിനുശേഷമാണ് അവൾക്കൊരു കാര്യം ഓർമ്മ വന്നത്!

"ഞാനൊരു കാര്യം പറയട്ടെ?

"എന്തു കാര്യം?"

"പറഞ്ഞാൽ കളിയാക്കരുത്!"

അവൾക്ക് ചെറിയൊരു ആശങ്കയുണ്ടായിരുന്നു.

“നീ കാര്യം പറ!" കൃഷ്ണൻകുട്ടി പറഞ്ഞു.

“ചെവിയിൽ പറയാം!"

"അത്രയ്ക്കു രഹസ്യമാണോ?"

കൃഷ്ണൻകുട്ടിക്ക് ആകാംക്ഷയായി. എന്തു കുരുത്തക്കേടാണീപെണ്ണു പറയാൻ പോകുന്നത്?

12

"ആരോടും പറയരുത്!

മീനാക്ഷി ഗൌരവത്തിലായിരുന്നു. പെണ്ണിന് കാര്യമായിട്ടെന്തോ പറയാനുണ്ട്. കൃഷ്ണൻകുട്ടി കാതുകൂർപ്പിച്ചു നിന്നു.

"പുറത്തു പറയരുതെന്നാ അച്ചൻ പറഞ്ഞിരിക്കുന്നത്. ആരോടെങ്കിലും പറഞ്ഞെന്നറിഞ്ഞാൽ അച്ചനെന്റെ കഥ കഴിക്കും!"

അതു പറയുമ്പോൾമീനാക്ഷിക്കൊരു വല്ലായ്മയുണ്ടായിരുന്നു.

"എന്നോടു പറയരുതെന്നു പറഞ്ഞിട്ടുണ്ടോ അച്ചൻ?"

കൃഷ്ണൻകുട്ടിയുടെ ചോദ്യത്തിന് അവൾ മറുപടി പറഞ്ഞില്ല.

"അതു പോകട്ടെ, നീ കാര്യമെന്താണെന്നു പറയ്!"

കൃഷ്ണൻകുട്ടിക്ക് അതെന്താണെന്നറിയാൻ തിടുക്കമായി. മീനാക്ഷി

അയാളുടെ കാതിലാണ് പറഞ്ഞത്. കേട്ടപാടെ കൃഷ്ണൻകുട്ടി പൊട്ടിച്ചിരിച്ചു. മീനാക്ഷി വിളറി വെളുത്തു.

"അതിനിത്ര ഇളിക്കാനെന്തിരിക്കുന്നു?"

അവൾക്കയാളോട് ദേഷ്യംതോന്നി.

"പിന്നെ ചിരിക്കാതെന്തു ചെയ്യും?"

കൃഷ്ണൻകുട്ടി കളിയാക്കി.

മീനാക്ഷി മുഖം കനപ്പിച്ചു.

“നീ കോളേജിൽ പോയിട്ടെന്താ പ്രയോജനം! തലയ്ക്കകത്തു കുറെച്ചെങ്കിലും മൂള വേണം!"

“ഞാൻ സത്യമാണ് പറഞ്ഞത് ഇട്ടുണ്ണൂലിയമ്മയുടെ മാളികയിൽഎവിടെയോ നിധിയിരിപ്പുണ്ട്. ആലത്തൂർ തറവാടിന്റെ പവിത്രമായ നിധി.തലമുറകളായി അതു കാത്തു

സൂക്ഷിച്ചിരിക്കുകയാണെന്നാ അച്ഛൻ പറഞ്ഞത്. നിധിയിരിക്കുന്നതെവിടെയാണെന്ന് അച്ഛനറിയാമെന്ന്."

മീനാക്ഷി ശബ്ദം വളരെ താഴ്ത്തിയാണതു പറഞ്ഞത്.

"എല്ലാമോരോ കെട്ടുകഥകളാ! നിന്നെപ്പറ്റിക്കാൻ അമ്മാവനോരോന്നുണ്ടാക്കിപ്പറയുന്നതാണ്. നീയൊരു പമ്പരവിഡ്ഢി! ഫൂൾ!"

മീനാക്ഷിക്ക് അസ്വസ്ഥത തോന്നി.

"എന്റച്ഛൻ അങ്ങനൊന്നും പറയില്ല!"

"പിന്നേ, നിന്റെയൊരച്ഛൻ! അങ്ങേർക്ക് ശരിക്കും വട്ടാ!"

കൃഷ്ണൻകുട്ടി ഉറക്കെ ചിരിച്ചു. മീനാക്ഷി അയാളെ രൂക്ഷമായി നോക്കി.

അവൾ വേഗത്തിൽ നടക്കാൻ തുടങ്ങി.

"മീനാക്ഷി" കൃഷ്ണൻകുട്ടി പിന്നിൽ നിന്നും വിളിച്ചു.

അവൾ കേട്ടതായി ഭാവിച്ചില്ല. കൃഷ്ണൻകുട്ടിക്ക് വേദന തോന്നി.

"ഇതുവച്ച് നമുക്കൊരു കളി കളിച്ചാലോ?-"

അയ്യപ്പൻകുട്ടി ആവേശത്തോടെ കൃഷ്ണൻകുട്ടിയോടു ചോദിച്ചു.

"എന്തിനാ? ഇട്ടൂണ്ണൂലിയമ്മയുടെ മാളിക കുത്തിപ്പൊളിച്ച് നിധിയെടുക്കാൻ പോകാനാണോ?"

കൃഷ്ണൻകുട്ടി കട്ടിലിൽ സിഗററ്റ് വലിച്ചുകൊണ്ട് ചടഞ്ഞിരുന്നു.

"മണ്ണാങ്കട്ട! കാര്യം പറയുമ്പോ നിനക്കു കളി!" അയ്യപ്പൻകൂട്ടി ചൊടിച്ചു.

"ഈയൊരു കെട്ടുകഥവച്ച് നമ്മളെന്തോ കളിക്കാനാ?"" കൃഷ്ണൻകുട്ടി ചോദിച്ചു.

"പലതും സംഭവിക്കാം!" അയ്യപ്പൻകുട്ടി നിഗൂഢതയോടെ ഊറിച്ചിരിച്ചു.

"നീ തെളിച്ചു പറ!"

കൃഷ്ണൻകുട്ടി അക്ഷമനായി.

അയ്യപ്പൻകുട്ടി ശബ്ദം താഴ്ത്തി.

"ഭൈരവനമ്മാവനെന്തോ മനസിലാക്കിയിട്ടുണ്ട്. അതുകൊണ്ട് അങ്ങേരിനിയും നമ്മളെ മുള്ളേൽ നിർത്തിയേക്കും. ഞാൻ പറയുന്നത്

നിനക്ക് മനസ്സിലാകുന്നുണ്ടോ?""

"നീ പറയ്!"

"ഭൈരവനമ്മാവനെ നമ്മൾ സോപ്പിട്ടെടുക്കുന്നു. അങ്ങേരെ നമ്മൾ പിണക്കാതെ നിർത്തുന്നു. രഹസ്യമായി നിധിയുടെ വിവരം ഭൈരവനമ്മാവന് ചോർത്തിക്കൊടുക്കുന്നു. അപ്പോൾ അമ്മാവനു നമ്മളോടൊരു പ്രത്യേക ഇഷ്ടം തോന്നും. ഒരു വെടിക്ക് രണ്ട് പക്ഷിയാണെന്നോർക്കണം. ഭൈരവനമ്മാവൻ ഒരു കാരണവശാലും ഭാർഗവനമ്മാവനെ മാളികയിലേക്ക് അടുപ്പിക്കില്ല. ഭാർഗവനമ്മാവൻ ഭൈരവനമ്മാവനേയും അടുപ്പിക്കില്ല. എങ്ങനെയുണ്ടെന്റെ ഐഡിയ?"

അയ്യപ്പൻകുട്ടി ഇരുകൈകൾ കൊണ്ടും ഷർട്ടിന്റെ കോളർ ഒന്നുയർത്തിവച്ചു.

"നിന്റെ ഐഡിയാ കൊള്ളാം. എന്റെ അമ്മാവന്മാരെ തമ്മിൽത്തല്ലിക്കാനാണ് നിന്റെ പരിപാടി അല്ലേ."

കൃഷ്ണൻകുട്ടിയുടെ ചോദ്യം കേട്ട് അയ്യപ്പൻകുട്ടി പൊട്ടിച്ചിരിച്ചു.

"അയ്യോ ..പണ്ടേ നിന്റമ്മാന്മാര് വലിയ സ്നേഹത്തിലാണല്ലോ. ഇപ്പോ പിന്നെ സ്നേഹം കുറച്ചുകൂടിയിരിക്കുകയാണല്ലോ. ..ഒന്നു പോടാ ഉവ്വേ.."

"നീ കളിയാക്കണ്ട, ഇക്കാര്യത്തിലവരുതമ്മിലൊരഡ്ജസ്റ്റുമെന്റിലെത്തി മാളിക ഇടിച്ചുപൊളിച്ച് നിധിയെടുത്ത് പപ്പാതി പങ്കുവച്ചോളാമെന്നുതീരുമാനിച്ചാൽ നമ്മളെന്തോ ചെയ്യും?' കൃഷ്ണൻകുട്ടി ചോദിച്ചു.

"എന്നാൽ അന്നീ ലോകം അവസാനിക്കും."

"എന്റീശ്വരാ!" കൃഷ്ണൻകുട്ടി നെഞ്ചത്ത് കൈവച്ചുകൊണ്ടു പറഞ്ഞു.

"ആലീസും രാജനും മുംബൈക്കു പോയിക്കിട്ടുന്നതുവരെ അററലീസ്റ്റ്ഒരു മാസമെങ്കിലും ഈ കാലമാടന്മാർ ഒന്നൊതുങ്ങിയിരുന്നെങ്കിൽ!"'

"അതിനു രണ്ടിനെയും വല്ല ഇരുട്ടുമുറിയിൽ കൊണ്ടു പൂട്ടിയിടണം."

“നീ നടക്കുന്ന കാര്യം വല്ലതും പറയെടെയ്. സമയം കളയാതെ ഭൈരവനമ്മാവനെ തപ്പിയെടുക്ക്!”

"അയ്യപ്പൻകുട്ടീ കുളമാകുമോടാ?''

കൃഷ്ണന്കുയട്ടി ദയനീയതയോടെ ചോദിച്ചു.

“കുളമായാൽ നമുക്കങ്ങു കുളിച്ചു കേറിയേക്കാം!”

അയ്യപ്പൻകുട്ടി ധൈര്യത്തോടെ പറഞ്ഞു.

ആലത്തൂർ തറവാടിന്റെ പടിപ്പുര കടന്നു പുറത്തിറങ്ങിയപ്പോഴേ ശകുനപ്പിഴയാണല്ലോ എന്നു ബാലൻ ഓർത്തു. ആ കാർത്തികേയന്റെ കണ്മുന്നിൽത്തന്നെ ചെന്നുപെട്ടു. അവന്റെ ആ കള്ളത്താടിയും ഒരിളിയും കാണുമ്പോഴേ മനസ്സു കത്തും. ദൈവമേ ഏതു മുടിയാൻ കാലത്താണോ ആകൈതക്കാട്ടിൽ ചെന്നിരിക്കാൻ തോന്നിയത്? കൃത്യസമയത്ത് ഈ ശനിയൻ അതുവഴി വരാനും.ഇനിയിവനെ കൂടെക്കൂടെ സോപ്പിട്ടുകൊണ്ടിരുന്നില്ലെങ്കിൽ ഇവൻ ചെന്ന ആനന്ദിയുടെ ആ മൊശടൻ തന്തയോടു പറയും! അതോടെ കഥ തീർന്നു . രായ്ക്കു രാമാനം അവളേയും കൂട്ടി എങ്ങോട്ടെങ്കിലും ഓടിപ്പോയാൽ മതി. അങ്ങേരുടെ കണ്ണിലെങ്ങാനും ചെന്നുപെട്ടാൽ അരിഞ്ഞു കഷണം കഷണമാക്കി പ്ലാസ്റ്റിക്കു പായ്ക്കറ്റിലാക്കി ടാറിട്ട റോഡിൽ വിതറിയിടും. നാട്ടുകാര് വിചാരിക്കും കോഴിവേസ്റ്റാണെന്ന്. പിന്നെ ആ റോഡുകേളാട് ആരെങ്കിലും ചോദിച്ചാൽ അവറ്റകളൊരു ദുരന്ത പ്രണയകഥ പറയും. ബാലന്റേയും ആനന്ദിയുടേയും അനശ്വര പ്രണയകഥ അതു കേട്ട് കണ്ണീർ വാർത്ത്

“ബാക്കി കാശുതരാമെന്ന് പറഞ്ഞിട്ട് ദെവസി രണ്ടായി..”

കാർത്തികേയൻ താടി ചൊറിഞ്ഞുകൊണ്ടു ചോദിച്ചു.

എമ്പോക്കി വട്ടിപ്പലിശക്കാരേപ്പോലെയാണല്ലോ കാശു ചോദിക്കുന്നത്.

ചോര പതഞ്ഞുവന്നെങ്കിലും അതങ്ങു അമർത്തിവച്ചു.

“ നിന്നെ ഞാനീ നാടുമുഴുവൻ അന്വേഷിച്ചു. കാണണ്ടേ.?”

ബാലൻ കൗശലപൂർവം ചിരി വരുത്തി.

"ശോ ഇതു നേരത്തെ അറിഞ്ഞിരുന്നെങ്കിൽ!‘ കാർത്തികേയൻ വിരൽ കടിച്ചു.

"എന്താ - നീ അങ്ങേരോടുചെന്ന് എല്ലാം പറഞ്ഞുകൊടുത്തോദുഷ്ടാ?"

ബാലൻ ഒരുൾക്കിടിലത്തോടെ ചോദിച്ചു.

കാർത്തികേയൻ വിരൽ കടിച്ചുകൊണ്ടു നിൽപ്പായിരുന്നു. ബാലനു കരച്ചിൽ വന്നു.

"അങ്ങിനെയെങ്ങാനും സംഭവിച്ചിട്ടുണ്ടെങ്കിൽ ആ ഭൈരവൻ വന്നെന്റെകഴുത്തറുക്കുന്നതിനു മുൻപേ ഞാൻ നിന്റെ കഴുത്തറക്കും ഓർത്തോ!"

ബാലൻ വിങ്ങിപ്പൊട്ടി.

കാർത്തികേയൻ ഞെട്ടിയതപ്പോഴായിരുന്നു.

"നീയൊന്നടങ്ങ് ബാലാ. ഞാനങ്ങനെ നെറികേടു കാട്ടുമെന്ന് നിനക്കു തോന്നുന്നുണ്ടോ?"

കാർത്തികേയൻ സഹതാപത്തോടെ ബാലന്റെ കണ്ണീർ തുടച്ചുകൊടുത്തു.

"ഞാൻ പറഞ്ഞുവരുന്നത് വേറൊന്നാ - നീ എന്നെ അന്വേഷിച്ചു നടക്കുകയായിരുന്നുവെന്ന് അറിഞ്ഞിരുന്നെങ്കിൽ ഞാൻ നിന്നെ അന്വേഷിച്ചു നടക്കില്ലായിരുന്നു. എനിക്ക് ഇത്തിരി കാശിന്റെ അത്യാവശ്യം വന്നതുകൊണ്ടല്ലേ ഞാൻ നിന്നെ അന്വേഷിച്ചു നടന്നത്. നിന്നെ എവിടെ കണ്ടു കിട്ടാനാ. നീ എന്നെ അന്വേഷിച്ചു നടക്കുകയല്ലായിരുന്നോ?"

കാർത്തികേയൻ കള്ളച്ചിരിയോടെ ബാലനെ നോക്കി. ബാലൻ അരിശം കടിച്ചമർത്തി.

"ബാലാ .. എനിക്ക് കാശിനു സ്വൽപ്പം ടൈറ്റാ. നീയൊരു മുന്നൂറുരൂപാ താ അത്യാവശ്യമാ.""

കാർത്തികേയൻ പറഞ്ഞു.

"മൂന്നൂറു രൂപയോ?" ബാലന്റെ കണ്ണുതള്ളി.

"കാർത്തികേയാ, നീയിത്തിരി മനുഷ്യത്വം കാണിക്ക്. എന്റെ കയ്യിലെവിടുന്നാ മുന്നൂറു രൂപാ. ഇവിടെ ഷേവ് ചെയ്യാൻ ഒരു ബ്ലേഡ് വാങ്ങാൻകാശില്ലാതെ നടക്കുവാ ഞാൻ!"

കാർത്തികേയൻ പൊട്ടിച്ചിരിച്ചു.

"ദൈവം സഹായിച്ച് നിന്റെ മുഖത്തൊരു രോമത്തിന്റെ തരിയില്ലല്ലോ! പിന്നെന്തിനാടാ ഷേവിങ്! ഹ.. ഹ...ഹ..."

"ദേ ഒരുമാതിരി അഴകൊഴമ്പൻ വർത്തമാനം പറഞ്ഞാലുണ്ടല്ലോ?

ബാലനു ദേഷ്യം വന്നു.

"എനിക്കു രണ്ടിലൊന്നറിയണം! കാശു തരുന്നോ? ഇല്ലയോ?

കാർത്തികേയൻ ചോദിച്ചു.

"നീയിങ്ങനെ പറഞ്ഞാലെങ്ങനെയാ കാർത്തികേയാ ഓടിവന്ന് ഒരു അഞ്ഞൂറ്, ആയിരം എന്നൊക്കെ പറഞ്ഞാൽ ഞാനെന്തു ചെയ്യാനാണ്.

"എന്നാലൊരു കാര്യം ചെയ്യാം!" കാർത്തികേയൻ ഒരു ബുദ്ധിജീവിയെപ്പോലെ താടിതടവി. നിങ്ങടെ കാര്യം ഞാൻ ഭൈരവങ്ങത്തെയോട്കഴിയുമ്പോൾ അങ്ങേര് എനിക്ക് പത്തോ അഞ്ഞൂറോ തരാതിരിക്കില്ല. അതു കഴിഞ്ഞ് നീയെനിക്കീ കാശു തരുമ്പോൾ ഞാൻ പറഞ്ഞോളാം നീയും ആനന്ദിയും തമ്മിൽ പ്രേമമില്ല, സ്നേഹമില്ല എന്ന്. നിങ്ങൾ തമ്മിൽ ഭയങ്കര ശത്രുക്കളാണെന്നും കണ്ടാലപ്പോഴേ അടി വീഴുമെന്നും പറഞ്ഞേക്കാം. എന്താ.."

കാർത്തികേയൻ പരിഹസിക്കുകയാണെന്ന് ബാലനു മനസിലായി.

ശരിക്കുമൊരു കുറുക്കൻ!

"എടാ ഞാൻ പറയുന്നത് സത്യമാണ്. എന്റെ കയ്യിലൊരു ചില്ലിക്കാശില്ല."

ബാലന്റെ ശബ്ദമിടറിപ്പോയി.

" വേണ്ട, "

കാർത്തികേയൻ ചിരിച്ചു.

"കാശായിട്ടുവേണമെന്നാരു പറഞ്ഞു, ആ വാച്ചിങ്ങോട്ട് അഴിച്ചു തന്നാമതി."

കാർത്തികേയൻ ആജ്ഞാപിക്കുംപോലെ പറഞ്ഞു.

ഗത്യന്തരമില്ലാതെ ബാലൻ വാച്ചഴിച്ചുകൊടുത്തു.

അപ്പോൾ ബാലൻ ദയനീയതയോടെ പറഞ്ഞു

"ഇത് വിറ്റു കാശു വാങ്ങുമ്പോൾ നീയൊരു കാര്യം ചെയ്യണം, അഞ്ചാറു രൂപ കൊടുത്ത് ഒരു തെങ്ങിൻതൈ വാങ്ങി സൂക്ഷിച്ചു വയ്ക്കണം. എന്റെ കുഴിമാടത്തിൽ വയ്ക്കാൻ!'

"ബാലാ - നീയെന്താണൊരുമാതിരി വർത്തമാനം പറയണത്. നിങ്ങളോടുള്ള സ്നേഹം കൊണ്ടല്ലേ ഭൈരവനങ്ങത്തയോട് പറയാതിരുന്നത്. ഞാനൊരു സത്യസന്ധനാണെന്ന് കൂടി

നീയോർക്കണം.അതിന് നീ എന്നോടു സ്നേഹം കാണിക്കേണ്ടതിനു പകരം.."

കാർത്തികേയൻ വാച്ചുവാങ്ങി പോക്കറ്റിലിട്ടുകൊണ്ട് പിണക്കത്തോടെപറഞ്ഞു.

ബാലൻ അയാളെ തുറിച്ചു നോക്കി.

കാർത്തികേയൻ കൊല്ലുന്നൊരു ചിരിചിരിച്ച് നടന്നകന്നു.

വെയിലുറയ്ക്കാൻ തുടങ്ങുമ്പോൾ അയ്യപ്പൻകുട്ടിയെ പിന്നിലിരുത്തി,

വീതികുറഞ്ഞ ചെമ്മൺ പാതയിലൂടെ കൃഷ്ണൻകുട്ടി സൈക്കിൾ ചവിട്ടുകയായിരുന്നു. കുറെദൂരം പോയാൽ മെയിൻ റോഡിലേക്കു കയറാം. മെയിന്റോഡ് ടൗണിലേക്കുള്ളതാണ്.

"അയ്യപ്പൻകുട്ടീ."

കൃഷ്ണൻകുട്ടി കിതപ്പോടെയാണ് വിളിച്ചത്.

"എന്തോ?"

"നീയേതുകടയിൽ നിന്നാ റേഷൻ വാങ്ങുന്നത്?"

"പാപ്പുശ്ശാരെടെ കടയിൽ നിന്ന്! നീയെന്താ ചോദിച്ചേ? നിനക്കു റേഷൻ കിട്ടിയില്ലേ. നല്ല ഫസ്ററ ക്ലാസ് അരിയാ. ഇത്തിരി മണോണ്ട്ന്നേഒള്ളൂ."

"അതല്ലെടാ കഴുതേ, നിന്നെ കണ്ടിട്ടു നിനക്കിത്രയും ഭാരമുണ്ടെന്നു ഞാൻ വിചാരിചില്ല."

കൃഷ്ണൻകുട്ടിയുടെ സംസാരം കേട്ട് അയ്യപ്പൻകുട്ടി പൊട്ടിച്ചിരിച്ചു.

"എടാ കൃഷ്ണൻകുട്ടി, അതേയ് നിനക്ക് ആരോഗ്യമില്ലാത്തതിന് നീയെന്നെപ്പറയുന്നതെന്തിനാണ്. ആണുങ്ങളായാൽ ശരീരത്തിനിത്തിരി ബലമൊക്കെ വേണം നീയെന്നെ കണ്ടു പഠിക്ക്! ഒരു പത്തുനാൽപ്പതുപേര് ഒരുമിച്ചിങ്ങുവന്നാലും ഞാനടിച്ചു നില്ക്കും ! അതാ അയ്യപ്പൻകുട്ടി."

ആ വീമ്പു പറച്ചിൽ കേട്ട് കൃഷ്ണൻകുട്ടി തലകുലുക്കി.

"ആവു ഇപ്പോഴാ മനസ്സിനൊരു സമാധാനമായത്!"

കൃഷ്ണൻകുട്ടിനെടുവീർപ്പിട്ടുകൊണ്ടു പറഞ്ഞു.

"എന്താടാ?"

"ഇനിയിപ്പോ ആലീസിന്റെ അപ്പച്ചൻ ഒരു പത്തുനൂറു ഗുണ്ടകളെയുംകൊണ്ടിങ്ങുവന്നാലു പുല്ലുപോലെ അടിച്ചു നിരപ്പാക്കാം. അല്ലേടാ അയ്യപ്പൻകുട്ടീ."

അയ്യപ്പൻകുട്ടിയുടെ ഉള്ളാന്തിപ്പോയി.

പാതയരികിൽ മതിൽക്കെട്ടുപോലെ കമ്മ്യൂണിസ്റ്റുപച്ചകൾ കാടുപിടിച്ചു നിൽക്കുന്നു. സൈക്കിൾ വളവു തിരിഞ്ഞപ്പോൾ കൃഷ്ണൻകുട്ടി അതു കണ്ടു. പാതയോരം ചേർന്നു ഭൈരവനമ്മാവൻ നടന്നു വരുന്നു.

കൃഷ്ണൻകുട്ടി ആഹ്ലാദത്തോടെ പറഞ്ഞു

" അയ്യപ്പൻകുട്ടീ തേടിയവള്ളി കാലിൽ ചുറ്റി."

അയ്യപ്പൻകുട്ടി അതുകേട്ട് കൃഷ്ണൻകുട്ടിയുടെ കാലിലേക്ക് നോക്കി.

"എന്റെ കാലിലേയ്ക്കല്ല നോക്കേണ്ടത്. നീയങ്ങോട്ട നോക്ക് - ഭൈരവനമ്മാവൻ!"

കൃഷ്ണൻകുട്ടി സൈക്കിളിന്റെ സ്പീഡ് കുറച്ചു.

അയ്യപ്പൻകുട്ടി ചാടിയിറങ്ങി

13

കൃഷ്ണൻകുട്ടിയേയും അയ്യപ്പൻകുട്ടിയേയും കണ്ടപ്പോൾ ഭൈരവനമ്മാവൻ കക്ഷത്തിലിരുന്ന കാലൻകുട നിലത്തൂന്നി കണ്ണുകളിടുമ്മിച്ച് ഒരു നോട്ടം.

" ഭൈരവനമ്മാവൻ കാലൻ കുടയുമായിട്ടാണല്ലോ?"

അയ്യപ്പൻകുട്ടിയൊരു കമന്റു പാസാക്കി.

"നിന്റെ അമ്മൂമ്മേനേ കൊണ്ടാവാൻ വന്നതാ."

വന്നപാടെ കാലൻ എന്നുവിളിച്ചതിന് ഭാരവനമ്മാവൻ ഒരുഗ്രൻ മറുപടി കൊടുത്തു.

അയ്യപ്പൻകുട്ടി ചമ്മിപ്പോയി.

"എന്റെ പൊന്നമ്മാവാ, വേണ്ടാത്ത വയ്യാവേലിക്കൊന്നും പോകേണ്ട. അവന്റെ അപ്പൂപ്പൻ ആളുചില്ലറക്കാരനല്ല

കൃഷ്ണൻകുട്ടി അയ്യപ്പൻകുട്ടിയുടെ രക്ഷയ്ക്കെത്തി.

"എടാ കുരുത്തം കെട്ടവനേ, അമ്മാവനോടു സംസാരിക്കുന്നതു സൂക്ഷിച്ചുവേണം."

ഭൈരവൻ താക്കീതു ചെയ്തു.

കൃഷ്ണൻകുട്ടി വായ് പൊത്തി.

"നെഗളിക്കരുത് നീ. എല്ലാമെനിക്കറിയാമെടാ എമ്പോക്കീ!

ഭൈരവനു ദേഷ്യം വന്നു.

ഇരുവരുടെയും ഉള്ളിൽ ഒരു കൊള്ളിയാൻ മിന്നിപ്പൊലിഞ്ഞു. അയ്യപ്പൻകുട്ടി വല്ലാത്തൊരു ചങ്കിടിപ്പോടെയാണ് കൃഷ്ണൻകുട്ടിയെ നോക്കിയത്.

കൃഷ്ണൻകുട്ടി പ്രജ്ഞയറ്റവനെപ്പോലെ മിഴിച്ചു നില്ക്കുകയായിരുന്നു.

"നോക്കി പേടിപ്പിക്കേണ്ട നീയ്. നിന്റെ കള്ളക്കളികളൊക്കെ ഞാൻ പൊളിക്കും!"

ഭൈരവൻ കൃഷ്ണൻകുട്ടിയുടെ മുഖത്ത് നോക്കി ഉച്ചത്തിലാണ് പറഞ്ഞത്.

ഈശ്വരാ എല്ലാം തീർന്നിരിക്കുന്നു!

കൃഷ്ണൻകുട്ടി നെഞ്ചത്തു കൈവച്ചു.

ചെറിയമ്മവാൻ എല്ലാംഅറിഞ്ഞെന്നുറപ്പായിരിക്കുന്നു. ഇനിയിപ്പൊഴൊന്നേ ചെയ്യാനുള്ളൂ. ഒരു കുപ്പി ദശമൂലാരിഷ്ടവും ഒരു കുപ്പി പൊട്ടാസ്യംസയനൈഡും വാങ്ങി സമാസമം കലർത്തി ഓരോ ഔൺസുവീതം എല്ലാവരുമങ്ങു കുടിച്ചാൽ മതി!

അയ്യപ്പൻകുട്ടി, കൃഷ്ണൻകുട്ടിയെയൊന്നു നുള്ളി.

ഭൈരവൻ ഓർക്കുകയായിരുന്നു.

ഒരൊറ്റയൊരുത്തനറിയാതെ ചെറുക്കൻ സുഖമായിട്ടൊരു പെണ്ണിനേയും കെട്ടി എവിടേയോ ഒളിപ്പിച്ചു താമസിപ്പിച്ചിട്ട് അവൻ ആളാകാൻ നോക്കുന്നു.

ഇവൻ ഇനി അധികം വേലയിറക്കേണ്ടി വരില്ല. ഏറ്റവും നല്ലതെളിവായിട്ട് ഒരുഗ്രൻ ബോംബുതന്നെ തന്റെ പക്കലുണ്ട.

ഭൈരവൻ പോക്കറ്റു തപ്പിനോക്കി. ഫോട്ടോ സുരക്ഷിതമായി പോക്കറ്റിലുണ്ട്. സംഭവങ്ങൽ എവിടെവരെ പോകുമെന്നു നോക്കട്ടെ. എന്നിട്ടു വേണം ബോംബു പൊട്ടിക്കാൻ.

"ഉഗ്രനൊരു പൊട്ടിത്തെറിയുണ്ടാകും ഇവിടെ."

ഭൈരവൻ ഉറക്കെത്തന്നെ പറഞ്ഞു.

അതുകൂടികേട്ടപ്പോൾ കൃഷ്ണൻകുട്ടിക്കും അയ്യപ്പൻകുട്ടിക്കും ബോധം പോകുമോ എന്നു തോന്നിപ്പോയി. ഭാരവനമ്മാവൻ ആളു നിസാരനല്ല, ഷെർലക്ഹോംസിന്റെ പുനരവതാരമാണ്.

ഇയാളെങ്ങിനെയാണ് ഇതൊക്കെ അറിഞ്ഞത്? ഇരു ചെവിയറിയാതെ ഇയാളെയങ്ങു തട്ടിക്കളഞ്ഞാലോ!

അവരിരുവരുടെയും കൈ തരിച്ചു

വേണ്ട അതു പിന്നെ ഇതിലും വലിയ പുലിവാലാകും!

"അമ്മാവാ..?"

കൃഷ്ണൻകുട്ടി പൊട്ടിക്കരഞ്ഞു.

കൃഷ്ണൻകുട്ടി ഭാരവനെ കെട്ടിപ്പിടിച്ചു. ഭാരവൻ ഒരു നിമിഷം അമ്പരന്നു പിന്നെ സംഗതിയുടെ കിടപ്പു പിടികിട്ടിയപ്പോൾ അങ്ങനെ വഴിക്കുവാ മരുമകനേ, എന്നമട്ടിൽ ഉള്ളാലെ ചിരിച്ചു.

കൃഷ്ണൻ കുട്ടിയുടെ കരച്ചിൽ കണ്ടപ്പോൾ അയ്യപ്പൻകുട്ടിക്കും കരച്ചിൽ വന്നു. അവരിരുവരും കരയുന്നതുകണ്ടപ്പോൾ അറിയാതെ ഭൈരവന്റെകണ്ണു നിറഞ്ഞു.

“അമ്മാവനോടെനിക്ക് സ്നേഹമില്ലേ അമ്മാവാ?”

കൃഷ്ണൻകുട്ടിയുടെ ശബ്ദമിടറി.

“എന്നോട് അമ്മാവന് സ്നേഹമില്ല അമ്മാവാ?”

"നീയെന്റെ മരുമകനല്ലേ? ഭൈരവൻ പറഞ്ഞു."

“ അമ്മാവനോട് ഞങ്ങളൊരു രഹസ്യം പറയട്ടെ?"

"രഹസ്യമോ?"

ഭൈരവൻ മുഖം ചുളിച്ചു.

"അതെ, അമ്മാവനോടുള്ള സ്നേഹംകൊണ്ടു പറയുന്നതാ!"

അയ്യപ്പൻകുട്ടി പറഞ്ഞു.

"അതെന്താണെടാ ഇത്രവലിയ രഹസ്യം?"

ഭൈരവൻ അവരെ രണ്ടുപേരെയും മാറിമാറി നോക്കി.

"പുറത്താരുമറിയരുത്! കൃഷ്ണൻകുട്ടി അടക്കിപ്പിടിച്ചു പറഞ്ഞു.

"ങ്ഹാ.. ഹാ എനിക്കറിയാമെടാ"

ഭൈരവൻ കള്ളച്ചിരി ചിരിച്ചു.

കൃഷ്ണൻകുട്ടിയും അയ്യപ്പൻകുട്ടിയും ഒരു പോലെ ഞെട്ടി.

“എന്തറിയാമെന്ന്?”

“ നീയെത്ര ഒളിച്ചുപിടിച്ചാലും ഭൈരവനമ്മാവനതറിയും കൃഷ്ണൻകുട്ടി.”

കൃഷ്ണൻകുട്ടി അമ്പരന്നു.

“നീ പറഞ്ഞുവരുന്നതെന്താണെന്നെനിക്കറിയാം. നിന്റെ കല്യാണക്കാര്യമല്ലേ?""

ഭൈരവൻ അക്കാര്യം തുറന്നങ്ങു ചോദിച്ചു. കുറെനാളായി മനസ്സിൽ ഉരുണ്ടുകളിക്കുകയായിരുന്നല്ലോ അത്. കൃഷ്ണൻകുട്ടിക്കു ചിരി വന്നു.

"എന്റെ അമ്മാവാ - അതിനൊക്കെയിനിയും സമയമുണ്ടല്ലോ?

"എന്റെ കൃഷ്ണൻകുട്ടീ ഇതു പറയാൻ ഇത്രയൊക്കെ സമയംവേണോ? എല്ലാമെനിക്കറിയാമെടാ. എന്നാലും ഇതിനു

നിനക്കെങ്ങനെ ധൈര്യം വന്നെടാ. ആട്ടെ നിന്റ ഭാര്യയ്ക്കുവിശേഷം വല്ലതുമുണ്ടോ?

ഭൈരവൻ വാ പൊത്തിച്ചിരിച്ചു. അയ്യപ്പൻകുട്ടി അത്ഭുതത്തോടെ കൃഷ്ണൻകുട്ടിയെ നോക്കി.

“ദേ- അമ്മാവാ - ഒരു മാതിരി... വർത്തമാനം പറയരുത്. ഭാര്യയ്ക്കു വിശേഷം വല്ലതുമുണ്ടോന്ന്!”

ഭൈരവനമ്മാവനു ശരിക്കും പിരിയിളകിയിരിക്കുന്നു.

“ഞാൻ പറഞ്ഞതാണോടാ കുറ്റം, ഈ നാട്ടിലൊരു കുഞ്ഞുപോലുമറിയാതെ എല്ലാവരുടേയും കണ്ണിൽ പൊടിയിട്ടിട്ട് നീയൊരു ക്രിസ്ത്യനിപ്പ്ണിനെ കെട്ടിയിട്ട് ഞാനൊന്നുമറിഞ്ഞില്ലേ രാമനാരായണ എന്നും പറഞ്ഞു നടക്കുകയാണല്ലേ കള്ളക്കഴുവേറി.”

ഭൈരവൻ കൃഷ്ണൻകുട്ടിയുടെ താടിക്കിട്ടൊരു തട്ടുകൊടുത്തു.

കൃഷ്ണൻകുട്ടി ഇതെല്ലാം കേട്ട് സ്തബ്ധനായി നില്ക്കുകയായിരുന്നു.

"എടാ ആ പെണ്ണിന്റെ പേര് ആലീസ് എന്നല്ലേ? ഇതൊക്കെ നി പറയാതെ തന്നെ എനിക്കറിയാമെടാ. ആട്ടെ നീയെവിടെയാ ആ പെണ്ണിനെ ഒളിപ്പിച്ചുവച്ചിരിക്കുന്നത്. നല്ലൊരു സുന്ദരിക്കൊച്ച്. “

ഭൈരവൻ കൃഷ്ണൻകുട്ടിയെ നോക്കി. കൃഷ്ണൻകുട്ടി ഈ ലോകത്തല്ലായിരുന്നു.

അയ്യപ്പൻകുട്ടി അതുവരെ മുള്ളേൽ നിൽക്കുകയായിരുന്നു. ഭൈരവന്റെ സംസാരം കേട്ടപ്പോൾ അയ്യപ്പൻകുട്ടിയുടെ ശ്വാസം നേരേ വീണു. അവൻ കൃഷ്ണൻകുട്ടിയെ നോക്കി.

കൃഷ്ണൻകുട്ടിയുടെ ചുണ്ടിലൊരു ചിരിമിന്നിമറഞ്ഞു. അപ്പോൾ ഇതായിരുന്നു. ഭൈരവനമ്മാവന്റെ കണ്ടുപിടിത്തം! എവിടെ നിന്നു കിട്ടി ഇത്?

വയസന്മാരുടെ ബുദ്ധിപോകുന്ന പോക്കേ?

കൃഷ്ണൻകുട്ടി നെടുതായി ഒന്നു നിശ്വസിച്ചു.

"എടാ കൃഷ്ണൻകുട്ടി, നീയെന്തെങ്കിലുമൊന്നു പറയെടാ." ഭൈരവൻകളിയാക്കി.

"എന്റമ്മാവാ, ഇതൊക്കെ അമ്മാവനോടാരാ പറഞ്ഞത്? എല്ലാം അമ്മാവന്റെയോരോ തോന്നലുകളാ"

കൃഷ്ണൻകുട്ടി അസഹ്യതയോടെ പറഞ്ഞു.

അയ്യപ്പൻകുട്ടി അപ്പോൾ അവനെയൊന്നു തോണ്ടിയിട്ട് ഭൈരവൻകാണാതെ കണ്ണിറുക്കി കാണിച്ചു.

"കണ്ടോ, കണ്ടോ, എടാ കള്ളകഴുവേറീ, നീയിതൊന്നും സമ്മതിച്ചു തരില്ലെന്ന് എനിക്കറിയാമെടാ.'

ഭൈരവൻ ചിരിച്ചു.

"ഞങ്ങൾ അമ്മാവനോട് പറയാൻ വന്ന രഹസ്യം ഇതൊന്നുമല്ല:അതൊരു വലിയ രഹസ്യമാ.""

അയ്യപ്പൻകുട്ടിയാണ് പറഞ്ഞത്.

"അതെന്താടാ, അയ്യപ്പൻകുട്ടീ"

ഭൈരവനു ഉത്ക്കണ്ഠയായി.

കൃഷ്ണൻകുട്ടി അയ്യപ്പൻകുട്ടിയെ കണ്ണുകാണിച്ചു.

“അതേയ് - ഓർക്കാപ്പുറത്ത് ഭൈരവനമ്മാവനൊരു നിധി കിട്ടിയാൽഅമ്മാവനെന്തു ചെയ്യും? “

അയ്യപ്പൻകുട്ടി ചോദിച്ചു.

“കടങ്കഥ പറഞ്ഞു. കളിക്കാനെനിക്കിപ്പോ നേരമില്ല?”

ഭൈരവൻ ഗൗരവത്തിലായി.

“കടങ്കഥയൊന്നുമല്ലമ്മാവാ ’ സത്യം. ഒരു സ്ഥലത്ത് അമ്മാവനവകാശപ്പെട്ട ഒരു നിധിയിരിപ്പുണ്ട്."

കൃഷ്ണൻകുട്ടി അടക്കത്തിൽ ഭൈരവന്റെ ചെവിയിൽ പറഞ്ഞു.

“നീയെന്നെ കളിയാക്കുകയാണോ!” ഭൈരവനു സംശയമായി.

"ഞാനെന്തിനാ അമ്മാവനെ കളിയാക്കണത്! ഇതു സത്യമാണ്. കാര്യം ഭാർഗ്ഗവനമ്മാവനു മാത്രമേ അറിയാൻ പാടുള്ളൂ. ഇട്ടുണ്ണൂലിയമ്മയുടെ മാളികയിലെവിടെയോ നിധിയിരിക്കുന്നത് ഒറ്റയ്ക്കുതട്ടിയെടുക്കാനാണ് ഭാർഗ്ഗവനമ്മാവന്റെ പരിപാടി. അതു ശരിക്കും അന്യായമല്ലേ! ഇട്ടുണ്ണൂലിയമ്മയുടെ സ്വത്തിൽ ഭൈരവനമ്മാവനും എന്റമ്മയ്ക്കും കൂടി അവകാശമുണ്ട്.

കൃഷ്ണൻകുട്ടി അല്പം രോഷം കലർത്തിയാണു സംസാരിച്ചത്.

"നീ ഭാർഗ്ഗവനുമായി തെറ്റിയോ?"

ഭൈരവൻ ചോദിച്ചു.

"നീതിയുടേയും ന്യായത്തിന്റേയും പക്ഷത്തേ ഞാൻ നില്ക്കു “.

കൃഷ്ണൻകുട്ടി തറപ്പിച്ചു പറഞ്ഞു.

ഭൈരവനമ്മാവനു വലിയ സന്തോഷമായി. എന്നാലും അയാളുടെ മനസ്സിൽ പിന്നേയും സന്ദേഹമുണ്ടായിരുന്നു. ഈ നിധിയുടെ കഥ വാസ്തവമാണോ എന്ന്.

"നീ പറഞ്ഞ നിധിയുടെ കാര്യം സത്യമാണോ?"

ഭൈരവനമ്മാവൻ എടുത്തു ചോദിച്ചു.

"സത്യം. ആലത്തൂർ തറവാട്ടിൽ പരമ്പരാഗതമായി സൂക്ഷിച്ചുവച്ചിരിക്കുന്ന നിധിയാണത്രെ! പവിത്രമായ നിധി.

കൃഷ്ണൻകുട്ടി ആവേശത്തോടെ പറഞ്ഞു.

"നിങ്ങളെങ്ങിനെയാണ് ഇതറിഞ്ഞത്!"

"അമ്മാവന് അപ്പം തിന്നാപ്പോരെ; കുഴിയെണ്ണണോ!

അയ്യപ്പൻകുട്ടിക്ക് അരിശം വന്നു.

" അമ്മാവനെ അപ്പം തീറ്റിക്കാനെന്തൊരു ഉത്സാഹമാണ് മരുമക്കൾക്ക്."

ഭൈരവന് അവരെ തീർത്തും വിശ്വാസമായില്ല.

"എന്നാലമ്മാവനൊരു കാര്യം ചെയ്യ്. വീട്ടിൽപോയി ചൊറിയും കുത്തിയിരിക്ക്. നല്ല ആമ്പിള്ളേർ നിധിയും കുഴിച്ചെടുത്തോണ്ട് പൊയ്ക്കൊള്ളും. ഞങ്ങൾക്കിത്രയേ പറയാനുള്ളു. നീ വാടാ കൃഷ്ണൻകുട്ടി, വണ്ടിയെടുക്ക്."

അയ്യപ്പൻകുട്ടി ദേഷ്യത്തോടെ ഇത്രയും പറഞ്ഞിട്ട് കൃഷ്ണൻകുട്ടിയെ നോക്കി.

കൃഷ്ണൻകുട്ടി സൈക്കിൾ മുന്നോട്ടെടുത്തു.

അവരിരുവരും സൈക്കിളോടിച്ചു ചെമ്മൺപാതയിലൂടെ സൈക്കിളോടിച്ചു മുന്നോട്ടു പോയി. ഭൈരവൻ എന്തോ സ്വപ്നം കാണുന്ന മട്ടിൽ അവിടെത്തന്നെ നിന്നു.

നിധി സത്യമാണോ മിഥ്യയാണോ എന്ന് ഇനിയും അന്വേഷിക്കേണ്ടിയിരിക്കുന്നു.

നേരം ശരിക്കും ഇരുട്ടിയപ്പോഴാണ് ബാലന് വീട്ടിലേക്കൊന്നും പോകാൻ പറ്റിയത്. ഇരിങ്ങാലക്കുടയിലൊരു ബന്ധുവിനെ കണ്ടു വന്നശേഷം നീണ്ടു നിവർന്നു കിടക്കുകയാണ് ഭാർഗ്ഗവൻ.

"പോയിട്ട് ഇപ്പോള്ത്തതന്നെയിങ്ങു വന്നേക്കണേ ബാലാ."

പങ്കജാക്ഷിയമ്മ വിച്ചു പറഞ്ഞു. ബാലനൊന്നു മൂളിയതേ ഉള്ളു.

അയാൾ പടിപ്പുര കടന്ന് വഴിയിലേക്കിറങ്ങി നടന്നു.

നിലാവുദിച്ചിരുന്നു. വലിയ മരങ്ങളുടെ നിഴൽ നിലാവെളിച്ചത്തിലൊരുനിഴൽക്കൂത്തുപോലെ വഴിയിലാകമാനം പടർന്നു കിടന്നു. ,

ബാലൻ കൈയിലിരുന്ന ടോർച്ചു മിന്നിച്ചു. ഇന്നും അമ്മയുടെ പഴി കേൾക്കേണ്ടി വരുമെന്നുറപ്പാണ്. ഈ മകന്റെ അവസ്ഥയെക്കുറിച്ച് അമ്മക്കെന്തറിയാം? അമ്മയ്ക്കെന്നല്ല, അതാർക്കു മറിയില്ല; ആനന്ദിക്കുപോലും.

ചെകുത്താനും കടലിനുമിടയിൽപ്പെട്ട് നിസ്സഹായതയോടെ ഒന്നുറക്കെ കരയാൻപോലുമാവാതെ ഭയന്നു നിൽക്കുന്ന ഒരുവന്റെ അവസ്ഥ! അതാർക്കും മനസ്സിലാകില്ല.

ആലത്തൂർ തറവാട്ടിലെ കാര്യസ്ഥപ്പണിക്കു കിട്ടുന്നത് തുച്ഛമായ ഒരുസംഖ്യ. അതും കിട്ടിയാലായി.

ആ കുടുംബത്തെയോർത്തിട്ട് അവിടെ നിന്നും ഇട്ടെറിഞ്ഞിട്ട് പോകാനും വയ്യ!

മകനൊന്നു കല്യാണം കഴിച്ചു കാണാൻ അമ്മയെന്നും വഴക്കാണ്.

അമ്മയ്ക്കങ്ങനെ തോന്നിക്കൊണ്ടിരിക്കും.

ഭൂകമ്പമുണ്ടാകാൻ പോകുന്നതേയുള്ളൂ.

ആനന്ദിയുടെ കാര്യത്തിൽ.

ആ പെണ്ണ് എങ്ങിനെയാണ് തന്നെയിഷ്ടപ്പെട്ടത്! മനസ്സ് ചുട്ടുപൊള്ളുമ്പോൾ അവളാണൊരു തണൽ.

അവളെ സ്വന്തമാക്കാനൊക്കുമോ എന്നകാര്യത്തിലാണിപ്പോൾ സംശയം. വീട്ടുകാരറിഞ്ഞ് ഒരു കാര്യവും നടക്കുമെന്ന് സ്വപ്നം കാണേണ്ടതില്ല.

എന്തൊക്കെപുകിലാണ് ഉണ്ടാവാൻ പോകുന്നതെന്ന് ആർക്കറിയാം!"

ആ ശനിയൻ കാർത്തികേയൻ ഇതിന്റെ പേരിൽ ഞെക്കിപ്പിഴിഞ്ഞ് ഊറ്റിക്കുടിക്കുകയാണ്. അവനൊരു കാലത്തും ഗുണം പിടിക്കില്ല!

ബാലൻ ചിന്തിക്കുകയായിരുന്നു. എല്ലാം ഓർത്തിട്ട് അയാളുടെ ഉള്ളു പുകഞ്ഞു. മുന്നിൽ കട്ടപിടിച്ചു കിടക്കുന്ന ഉരുട്ടിനുള്ളിലേക്ക് അയാൾ ടോർച്ചടിച്ചു. വലതു വശത്ത് ഭൈരവന്റെ പുരയിടമാണ്.

മൂന്നുനാലേക്കറുണ്ട് അത്. നല്ല ഒന്നാന്തരം തെങ്ങിൻ പുരയിടം! ആ സമയത്ത് ബാലനൊരുശബ്ദം കേട്ടു.

അപ്രതീക്ഷിതമായിരുന്നതുകൊണ്ട് ഉള്ളൊന്നു കിടുങ്ങി. ശീമക്കൊന്നയുടെ വേലിക്കപ്പുറത്ത് ഭൈരവന്റെ പുരയിടത്തിൽ നിന്നാണ് ശബ്ദം! ഉണങ്ങിയ കരിയിലകൾ ഞെരിയുന്ന ശബ്ദം.

ആരോ ഓടിപ്പോകുന്നതുപോലെയോ ആരോ ഓടിവരുന്നതുപോലെയോ എന്തൊക്കെയോ ശബ്ദങ്ങൾ.

അയാൾ ഇരുളിൽ അനങ്ങാതെ നിന്നു. ശ്വാസം വിടാതെ!

പൊടുന്നനെ വേലിയ്ക്കു മുകളിലേക്ക് എന്തോ വന്നു വീണു.

അവിടെ നിലാവു വിണിരുന്നതുകൊണ്ട് അതെന്താണെന്ന് വ്യക്തമായി കാണാൻ കഴിഞ്ഞു. ഒരു വലിയ ചാക്കു കെട്ട്, അതിനു തൊട്ടുപിന്നാലെവേലിപ്പത്തലുകൾക്കിടയിലൂടെ ഒരു രൂപം വഴിയിലേക്ക് നൂണിറങ്ങി.

ബാലൻ അമ്പരന്നു. ആരായിരിക്കും അത്? ഏതോ കള്ളൻ!

അയാൾ പത്തുപതിനഞ്ചു മീറ്ററകലെയുണ്ട്!

ആ വലിയ ചാക്കുകെട്ടയാൾ ഒറ്റയ്ക്കു താങ്ങിയെടുത്ത് തലയിൽവച്ചു. അതിനു നല്ല ഭാരമുണ്ടെന്നു തീർച്ച ! കാരണം അതുതലയിലെടുത്തു വച്ചപ്പോഴേക്കും അയാൾ വേച്ചുപോയി. ഇരുട്ടു കാരണം ആളിന്റെ മുഖം കാണാൻ വയ്യ.

ബാലൻ ധൈര്യം അവലംബിച്ചു. ചാക്കുകെട്ട് തലയിൽ വച്ചുകൊണ്ട് കുള്ളൻ മെല്ലെ കിഴക്കു ദിക്കിലേക്ക് നടക്കാൻ തുടങ്ങുകയാണ്.

"ആരെടാ അത്?"

ബാലൻ ശബ്ദമുയർത്തി ചോദിച്ചു.

ആ രൂപം ശരിക്കുമൊന്നു നടുങ്ങി.

പൊടുന്നനെയാണ് ബാലൻ ടോർച്ചു തെളിച്ചത്! ടോർച്ചിന്റെ വെളിച്ചത്തിൽ ആളിന്റെ മുഖം കണ്ടപ്പോൾ ഞെട്ടിപ്പോയി.

അതു കാർത്തികേയനായിരുന്നു.

വെളിച്ചമടിച്ച് കാർത്തികേയന്റെ കണ്ണുമഞ്ഞളിച്ചുപോയി.

അയാൾ കണ്ണുചിമ്മി.

"എടാ ദുഷ്ടാ!"

ബാലൻ വിളിച്ചപ്പോഴേക്കും കാർത്തികേയൻ ചാക്കുകെട്ടം തലയിൽ വച്ചുകൊണ്ട് ഒറ്റയോട്ടം!

"നിൽക്കെടാ അവിടെ!"

ബാലൻ പിന്നാലെയോടിച്ചെന്നു.

ഭാരം കാരണം കാർത്തികേയന് അധികമൊന്നും ഓടാൻ കഴിഞ്ഞില്ല!

അതിനു മുമ്പേ ബാലൻ അയാളെ പിടിച്ചു

"കാർത്തികേയാ." ബാലൻ ശബ്ദമുയർത്തി

"ബാലാ നീ ഒച്ചവെച്ച് ആളെക്കൂട്ടരുത്. ഞാൻ നിന്റെ കാലുപിടിക്കാം."

കാർത്തികേയൻ അപേക്ഷിച്ചു.

"എന്താടാ ചാക്കില്?" ബാലൻ ചോദിച്ച:

"അത്..." കാർത്തികേയൻ പരുങ്ങി.

"പറയെടാ നായിന്റെ മോനേ!"

ബാലൻ കാർത്തികേയന്റെ കോളറിന് കുത്തിപ്പിടിച്ചു

"തേങ്ങാ."

കാർത്തികേയൻ അറിയാതെ പറഞ്ഞുപോയി.

14

കാർത്തികേയന്റെ അപ്പോഴത്തെ വൈഷമ്യം കണ്ട് ബാലന് ചിരിവന്നു. മൂന്നു നാലു ദിവസമായി എന്നെ മുള്ളേൽ നിർത്തിയവനല്ലേ നീ? നിന്നെഞാൻ വെള്ളം കുടിപ്പിക്കും! ബാലൻ മനസ്സിൽ പറഞ്ഞു.

"ബാലാ - നീയിത് ആരോടും പറയരുത്! എന്റെ തലപോകുന്ന കേസാ."

കാർത്തികേയൻ കരയാൻ തുടങ്ങി.

"ഒരു സത്യസന്ധൻ ചെയ്യാൻ കൊള്ളാവുന്ന പണിയാണോടാ നീകാണിക്കുന്നത്?"

കാർത്തികേയൻ ബാലന്റെ മുഖത്തു നോക്കാൻ കഴിയാതെ തലതാഴ്ത്തി നിന്നു.

"ഇതു ഭൈരവനറിഞ്ഞാൽ അയാൾ നിന്റെ തലയല്ല; മറ്റുപലതും വെട്ടിക്കളയും!" ബാലൻ പറഞ്ഞു.

"ബാലാ - നീ ചതിക്കരുത്. നിനക്കുമുണ്ട് പ്രശ്നങ്ങളെന്ന് ഓർക്കണം!"

കാർത്തികേയൻ ആ കാര്യം ഓർമ്മിപ്പിച്ചു.

ബാലൻ അതുകേട്ടു ചിരിച്ചുകൊണ്ടു പറഞ്ഞും:

"ദൈവത്തിന്റെ ഒരോരോ കളികളേയ്! ഇപ്പോഴിതുവഴിവരാനും നിന്നെകയ്യോടെ പിടിക്കാനും പറ്റിയതിന് എനിക്ക് ദൈവത്തോട് നന്ദിയുണ്ടെടാ. നീയെന്നെ വിഷമിപ്പിച്ചത് കുറച്ചൊന്നുമല്ലല്ലോ. കാശെത്രയാടാ പിടുങ്ങിയത്. നീയെന്നോട്!

"നമുക്കൊരു കാംപ്രമൈസിലെത്താം ബാലാ."

കാർത്തികേയൻ ദൈന്യതയോടെ പറഞ്ഞു.

"നീയീ ചാക്കുകെട്ടൊന്നു പിടിച്ചേ!"

"വേല മനസ്സിലിരിക്കട്ടെ കാർത്തികേയാ?"

ബാലൻ കള്ളച്ചിരി ചിരിച്ചു.

"ചാക്കുകെട്ട് ഞാൻ പിടിക്കുമ്പോൾ ആളെ വിളിച്ചു കൂട്ടിയിട്ടു എന്നെകള്ളനാക്കാനല്ലേ! എനിക്കു നിന്നെ 'നന്നായറിയാമെടാ ശീമപ്പന്നീ. നീ ശരിക്കുമൊരു നീചനാണ്.

ബാലൻ കയ്യും കെട്ടി പിന്നിലേക്കു മാറിനിന്നു.

കാർത്തികേയന് അരിശം വന്നു.

"നീയധികം ഞെളിയല്ലേ ബാലാ. ആനന്ദിയുടേയും നിന്റെയും കാര്യം

ഭൈരവനങ്ങത്തോടുപറഞ്ഞാലുണ്ടാകുന്നതെന്തൊക്കെയാണെന്ന് നിനക്കറിയാമല്ലോ."

"ആ പേരിൽ നീയെന്നോടു വാങ്ങിച്ച കാശും എന്റെ വാച്ചും എനിക്കിപ്പോൾ കിട്ടണം. എന്നാൽ നമുക്കൊരു ധാരണയിലെത്താം". ബാലൻ ആ അവസരം വിനിയോഗിക്കാൻ തീർച്ചയാക്കി.

കാർത്തികേയൻ ഞെളിപിരികൊണ്ടു.

"സമ്മതമാണോ നിനക്ക്?" ബാലൻ ചോദിച്ചു.

"ബാലാ, ഇതൊരു നിസ്സാരപ്രശ്നമാണെന്നോർക്കണം അഞ്ചാറു തേങ്ങയുടെ വിഷയം. പക്ഷേ നിന്റെ കാര്യം അങ്ങനല്ല കുറച്ചു സീരിയസാ."

കാർത്തികേയൻ വിമ്മിട്ടത്തോടെ പറഞ്ഞു. ബാലൻ പെട്ടെന്ന് അയാളുടെ കുത്തിനു പിടിച്ചു.

" പ്രേമിക്കുന്നതും മോഷ്ടിക്കുന്നതും ഒരുപോലയാണോടാ എമ്പോക്കീ."

"നീ കുത്തേന്നു വിടടാ!"

കാർത്തികേയൻ വേദനയോടെ നിലവിളിച്ചു.

"കിടന്നു മോങ്ങിയാൽ നാട്ടുകാരോടിവരും! നിന്നെ ശരിക്കും പെരുമാറും. ഓർത്തോ."

ബാലൻ താക്കീതു ചെയ്തതോടെ കാർത്തികേയൻ നിശ്ശബ്ദനായി.

"എനിക്കിപ്പോഴെന്റെ വാച്ചും പണവും കിട്ടണം!" ബാലൻ നിർബന്ധം പിടിച്ചു.

"നിന്റെ വാച്ച് ഞാൻ തിരികെ തരാം. പണം പിന്നീട് തരാം."

നിവൃത്തിയില്ലാതെ വന്നപ്പോൾ കാർത്തികേയൻ സമ്മതിച്ചു.

വാച്ച് കാർത്തികേയന്റെ കൈത്തണ്ടയിൽത്തന്നെയുണ്ടായിരുന്നു. തല ചുമടുമൂലം അനങ്ങാൻ വയ്യാത്തതിനാൽ കൈ നീട്ടികൊടുത്തു.

"നിന്റെ വാച്ച്, അഴിച്ചെടുത്തോളു.'

ബാലൻ ഉത്സാഹത്തോടെ ടോർച്ചിന്റെ വെളിച്ചത്തിൽ വാച്ച് അഴിച്ചെടുത്തു.

“എന്റെ കാശു നീയെപ്പോൾത്തരും."

ബാലൻ വാച്ച് സ്വന്തം കയ്യിൽക്കെട്ടിക്കൊണ്ടു ചോദിച്ചു.

"പത്തുകാശു നേരെ ചൊവ്വേ എടുക്കാനുണ്ടായിരുന്നെങ്കിൽ ഞാനീപ്പണിക്കു നടക്കുമായിരുന്നോടാ?"

കാർത്തികേയനു സങ്കടവും അഭിമാനക്ഷതവും ഉണ്ടായി. ബാലനെ ഒറ്റയടിക്കു കൊല്ലാനുള്ള ദേഷ്യമായിരുന്നു.

ഇന്നാരെയോണോ കണി കണ്ടത് അവന്റെ തലയിൽ ഇടിത്തീ വീഴട്ടെ.

കാർത്തികേയൻ മനസ്സാ പ്രാകി.

"കാർത്തികേയാ."

ബാലൻ വിളിച്ചു.

"ഇപ്പോൾ നമ്മൾ തമ്മിൽ ഒരു ധാരണയിലായി. ഇനി നീ പാരപണിയാനൊന്നും പോകരുത് മനസിലായല്ലോ. നിന്റെയീ തേങ്ങാമോഷണത്തെക്കുറിച്ചും ഞാൻ പുറത്തുമിണ്ടില്ല പോരേ.

കാർത്തികേയൻ തലകുലുക്കി,

"ബാലാ - ഒരു കാര്യം കൂടി. നീ ആനന്ദിയോട് ഇക്കാര്യം പറയരുത്.ആനന്ദിയറിഞ്ഞാൽ....."

കാർത്തികേയൻ പരുങ്ങി.

"തീർച്ചയായും ആനന്ദിയിതറിയില്ല!"

ബാലൻ ഉറപ്പുകൊടുത്തു.

കാർത്തികേയൻ ആശ്വാസമായി. അയാൾ ധൃതിയിൽ കിഴക്കു ദിക്കിലേക്ക് തലച്ചുമടുമായി നടന്നുതുടങ്ങി.

ബാലന് ഒരു വലിയ കാര്യം നേടിയ സന്തോഷമായിരുന്നു. കാർത്തികേയന്റെ ആ പോക്ക് നോക്കിനിന്നപ്പോൾ അയാൾക്കൊന്നു ചൂളം വിളിക്കാൻ തോന്നിപ്പോയി.

ഉച്ചകഴിഞ്ഞ നേരത്താണ് കൃഷ്ണൻകുട്ടി ഭാർഗ്ഗവനമ്മാവന്റെ വീട്ടിൽ വന്നത്. താഴെ മീനാക്ഷിയെ മാത്രമെ കണ്ടുള്ളു. അവൾ വലിയൊരു റെക്കോഡുബുക്കിൽ ബോട്ടണിചിത്രങ്ങളുമായി മല്ലടിക്കുകയായിരുന്നു. ഒരു ചെടിയുടെ പടം വരക്കാനുള്ള ബദ്ധപ്പാട് കണ്ട് കൃഷ്ണൻകുട്ടിക്ക് ചിരിവന്നു. അയാളെ കണ്ടയുടൻ മീനാക്ഷി മുഖം വീർപ്പിച്ചു. അന്നു പിണങ്ങിപ്പോന്നതിൽപ്പിന്നെ തമ്മിൽ കണ്ടിട്ടില്ല. കൃഷ്ണൻകുട്ടിക്കൊരൽപം ചമ്മലുണ്ടായി.

"നീ പടം വരയ്ക്കുകയാണോ?"

ഉണ്ടായ ജാള്യത മറയ്ക്കാനാണ് അങ്ങനെ ചോദിച്ചത്. മീനാക്ഷി അതുകേട്ട ഭാവം നടിച്ചില്ല.

"ചോദിച്ചതു കേട്ടില്ലേടി" അരിശത്തോടെ അവൻ ചോദിച്ചു.

"മുഖത്ത് കണ്ണില്ലേ?" മീനാക്ഷി ഗൗരവത്തിലായിരുന്നു.

അവൾ ബുക്കിൽ നിന്നു തലയുയർത്തുകയോ നോക്കുകയോ ചെയ്തില്ല. കൃഷ്ണൻകുട്ടി പെട്ടെന്ന് പൊട്ടിച്ചിരിച്ചു. അപ്രതീക്ഷിതമായിരുന്നതിനാൽ മീനാക്ഷിയൊന്നമ്പരന്നു. അവൾ തലയുയർത്തിനോക്കി. അതുതന്നെ കളിയാക്കിയതാണെന്നറിഞ്ഞപ്പോൾ മീനാക്ഷിക്കു ദേഷ്യം വന്നു.

"ഇങ്ങനെ ഉളിക്കല്ലേ'

അവൾ കണ്ണുകൾ കൂർപ്പിച്ച് കൃഷ്ണൻകുട്ടിയെ നോക്കി.

"പിന്നെ എങ്ങനെ ഉളിക്കണം? തമ്പുരാട്ടിയൊന്നു പറഞ്ഞുതാ."

കൃഷ്ണൻകുട്ടി കളിയാക്കി.

"ദേ - എന്നെക്കൊണ്ടൊന്നും പറയിപ്പിക്കരുത്!" മീനാക്ഷി ചൊടിച്ചു.

"നീ പോടീ." കൃഷ്ണൻകുട്ടി അവളുടെ തലക്കൊരു കിഴുക്കുവച്ചു കൊടുത്തു. "മുഖം വീർപ്പിച്ചിരിക്കാൻ തുടങ്ങിയിട്ട് നേരം കുറെയായി. എന്താ കാര്യമെന്നു പറയില്ലല്ലോ?"

"എന്റെ മുഖം ഇങ്ങനെയൊക്കേ ഇരിക്കു. ഇഷ്ടമുള്ളവർ നോക്കിയാൽ മതി"

കൃഷ്ണൻകുട്ടി മീനാക്ഷിക്കടുത്തേക്ക് ചെന്ന് കുനിഞ്ഞ് അവളുടെ മുഖത്തേക്ക് സൂക്ഷിച്ചു നോക്കി നില്പായി.

"ഹൗ - എന്തൊരു ചന്തം."

"പോ - അവിടുന്ന്."

മീനാക്ഷി അയാളെ ആഞ്ഞു തള്ളി. അയാൾ വീണത് മീനാക്ഷിയുടെ റെക്കോഡുബുക്കിന്റെ മുകളിലേക്ക്. മീനാക്ഷി വായ്പൊത്തിച്ചിരിച്ചു. അപ്പോഴാണ് മീനാക്ഷി റെക്കോഡ് ബുക്കിൽ വരച്ചുവച്ചിരിക്കുന്ന ചിത്രം കൃഷ്ണൻകുട്ടി കാണുന്നത്. അയാൾമൂക്കത്ത് വിരല്വ്ച്ച് അത്ഭുതം കൂറി.

"ഇതന്തോന്ന് സാധനം! കുരുമുളകോ കമ്മ്യൂണിസ്ററ് പച്ചയോ ആടലോടകമോ? കണ്ടിട്ടൊരുവാഴപോലെയിരിക്കുന്നു."

മീനാക്ഷി റെക്കോഡ് ബുക്ക് വലിച്ചെടുത്ത് അടച്ചുവച്ചു.

"വലിയ പടം വരപ്പുകാരനാണെങ്കിൽ ഇതൊന്നു വരച്ചു തീർത്തുതാ.."

"പിന്നേ.. രാജാരവിവർമ്മയെ പടംവരച്ചു പഠിപ്പിച്ചത് ഞാനല്ലേ, പക്ഷേ ഇപ്പ വരച്ചാലേ എല്ലാം മോഡേൺ ആർട്ടായിപ്പോകും."

"സാരമില്ല - അതിനാ ഇപ്പോൾ ഡിമാന്റ്."

" അങ്ങിനെയാണെങ്കിൽ നീ വരച്ചതുതന്നെ കൊണ്ടുപോയിക്കാണിച്ചാൽ മതി."

"സമ്മതിച്ചല്ലോ എന്റെ കഴിവ്!"

മീനാക്ഷി ഒന്നു നിവർന്നിരുന്നു.

"സമ്മതിച്ചു! സമ്മതിച്ചു."

അതുതന്നെ കളിയാക്കിയതാണെന്ന് അറിയാമെങ്കിലും മീനാക്ഷി മറുത്തൊന്നും പറയാൻ പോയില്ല. ചെറുചിരിയോടെ അവന്റെ കണ്ണുകളിലേക്ക്നോക്കി. ജാലകങ്ങളിലൂടെ ഒരു ചെറുകാറ്റ് മുറിക്കകത്തേക്ക് വന്നു.

ആ സമയം മുകൾ നിലയിൽ ഭാർഗ്ഗവനമ്മാവനും പങ്കജാക്ഷിയമ്മായിയും സംസാരിച്ചുകൊണ്ടിരുന്നത് ഒരു വലിയ സ്വപ്നത്തെക്കുറിച്ചായിരുന്നു. ആകാശത്തോളം പോന്ന സ്വര്ണ്ണവർണ്ണമുള്ള ഒരു സ്വപ്നം! ഇട്ടുണ്ണു ലിയമ്മയുടെ മാളികക്കുള്ളിലൊളിച്ചിരിക്കുന്ന പൊന്നിൻനിധി.

"നിനക്കറിയാമല്ലോ പങ്കജാക്ഷീ - ഇക്കാലമത്രയും ഞാൻ കാത്തിരുന്നത് ഈയൊരുസമയത്തിനുവേണ്ടിയായിരുന്നു."

ഭാർഗ്ഗവനമ്മാവൻ പറഞ്ഞു.

"എല്ലാം ദൈവാനുഗ്രഹം! നമ്മളെന്തുമാത്രം കഷ്ടപ്പെട്ടതാ."

പങ്കജാക്ഷിയമ്മയുടെ ഉള്ളുനിറയെ സന്തോഷമായിരുന്നു. ഇതെല്ലാം ശ്രദ്ധിച്ചുകൊണ്ട് ദുരന്തം ഒരു മനുഷ്യരൂപത്തിൽ അവരുടെ കയ്യെത്തും ദൂരത്തുണ്ടായിരുന്നത് അവരാരും അറിഞ്ഞില്ല.

അതു ഭൈരവനായിരുന്നു.

അയാൾ ഏറെ നേരമായി ജനാലയ്ക്കു വെളിയിൽ ഒളിച്ചിരിക്കുകയായിരുന്നു. കൃഷ്ണൻകുട്ടിയും അയ്യപ്പൻകുട്ടിയും പറഞ്ഞ, ഇട്ടുണ്ണൂലിയമ്മയുടെ മാളികക്കുള്ളിലെ നിധി സത്യം തന്നെയാണോ എന്നറിയുകയായിരുന്നു ലക്ഷ്യം.

അതിനു വേണ്ടി വീടിന്റെ മുകൾ നിലയിലെ ചെറിയ നാട്ടുമാവിന്റെ കൊമ്പിൽ ആരുമറിയാതെ ഭൈരവൻ അള്ളിപ്പിടിച്ചിരുന്നു.

"ദേവതാ പ്രീതി പുജകൾ നടത്തണം!"

" അതെങ്ങിനെ? പങ്കജാക്ഷിയമ്മയ്ക്ക് ആകാംക്ഷയായി.

“അതൊന്നും നീയറിയണ്ട!'

ഭാർഗ്ഗവന്റെ സംഭാഷണം വ്യക്തമായി ഭൈരവൻ കേട്ടു. അയാളുടെ ഹൃദയമിടിപ്പ് വർദ്ധിച്ചു.

"ആലത്തൂർ തറവാടിനെ പ്രതാപത്തിലേക്ക് ഉയർത്തണം." ഭാർഗ്ഗവൻ മന്ത്രിച്ചു.

"ആലത്തൂർ തറവാടിന് പഴയ കാരണവന്മാരായിട്ടു ബാക്കിവച്ച യശസ്സും കീർത്തിയുമെല്ലാം പിന്തതലമുറക്കാർ കളഞ്ഞു കളിച്ചില്ലേ? തറവാടു ക്ഷയിച്ചതോടെ തറവാട്ടുകാരോട് നാട്ടുകാർക്കൊക്കെ പുച്ഛരവുമായി.അതുവരെ ആലത്തൂർ തറവാടിന്റെ ഉപ്പും ചോറും തിന്നു വളർന്നവരൊക്കെ തറവാടിനെ കുത്താൻ തുടങ്ങി."

ഭാർഗ്ഗവന്റെ മുഖം വലിഞ്ഞു മുറുകി.

“കൂടുതൽ പറയുന്നതെന്തിനാ, തറവാടിനകത്തു തന്നെയുണ്ടായിരുന്നല്ലോ ഒരു എമ്പോക്കി! കുലം മുഴുവൻ മുടിക്കാൻ അവനൊറ്റയൊരുത്തൻ മതിയായിരുന്നല്ലോ. ചാകാൻ നേരത്തുപോലും തള്ളയ്ക്കൊരു തുള്ളിവെള്ളം തൊട്ടുകൊടുക്കാത്ത നാറി! തള്ളയെപ്പറ്റിച്ച് സ്വത്തു മുഴുവൻ എടുത്തതും പോരാഞ്ഞ്..."

ഭാർഗ്ഗവൻ അമർഷം കൊണ്ട് പല്ലുഞെരിച്ചു.

ഭൈരവനാകെ പെരുത്തു കയറി.

നേരെ കയറിച്ചെന്ന് രണ്ടെണ്ണം പൊട്ടിച്ചാലോ എന്ന് അയാൾ ഓർത്തു.

"ഭാർഗ്ഗവാ ഇതൊക്കെ നിന്റെ വെറും പകൽക്കിനാവുകൾ മാത്രം!താൻ വെറുതെ സ്വപ്നം കാണുകയാണ്. ഇട്ടുണ്ണൂലിയമ്മയുടെ സ്വത്തുക്കളുംആലത്തൂർ തറവാടിന്റെ പരമ്പരാഗതമായ ആ നിധിയും ഒറ്റയ്ക്കടിച്ചെടുത്ത് ആളാകാമെന്ന് താൻ വ്യാമോഹിക്കണ്ട ഭാർഗ്ഗവാ?""

ഭൈരവന്റെ ഉള്ളു പുകഞ്ഞു.

"എനിക്കെതിരെ കരുക്കൾ നീക്കാൻ മിടുക്കനാണ് ഭൈരവൻ." ഭാർഗ്ഗവന് ഭൈരവനോടുള്ള പക നെഞ്ചിൽ നീറുകയായിരുന്നു. "ഇട്ടുണ്ണൂലിയമ്മയുടെ സ്വത്തിൽ ഒരുതരിപൊടിയോ ആലത്തൂർ നിധിയുടെ ഒരു തരിപൊന്നോ ഭൈരവൻ കണി കാണുകയില്ല. ഈ ഭാർഗ്ഗവൻ അതിന് അവനെ അനുവദിക്കില്ല. ഇതു തീർച്ച."

ഭാർഗ്ഗവന്റെ ഈ വചനങ്ങൾ കൂടി കേട്ടതോടെ ഭൈരവന് അടക്കി നിർത്താനാവാത്ത ദേഷ്യം വന്നു. അയാൾ നാട്ടുമാവിന്റെ കൊമ്പിലിരുന്ന്മുഷ്ടിചുരുട്ടി അലറി. പക്ഷേ താഴെ ആഴമുള്ള ഒരു ചളിക്കുളമുള്ളതും മാവിൽ നിന്നു പിടിവിട്ടാൽ താഴേക്കു പോരുമെന്നുള്ള വിവരവും ഭൈരവൻ വൈകിയാണറിഞ്ഞത്. വലിയൊരു ശബ്ദത്തോടെ ഭൈരവൻ ചളി കയറിക്കിടന്ന കുളത്തിലേക്കു വീണു.

ഭാർഗ്ഗവനും പങ്കജാക്ഷിയമ്മയും വ്യക്തമായി കേട്ടു. ഭീകരമായ ഒരു അലർച്ചയും മറ്റെന്തൊക്കെയോ ശബ്ദങ്ങളും. എന്താണു സംഭവിച്ചതെന്നറിയാതെ അവർ പിന്നാമ്പുറത്തേക്ക് പാഞ്ഞു ചെന്നു.

അവർ പരസ്പരം നോക്കി. ഈശ്വരാ, വല്ല പ്രേതബാധയുമാണോ?

ഈ സമയം കൃഷ്ണൻകുട്ടിയും മീനാക്ഷയും പിന്നാമ്പുറത്തേക്ക് പാഞ്ഞുവരികയായിരുന്നു. മുറിയിലിരുന്നുകൊണ്ട് അവരും കേട്ടതാണ് അലർച്ചയും ശബ്ദങ്ങളും.

കൃഷ്ണൻകുട്ടി പൊടുന്നനെ മീനാക്ഷിയെ പിടിച്ചു നിർത്തി .

മുന്നിൽ ഭാർഗ്ഗവനമ്മാവനും പങ്കജാക്ഷിയമ്മായിയും!

അവർ തങ്ങളെ കാണാഞ്ഞത് ഭാഗ്യം. കണ്ടാൽ ഭാർഗ്ഗനവമ്മാവൻവെറുതെ വച്ചേക്കില്ലെന്ന് കൃഷ്ണൻകുട്ടിക്ക് ഉറപ്പായിരുന്നു. അവൻ മീനാക്ഷിയെ ചുവരിനപ്പുറത്തേക്ക് പിടിച്ചു വലിച്ചുകൊണ്ടുപോയി. മീനാക്ഷിയുടെ പദസരം കിലുങ്ങി.

"പങ്കജാക്ഷീ....""

ഭാർഗ്ഗവനമ്മാവന്റെ ശബ്ദത്തിൽ വിറയലുണ്ടായിരുന്നു.

“നീയൊരു ചങ്ങലക്കിലുക്കം കേട്ടോ?"

"ഞാൻ ശരിക്കും കേട്ടു."

പങ്കജാക്ഷിയമ്മയുടെ മുഖം വിളറിവെളുത്തു. ഹൃദയമിടിപ്പു കൂടി.

"നട്ടുച്ചക്കിറങ്ങി നടക്കുന്ന "തുളുത്തിയക്ഷി' അല്ലെങ്കിൽ ഇട്ടുണ്ണൂലിയമ്മയുമ്മ?”

ഭാർവഗ്ഗനമ്മാവൻ ഭയപ്പാടോടെ ചുറ്റും പരതി.

ഒരു നിമിഷംപോലും പാഴാക്കാതെ, പങ്കജാക്ഷിയമ്മയുടെ കയ്യിൽപ്പിടിച്ചുകൊണ്ട് വീടിനകത്തു കടന്ന് ഭാർഗവൻ വാതിലടച്ചു തഴുതിട്ടു.

അതേ നിമിഷത്തിലായിരുന്നു ചെളിക്കുണ്ടിൽ നിന്നൊരു രൂപം ഉയർന്നുവന്നത്.

ദേഹമാസകലം ചെളിയിൽ പുതഞ്ഞ വികൃതരൂപം. അത് ചെളിക്കുണ്ടിൽ നിന്ന് കരയിലേക്ക് വലിഞ്ഞു കയറി ഏന്തിനടന്നുപോയി.

ഭാർഗ്ഗവനമ്മാവനും പങ്കജാക്ഷിയമ്മായിയും കാണാതെ കൃഷ്ണൻകുട്ടി മുറിക്കകത്തു കയറി കതകടക്കുമ്പോൾ മീനാക്ഷി ജനാലയിലൂടെ ആ ഭീകരദൃശ്യം കണ്ടു.

പതിയെ ചലിക്കുന്ന ഒരു വികൃത സത്വം.

അവൾ നിലവിളിച്ചു. പക്ഷേ അതു തൊണ്ടയിൽ വച്ചു മുറിഞ്ഞുപോയി. ഒരു ഞരക്കം മാത്രമായി അവശേഷിച്ചു.

അമ്പരന്നു നിൽക്കുകയായിരുന്ന കൃഷ്ണൻകുട്ടിയുടെ കൈകളിലേക്ക് മീനാക്ഷി ബോധശൂന്യമായി വീണു.

കൃഷ്ണൻകുട്ടി നടുങ്ങി.

അടക്കിവയ്ക്കാനാകാത്ത ആകാംക്ഷയായിരുന്നു ഭാർഗ്ഗവന് ആ നിധിയെക്കുറിച്ച്! കൈവെള്ളയ്ക്കുള്ളിലാണെങ്കിലും അതിതുവരെ കണ്ടിട്ടില്ല. എന്തിന്? ഇട്ടുണ്ണൂലിയമ്മയുടെ മാളിക പോലും നേരെ ചൊവ്വേ കണ്ടിട്ടില്ല.

ആ രാത്രിയിൽ ഭാർഗ്ഗവൻ തീരുമാനിച്ചു ഇട്ടുണ്ണൂലിയമ്മയുടെ മാളികയിലേക്കു പോകാനുള്ള ഏറ്റവും പറ്റിയ സമയമാണതെന്ന്! ആരും ശല്യപ്പെടുത്തില്ല!

പങ്കജാക്ഷിയമ്മപോലുമറിയാതെ ഭാർഗ്ഗവൻ താക്കോൽ കൂട്ടവും ഒരു വലിയ ടോർച്ചുമായി വാതിലടച്ചു പൂട്ടി ഇറങ്ങി നടന്നു.

സമയം രാത്രി പതിനൊന്നു മണിയോടടുത്തിരിക്കും.

വഴിയിൽ നല്ല നിലാവുണ്ടായിരുന്നു. മഞ്ഞിന്റെ നേരിയൊരുകുളിർമ്മയുണ്ട്. ഇടവിട്ടു വീശുന്ന നേർത്ത കാറ്റ് വൃക്ഷത്തലപ്പുകളെ തഴുകി.

ആ കാറ്റിന് പാലപ്പൂവിന്റെ നനുത്ത ഒരു സുഗന്ധമായിരുന്നോ എന്ന് ഭാർഗ്ഗവനുതോന്നി. എന്നാലും ഭയത്തിന്റെ ഒരു കണികപോലും അയാളുടെ മനസ്സിലുണ്ടായിരുന്നില്ല.

വഴിയുടെ ഇരുവശവും ശ്രദ്ധിച്ച് സാവധാനം നടന്നു.

ഏകദേശം ഒരു അഞ്ചു മീറ്ററകലെയായി ഇരുളിന്റെ മറപറ്റി ഒരാൾഭാർഗ്ഗവനെ പിന്തുടർന്നു വന്നുകൊണ്ടിരുന്നു.

15

ആ അർദ്ധരാത്രിയിൽ ഇട്ടുണ്ണൂലിയമ്മയുടെ മാളികയിലേക്കുള്ളമാർഗ്ഗമദ്ധ്യേ, ഇരുളിന്റെ മറപറ്റി ഭാർഗ്ഗവനെ പിന്തുടർന്നു വന്ന വ്യക്തിഭൈരവനായിരുന്നു.

ഭാർഗ്ഗവൻ സ്വപ്നത്തിൽപോലും നിനച്ചിരിക്കാത്ത ഒരു കാര്യം! നിഗൂഢമായി ഭൈരവൻ, ഭാർഗ്ഗവന്റെ ഓരോചലനവും തുടക്കം മുതൽ നിരീക്ഷിച്ചുകൊണ്ടിരിക്കുകയായിരുന്നു. ഈ അസമയത്ത് ഭാർഗ്ഗവൻ ഇറങ്ങി പുറപ്പെട്ടിരിക്കുന്നത് ഇട്ടുണ്ണൂലിയമ്മയുടെ മാളികയിലേക്കാവും എന്ന് ഭൈരവനുറപ്പായിരുന്നു. ആലത്തൂർ നിധി ഏതായാലും ഒരു മിഥ്യയല്ല! സത്യം തന്നെയാണ്. അതിന്റെ വിലപ്പെട്ട രേഖകൾ ഭാർഗ്ഗവന്റെ കൈവശം ഉണ്ടാകുമെന്ന് ഭൈരവൻ ഊഹിച്ചു. ആ നിലയ്ക്ക് ഈ യാത്ര തനിക്ക് ഗുണകരമായി ഭവിക്കുമെന്ന് അയാൾക്കു തോന്നി. പ്രത്യേകിച്ച് നിധിയിരിക്കുന്ന സ്ഥലം ഭാർഗ്ഗവന് കൃത്യമായി അറിയാവുന്ന സ്ഥിതിക്ക്!

ഇടതൂർന്നു വളർന്നു നിൽക്കുന്ന പുല്ലാനിപ്പൊന്തകളും ഇരുട്ടുകട്ടപിടിച്ചു നിൽക്കുന്ന ഇല്ലിക്കാടുകളും പിന്നിട്ട് നടന്നു. ഇനി ഇട്ടുണ്ണൂലിയമ്മയുടെ പടിപ്പുരയാണു ലക്ഷ്യം.

നിലാവിൽക്കുളിച്ചു നില്ക്കുന്ന മാളിക ഭാർഗ്ഗവൻ കൺകുളിർക്കെ കണ്ടു.

തന്റെ സ്വപ്നസാമ്രാജ്യം!

ഭാർഗ്ഗവൻ മെല്ലെ മാളികയിലേക്ക് നടന്നുചെന്നു

ഹൃദയത്തിൽ പെരുമ്പറ മുഴങ്ങുകയായിരുന്നു.

കനത്ത നിശബ്ദതയും ഏകാന്തതയും അയാളെ തെല്ലും അലട്ടിയില്ല.

താക്കോൽ വാതിൽപ്പഴുതിലിട്ടു തുറന്നു.

വാതിലിന്റെ തടിയൻ പാളികൾ മലർക്കെ തുറന്നു. ടോർച്ചടിച്ചുകൊണ്ട് ഭാർഗവൻ മാളികക്കകത്തു കയറി. ടോർച്ചിന്റെ വെളിച്ചത്തിൽ

അയാൾ അകത്തളം കണ്ടു. ജീവിതത്തിൽ ആദ്യമായാണ് ഇത്രയും വലിയൊരു മാളിക കാണുന്നതു തന്നെ!

പക്ഷേ ആ അരനിമിഷംകൊണ്ട് ഭൈരവൻ, തുറന്നിട്ട വാതിലിലൂടെമാളികക്കകത്തു കയറിപ്പറ്റി ഇരുളിൽ മറഞ്ഞു. ടോർച്ചിന്റെ വെളിച്ചത്തിൽ

മുകളിലേക്കുള്ള ഗോവണി ഭാർഗ്ഗവൻ കണ്ടു. അങ്ങോട്ടു നീങ്ങാനാരംഭിച്ചപ്പോഴാണ് വാതിലടച്ചില്ലല്ലോ എന്നോർത്തത്. ധൃതിയിൽ ഭാർഗ്ഗവൻ വാതിലടച്ചു തഴുതിട്ടു. ആ സമയത്ത് ഒരു ടിഫിൻ കാരിയറുമായി, പാത്തും പതുങ്ങിയുമാണ് കൃഷ്ണൻകുട്ടിയും അയ്യപ്പൻകുട്ടിയും മാളികയുടെ പടിപ്പുര കടക്കുന്നത്. വാതിൽ തുറന്ന് മാളികക്കുള്ളിലേക്ക് രണ്ടു തടിമാടꩡ ർ ഒന്നിനു പിറകെ ഒന്നായി കയറിപ്പോകുന്നതാണ് അവർ കണ്ടത്. അവർനിശ്ചലരായി നിന്നുപോയി! അവരിരുവർക്കും ഒന്നുറപ്പായിരുന്നു, അതു ഭാർഗ്ഗവനമ്മാവനും ഭൈരവനമ്മാവനും ആണെന്ന്.

"അവർ അകത്തു കയറി വാതിലടച്ചു തഴുതിട്ടു!" അയ്യപ്പൻകുട്ടി അടക്കത്തിൽ പറഞ്ഞു.

"പ്രേതങ്ങളെപ്പോലും സ്വൈര്യമായിട്ടൊന്നുറങ്ങാൻ സമ്മതിക്കാത്തശവങ്ങൾ? ഇവറ്റകൾക്ക് വീട്ടിൽ വേറെ പണിയൊന്നുമില്ലേ?"

കൃഷ്ണൻകുട്ടി അരിശംകൊണ്ട് പല്ലുകടിച്ചു

"എനിക്കൊരു സംശയം തോന്നുന്നു!" അയ്യപ്പൻകുട്ടി പറഞ്ഞു.

“എന്ത്? “

"നിന്റമ്മാവന്മാരു രണ്ടുപേരും ഒറ്റക്കെട്ടായെന്ന്! ചെലപ്പോൾ അവരു തമ്മിലൊരഡ്ജസ്റ്റ്മെന്റിലെത്തിക്കാണും."

"നിന്റെ കരിനാക്കു വളച്ചൊന്നും പറയാതെടാ. അങ്ങനെ വല്ലതും സംഭവിച്ചാൽ ഈ പരിപാടി നമുക്കതോടെ നിർത്താം. എന്നിട്ടു നമുക്കു വല്ലആറ്റിലുംപോയി ചാടിച്ചാകാം."

കൃഷ്ണൻകുട്ടിക്ക് കരച്ചിൽ വന്നു.

“ഈ അർദ്ധരാത്രി ഇവിടെ കറങ്ങി നടക്കാൻ ഇവർക്കു ഒരു പേടിയുമില്ലേ...?”

അയ്യപ്പൻകുട്ടിക്കു അതായിരുന്നു സംശയം.

“നീയൊരു കാര്യം ശ്രദ്ധിച്ചോ.”

കൃഷ്ണൻകുട്ടി ചോദിച്ചു

“മുന്നിൽപ്പോയത് ഭാർഗവനമ്മാവനാണ് എന്നതു തീർച്ച. പുള്ളിക്കാരന്റെ കൈയിൽ താക്കോലുണ്ട്. അതിട്ടാണ് വാതിൽ തുറന്നത്. പിന്നാലെ പോയ ഭൈരവനമ്മാവൻ പാത്തും പതുങ്ങിയുമാണ് അകത്തു കയറിയത്. അതായത് ഭാർഗ്ഗവനമ്മാവൻ അറിയാതെയാണ് ഭൈരവനമ്മാവൻ അകത്തു കയറിയത്..."

കൃഷ്ണൻകുട്ടി പറഞ്ഞു.

"എന്നാൽ അതിനകത്ത് എന്തെങ്കിലുമൊക്കെയിന്നു നടക്കും. നാളെയാരുടെ ശവമായിരിക്കും നാട്ടുകാര് കണി കാണുന്ന!"

അയ്യപ്പൻകുട്ടി പറയുന്നത് കേട്ടപ്പോൾ കൃഷ്ണൻകുട്ടിക്കരിശം വന്നു.

"മഹാപാപം പറയല്ലേടാ കഴുവേറി. ഒന്നുമില്ലെങ്കിലും എന്റമ്മാവന്മാരല്ലേടാ!''

കൃഷ്ണൻകുട്ടി അയ്യപ്പൻകുട്ടിയുടെ വായ് പൊത്തി.

“ഞാനൊന്നും പറയുന്നില്ല. രാജനെയും ആലീസിനെയും അവരു കണ്ടു പിടിക്കാതിരുന്നാൽ മതിയായിരുന്നു. എന്തെങ്കിലും ചെയ്തേ ഒക്കു?”

“നീ വാ."

അയ്യപ്പൻകുട്ടി ടിഫിൻ കാരിയറും പിടിച്ചുകൊണ്ട് മാളികയുടെ പിന്നാമ്പുറത്തേക്കു ഓടി. അവിടെനിന്നും മാളിക്കു മുകളിലേക്ക് കയറാനൊരു എളുപ്പവഴിയുണ്ട്.

ഈ രംഗങ്ങളെല്ലാം ശ്രദ്ധയോടെ വീക്ഷിച്ചുകൊണ്ട് ഒരു മനുഷ്യൻ വലിയൊരു മരത്തിന്റെ പിന്നിൽ ഇരുളിന്റെ മറപറ്റി നില്ക്കുന്നുണ്ടായിരുന്നുഎന്ന കാര്യം അയ്യപ്പൻകുട്ടിയോ കൃഷ്ണൻകുട്ടിയോ മറ്റാരുമോ അറിഞ്ഞിരുന്നില്ല.

നിലാവിന്റെ വെളിച്ചത്തിൽ അയാളുടെ നേർത്ത നിഴൽ അവ്യക്തമായി ദൃശ്യമായിരുന്നു. വീതികൂടിയ ഫാറ്റും മുട്ടോളമെത്തുന്ന ഇരുണ്ട ഒരുകോട്ടും അയാൾ ധരിച്ചിരുന്നു. ദീർഘകായകനായ ആ

മനുഷ്യന്റെ പല്ലുകൾ നിഴലിൽ തിളങ്ങി. അയാൾ പുഞ്ചിരിക്കുകയായിരുന്നു.

ഒരു ദുരന്തത്തിന്റെ മുന്നോടിയെന്ന പോലെ!

മാളികക്കകത്ത് ഭാർഗ്ഗവൻ ടോർച്ചിന്റെ വെളിച്ചത്തിൽ വിശാലമായആ ഹാളിന്റെ മുക്കും മൂലയും പരിശോധിച്ചു. ടോർച്ചുവെട്ടത്തിന്റെ പിരിധിയിൽ നിന്ന് ഭൈരവൻ വഴുതി വഴുതി നീങ്ങി. ആ പരിശോധനയിൽ ഭാർഗവന് തുരുമ്പിച്ച ഒരു പെൻടോർച്ച് മാത്രമേ കിട്ടിയുള്ളൂ...

ഭാർഗ്ഗവൻ അമ്പരന്നുപോയി. അമ്പതു വർഷമായി അടച്ചിട്ടിരുന്ന ഈമാളികയിൽ എവിടെ നിന്നു വന്നു ഈ പെൻടോർച്ച് ? ഇട്ടുണ്ണൂലിയമ്മയുടേതാണോ?

പൊടുന്നനെയാണ് അതു സംഭവിച്ചത്.

ഇടിമിന്നൽ പോലെ ഒരു നീലജ്വാല മിന്നിമറഞ്ഞു. എവിടെ നിന്നാണ് അതു പാഞ്ഞുവന്നതെന്ന് ആരും കണ്ടില്ല. ആ വെളിച്ചത്തിൽ ഭൈരവൻ ചൂളിപ്പോയി. അതിനു തൊട്ടുപിന്നാലെയാണ് വലിയൊരു ഹുങ്കാര ശബ്ദം അവരുടെ കാതുകളിൽ വന്നലച്ചത്. ആ ശബ്ദം മാളികയിലാകെ നിറഞ്ഞു. അതിന്റെ പ്രകമ്പനങ്ങളവസാനിക്കും മുമ്പേ ഒരു പൊട്ടിച്ചിരി കേട്ടു. ഒരു വൃദ്ധയുടെ പൊട്ടിച്ചിരി. ഭാർഗവന്റെ തലയിൽ പെരുപ്പു കയറി. അയാൾ നിലവിളിച്ചു. ആ നിലവിളി ആയിരം മടങ്ങായി മാളികയിൽ പ്രതിദ്ധ്വനിച്ചു. ഭാർഗവൻ ഓടി. ഇരുളിൽ ഏതോ തൂണിൽ ചെന്നിടിച്ച് അയാൾ നിലത്തു വീണു. ടോർച്ചു തെറിച്ചുപോയി.

അതിലേറേ സംഭരമത്തിലായിരുന്നു ഭൈരവൻ. എങ്ങോട്ടാണ് ഓടേണ്ടതെന്ന് അയാൾക്കു നിശ്ചയമില്ലായിരുന്നു.

തൊട്ടു മുന്നിൽ ഭാർഗവന്റെ നിലവിളി കേട്ടതാണ് അയാൾ. രക്ഷസുകളുടെ കൂർത്തുമൂർത്ത കോമ്പല്ലുകളും നീണ്ടുചുവന്ന നാക്കുകളും ഇരുളിൽ പതിയിരിക്കുന്നതായി അയാൾക്കുതോന്നി. അവറ്റകൾ ഏതു നിമിഷവും തന്റെ മേൽ ചാടി വീഴും. ഭൈരവന്റെ രക്തം തണുത്തുറഞ്ഞു.

നിശ്വാസങ്ങൾ മുരൾച്ചകൾപോലെയാണ് കാതിനുമുന്നിൽ മുഴങ്ങുന്നത്.

ഭൈരവൻ ലക്ഷ്യമില്ലാതെ മുന്നോട്ടു നടന്നു.

മുമ്പൊരു നാൾ ഇതുപോലൊരു അനുഭവം ഉണ്ടായതാണ്.

അതാവർത്തിക്കാൻ പാടില്ലെന്ന് നിശ്ചയിച്ചുറപ്പിച്ചതാണ്.

പിന്നെ തന്നെ ഇവിടേക്ക് ആകർഷിക്കുന്നതെന്താണ്?

ഭൈരവൻ വിഹ്വലതകളോടെയാണ് ഓരോ കാലടിയും വച്ചത്.

ഒരു നിമിഷം വിറങ്ങലിച്ചുപോയി. ചവിട്ടിയത് ഒരു മനുഷ്യശരീരത്തിൽ.

ശവശരീരമാണോ അത്?

ഭൈരവൻ തെന്നിമാറി!

സത്യത്തിൽ ചപവിട്ടുകൊണ്ടത് ഭാർഗ്ഗവനാണ്.

അയാൾ ചേതനയറ്റനിലയിലായി. തന്നെ പ്രഹരിച്ചത് ഏതോ ഉഗ്രമൂർത്തിയാണെന്ന് അയാൾ

ധരിച്ചു. നിലവിളിക്കാൻ പോലുമായില്ല.

അപ്രതീക്ഷിതമായി അവിടെയൊരു വെളിച്ചം പരന്നു.

വെളിച്ചത്തിൽ മാളികക്കകം പകൽപോലെ തെളിഞ്ഞു.

ഭൈരവൻ തറയിൽ കിടക്കുന്ന ഭാർഗ്ഗവനെക്കണ്ടു.

ഭാർഗ്ഗവൻ തന്റെ മുന്നിൽ നിൽക്കുന്ന ഭൈരവനെയും, അയാളുടെ ഉള്ളിൽ ഒരു കനൽ വീണു

ഭൈരവൻ! ഇവനെങ്ങിനെ ഇവിടെ വന്നു?

വലിയൊരു സൂത്രശാലിയാണിവൻ.

കഴിഞ്ഞ ദിവസം ഇവൻ ഇതിനകത്തുണ്ടായിരുന്നു.

ഭാർഗ്ഗവന് അമ്പരപ്പായി.

മങ്ങിയ വെളിച്ചത്തിൽ ഭാർഗ്ഗവനെ കണ്ട ഭൈരവന് ഉള്ളിലൊരു ചിരിയുണ്ടായി. നിന്നെ ഞാൻ തോൽപ്പിക്കും ഭാർഗ്ഗവാ! നീ തോൽക്കുന്നതു കണ്ട്

എനിക്കാനന്ദിക്കണം. ഭൈരവൻ മനസ്സിൽ പറഞ്ഞു.

ഭാർഗവന് ദേഷ്യം പതഞ്ഞുയരുകയായിരുന്നു.

ഇട്ടുണ്ണൂലിയമ്മയുടെ സ്വത്തിൽ കണ്ണും നട്ട് ഒരുമ്പെട്ടിറങ്ങിയിരിക്കുകയാണ് ഭൈരവൻ.

"നായിന്റെ മോനേ!"

"നീയെന്നെ കുളം തോണ്ടിയേ അടങ്ങൂ. അല്ലേടാ നാറി."

ഭാർഗവന്റെ കണ്ണുകൾകൾ തീക്കട്ട പോലെ തിളങ്ങി.

ഭൈരവൻ ചിരിച്ചു.

“അതേ നീ നശിക്കുന്നതെനിക്കു കാണണം. അതെന്റെയൊരു ശപഥമാണ്.”

ഭൈരവൻ പറഞ്ഞു തീരുന്നതിനു മുൻപേ ഭാരഗ്ഗവന്റെ കനത്ത മുഷ്ടിപ്രഹരമേറ്റ് ഭൈരവൻ തെറിച്ചുപോയി.

"സ്വന്തം അനിയനാണെന്നു നോക്കില്ല നായേ. നിന്നെക്കൊന്ന് ഞാനീ മാളികയിൽ കുഴിച്ചു മൂടും!"

ഭാർഗ്ഗവൻ അലറി പാഞ്ഞുവന്നു.

ഭൈരവൻ തലമരവിച്ച് തറയിൽവീണുകിടന്നു. ഭാർഗ്ഗവൻ അയാളെ വിളിച്ചെഴുന്നേൽപ്പിച്ച് മുഖത്തടിച്ചു.

"ആലത്തൂർ തറവാടിനൊരു ശാപമാണ് നീ നീ ചാകണം!"

ഭാർഗ്ഗവൻ കലിയടങ്ങാതെ പുലമ്പി. അയാൾ കാലുയർത്തി ഭൈരവനെ ചവിട്ടി. അതിനുമുൻപേ ഭൈരവൻ ഒഴിഞ്ഞുമാറിക്കളഞ്ഞു.

"എനിക്കുകിട്ടാനുള്ളത് കിട്ടണം. ഈ സ്വത്തിന്റെ പകുതി നിധിയുൾപ്പെടെ."'

ഭൈരവൻ ഇങ്ങനെ പറഞ്ഞിട്ട് ഭാർഗ്ഗവനെ പാളിനോക്കി.

ഇടിവെട്ടേറ്റതുപോലെയായി ഭാർഗ്ഗവൻ. താൻ അതിരഹസ്യമായികൊണ്ടു നടന്ന നിധിയുടെ കാര്യം പുറത്തുപോയിരിക്കുന്നു. ഭൈരവൻ അതുമണത്തറിഞ്ഞിരിക്കുന്നു. തള്ളയോടും മോളോടുമല്ലാതെ മറ്റാരോടും താനിതുപറഞ്ഞിട്ടില്ല. ബാലനോടുപോലും.പെണ്ണുങ്ങളെ വിശ്വസിക്കരുതായിരുന്നു.

"ഏതു നിധി?"

ഭാർഗ്ഗവൻ അറിയാത്ത ഭാവം നടിച്ചു.

"വെളച്ചിലെടുക്കാതെടാ - ഭാർഗ്ഗവാ?'

ഭൈരവൻ പിരഹാസത്തോടെ പറഞ്ഞു.

“ഒരില അനങ്ങിയാലതു ഭൈരവനറിയും. താനെന്താ വിചാരിച്ചത്? ഭൈരവനെ അങ്ങനെയങ്ങ് എഴുതിത്തള്ളാമെന്നോ? എടോ ഞാനുംആലത്തൂർ തറവാട്ടിൽത്തന്നെയാ ജനിച്ചത്! എന്റെ ഞരമ്പുകളിലൂടെ ഒഴുകുന്നതും ആലത്തൂർ തറവാടിന്റെ ചോരയാ. ആലത്തൂർ നിധിയെപ്പറ്റി കുറെയൊക്കെ എനിക്കുമറിയാമെടാ.”

ഭൈരവൻ കത്തിക്കയറുകയായിരുന്നു.

"തറവാട്ടുകാരണവരാകാൻ തനിക്കെന്താടോ യോഗ്യത?"

ഭാർഗ്ഗവനു നേരെ വിരൽ ചൂണ്ടിക്കൊണ്ട് ഭൈരവൻ ചോദിച്ചു.

ഭാർഗ്ഗവനു ക്ഷമ കെട്ടു. അയാൾ ഭൈരവന്റെ ചൂണ്ടിയ കൈ തട്ടിമാറ്റിയിട്ട് ഞൊടിയിടയിൽ കഴുത്തിൽ പിടികൂടി.

ഭാർഗ്ഗവന്റെ കരുത്തുള്ള കരങ്ങൾക്കിടയിൽ ഭൈരവന്റെ കഴുത്തുഞെരിഞ്ഞമർന്നു . ശ്വാസം കഴിക്കാനാകാതെ അയാൾ പിടഞ്ഞു. അയാളുടെനാവു നീണ്ടു.

കണ്ണുകൾ പുറത്തേക്ക് തുറിക്കാൻ തുടങ്ങി.

ഭാർഗ്ഗവന് കലിയടക്കാനായില്ല.

ഭൈരവൻ വൈഷമ്യത്തോടെ കൈകാലുകളിളക്കി.

പെട്ടെന്നാണ് അവരിരുവരെയും നടുക്കിക്കൊണ്ട് വിചിത്രമായൊരുശബ്ദം മാളികയിൽ മുഴങ്ങിയത്.

ഭാർഗ്ഗവന്റെ കൈകൾ അയഞ്ഞുപോയി.

ഭൈരവൻ ശ്വാസമെടുത്തു.

ശബ്ദമിപ്പോൾ കൂടുതൽ വ്യക്തമാകുകയാണ്

വടി നിലത്തൂന്നി വരുന്നതുപോലെ ഒരു ശബ്ദം!

രണ്ടുപേരും ചെവിയോർത്തു.

സിംഹത്തിന്റെ മുരൾച്ചപോലെ നിശ്വാസങ്ങൾ കാതിൽ വന്നലയ്ക്കുകയാണ്!

അപ്രതീക്ഷിതമായി ഒരു വൃദ്ധയുടെ പൊട്ടിച്ചിരി!

ഭാർഗ്ഗവനും ഭൈരവനും ഞെട്ടിത്തരിച്ചു. ഇടനാഴിയുടെ അങ്ങേയറ്റത്ത്ഒരു പ്രകാശം മിന്നിമറയുന്നതു കണ്ടു.

പൊടുന്നനെ, ചുവരിൽ വടിയൂന്നി നടക്കുന്ന ഒരു വൃദ്ധയുടെ നിഴൽ!

അവരുടെ ചിരി കാതിൽ മുഴങ്ങുകയാണ്. "ഇ...ട്ടു....ണ്ണൂ.....ലി....യ...മ്മ"

ഭൈരവന്റെ ചുണ്ടുകൾ ശബ്ദമില്ലാതെ ചലിച്ചു.

ഭാർഗ്ഗവൻ ഇമകളനക്കാതെ വിറങ്ങലിച്ചു നിൽക്കുകയായിരുന്നു.

ധൈര്യമവലംബിച്ചാണ് ഭാർഗ്ഗവൻ വാതിൽക്കലേക്ക് ഓടിയത്.

"ഇട്ടുണ്ണുലിയമ്മ! ഇട്ടുണ്ണൂലിയമ്മ!'

അയാൾ പേടിച്ചലറി നിലവിളിച്ചു.

അപ്പോഴേയ്ക്കും ആ വൃദ്ധ അസാധാരണമായ വേഗതയോടെഅവർക്കരികിലേക്ക് വന്നു...

16

ഞൊടിയിടയിൽ മാളികയുടെ വാതിൽ തുറന്ന് ഭാർഗ്ഗവൻ പുറത്തുകടന്നു. ഭാർഗ്ഗവനു പിന്നാലെ നിലവിളിച്ചുകൊണ്ട് ഭൈരവനും ഓടി പുറത്തുകടന്നു. ഒന്നു തിരിഞ്ഞു നോക്കാൻപോലും മധൈര്യപ്പെടാതെ അവർ ഇരുട്ടിനുള്ളിലേക്കു മറഞ്ഞു. അവർക്കു പിന്നിൽ മാളികയുടെ വാതിലുകൾ വലിയ ശബ്ദത്തോടെ കൊട്ടിയടയ്ക്കപ്പെട്ടു.

ഒരു ഇലപോലുമനങ്ങാതെ വിറങ്ങലിച്ചു നിൽക്കുകയായിരുന്നു അന്തരീക്ഷം.ഇടയ്ക്കിടെ കൂമന്റെ ഭീതിയുണർത്തുന്ന നിലവിളിമാത്രം കേൾക്കാമായിരുന്നു....

നേർത്ത നിലാവിലേക്ക് മഞ്ഞ് പെയ്തിറങ്ങി.

വളപ്പിലെ വലിയ മരത്തിനു പിന്നിലെ ഇരുട്ടിൽ ഒരു നിഴൽ ചലിച്ചു.

മുട്ടറ്റമെത്തുന്ന കോട്ടിന്റെയും വീതികൂടിയ ഹാറ്റിന്റേയും കാളിമ ഇരുളിൽ ലയിച്ചു.

ആ മനുഷ്യന്റെ തിളങ്ങുന്ന കണ്ണുകളിൽ ആകാംക്ഷയാണോ ഉത്ക്കണ്ഠയാണോ എന്നു വേർതിരിച്ചറിയുക പ്രയാസമായിരുന്നു. എന്തായാലും അയാളുടെ നിശ്വാസങ്ങളിൽ തെല്ലൊരു ആശങ്കയുണ്ടായിരുന്നു എന്നു വ്യക്തം. അത്രക്കു ദുർബലമായിരുന്നു അത്.

രണ്ടുപേർ നിലവിളിച്ചുകൊണ്ട് ഓടിപ്പോകുന്നത് ആലീസ് മുകളിൽ നിന്നു കണ്ടു.

അവൾ മുകൾനിലയുടെ വീതി കുറഞ്ഞ മട്ടുപ്പാവിൽ നിൽക്കുകയായിരുന്നു.

കൃഷ്ണൻകുട്ടിയും അയ്യപ്പൻകുട്ടിയും രാജനും ചില പ്രധാന കാര്യങ്ങൾ സംസാരിച്ചുകൊണ്ടു നിൽക്കവേയാണ് ആലീസിന്റെ വിളി കേട്ടത്.

അവർ ഓടി വന്നു നോക്കുമ്പോൾ കരഞ്ഞുകൊണ്ട് ഓടിപ്പോകുന്ന രണ്ടു തടിയന്മാരെ കണ്ടു. കൃഷ്ണൻകുട്ടി, അയ്യപ്പൻകുട്ടിയെ കണ്ണിറുക്കി കാണിച്ചു. അവർക്കു കാര്യം മനസ്സിലായി.

“നീയി മട്ടുപ്പാവിൽ ഇങ്ങനെവന്നു നിൽക്കരുത് ആലീസേ.”

രാജൻ പറഞ്ഞു.

“എന്റെ പൊന്നുദമ്പതികളേ, നിങ്ങളായിട്ട് ഉള്ള കഞ്ഞിയിൽ പാറ്റ ചാടിക്കരുത്”

കൃഷ്ണൻകുട്ടി കൈകൂപ്പി.

"രണ്ടു ദിവസം മുമ്പൊരുത്തൻ കള്ളനാണെന്നു തോന്നുന്നു. പമ്മിപരുങ്ങി വരുമ്പോഴാണ് ഇവൾ മട്ടുപ്പാവിൽ നിൽക്കുന്നത് കാണുന്നത്. അവൻ നിലവിളിച്ചുകൊണ്ടൊരോട്ടം. ഇവളെ കണ്ടിട്ട് വല്ല യക്ഷിയോ പ്രേതമോ മറ്റോ ആണോയെന്ന് ധരിച്ചുകാണും - പാവം!"

രാജന്റെ സംസാരം കേട്ടപ്പോൾ മറ്റുള്ളവർക്കെല്ലാം ചിരിപൊട്ടി.

"അങ്ങനെ എനിക്കൊരു യക്ഷിയാകാനൊത്തല്ലോ!" ആലീസ് പറഞ്ഞു.

“അതേതായാലും നന്നായി! ഇടയ്ക്കിടെ ഈ രാജനെ ആ വിശ്വരൂപം കാട്ടിയൊന്നു പേടിപ്പിച്ചോടിക്കണം. ഇവൻ ആളു പിശകാ.”

"പോടാ. മരങ്ങോടാ!"

കൃഷ്ണൻകുട്ടിയെ തല്ലാൻ രാജൻ കളിയായി കൈ ഉയർത്തി

അൽപ്പം അകലെയായി ഒരു മോട്ടോർ ബൈക്ക് സ്റ്റാർട്ടു ചെയ്തു പോകുന്ന ശബ്ദം കേട്ടു. പടിപ്പുര കഴിഞ്ഞുള്ള ഇല്ലിക്കാടുകൾക്കിടയിലൂടെ ബൈക്കിന്റെ പിന്നിലെ ചുവന്ന വെളിച്ചം അകന്നു പോകുന്നതു കണ്ടു.

“കള്ളന്മാരു ബൈക്കിലാ വന്നത്.”

ആലീസ് പിറുപിറുത്തു.

അയ്യപ്പൻകുട്ടി ആശങ്കയോടെ കൃഷ്ണൻകുട്ടിയെ നോക്കി. കൃഷ്ണൻകുട്ടിക്ക് ഉള്ളിലൊരാന്തലുണ്ടായി. ഈ അസമയത്ത് ആരാണ് ബൈക്കിലിതുവഴി വന്നത്? ആരായാലും നല്ല ഉദ്ദേശ്യത്തോടെ ആയിരിക്കില്ല.

മാളികയിൽ നിന്നോടിപ്പോയത് അമ്മാവന്മാർ തന്നെയാണെന്നുറപ്പാണ്. പക്ഷേ അമ്മാവന്മാർ നിലവിളിച്ചുകൊണ്ടോടിയതെന്തിനാണ്? എന്തൊക്കെയോ നിഗൂഢതകൾ വലയം ചെയ്തുകൊണ്ടിരിക്കുകയാണ്. പെട്ടെന്ന് മിന്നായംപോലെ മറ്റൊരു ചിന്ത കൃഷ്ണൻകുട്ടിക്കുണ്ടായി.

ആലീസിന്റെ അപ്പച്ചൻ തോമസ് സക്കറിയാ!

കൃഷ്ണൻകുട്ടിക്ക് സർവാംഗം തളരുന്നതുപോലെ തോന്നി.

തോമസ് സക്കറിയായുടെ ചാരന്മാർ നാടുമുഴുവൻ ചുറ്റിനടക്കുകയായിരിക്കും.

ഈശ്വരാ! രാജന്റേയും ആലീസിന്റേയും ഒളിസങ്കേതം അവർ കണ്ടുപിടിച്ചുകഴിഞ്ഞിരിക്കുമോ? തോമസ് സക്കറിയാ സ്വന്തം മോളെയും ഭർത്താവിനേയുംകൊത്തിനുറുക്കി ആറ്റിലൊഴുക്കാൻ മടിക്കില്ല.

"നിങ്ങളു സൂക്ഷിക്കേണ്ടിയിരിക്കുന്നു." കൃഷ്ണൻകുട്ടി ഒരു താക്കീതുപോലെ പറഞ്ഞു.

"മുറിയിൽ ആൾപ്പാർപ്പുള്ള യാതൊരു ലക്ഷണവും പുറത്തു കാണരുത്. കഴിവതും മുറിക്കുപുറത്തിറങ്ങാതിരിക്കണം."

അതു കേട്ടപ്പോൾ ആലീസിന്റേയും രാജന്റേയും മുഖം വിളറി വെളുത്തു.

"എന്താ കൃഷണനക്കുട്ടി? ' ആലീസ് പരിഭ്രമത്തോടെ ചോദിച്ചു.

"പ്രത്യകിച്ച് ഒന്നുമില്ല! നിങ്ങൾ പേടിക്കേണ്ടതില്ല. എന്നാലും സൂക്ഷിക്കേണ്ടിയിരിക്കുന്നു. ആലീസിന്റെ അപ്പച്ചൻ വെറുതെയിരിക്കുകയില്ലെന്ന്അറിയാമല്ലോ?"

അവരുടെ ഇടയിൽ കനത്ത നിശബ്ദത പരന്നു.

അകലെയെവിടെയോ ഒരു നായ ഓലിയിടുന്നതു കേട്ടു.

ചന്ദ്രൻ ആകാശത്തിന്റെ പടിഞ്ഞാറേ ചെരിവിലെത്തിക്കഴിഞ്ഞിരുന്നു.

അതേ സമയം, ഏതാനും കിലോമീറ്ററുകൾക്കപ്പുറത്ത് ഇരുപത്തിനാലു മണിക്കൂർ സമയവും പ്രവർത്തിക്കുന്ന ഒരു ടെലഫോൺ ബൂത്തിൽഅജ്ഞാതനായ ആ മനുഷ്യൻ ഒരു നീണ്ട നമ്പർ ഡയൽ ചെയ്തു. വീതികൂടിയ ഹാറ്റ് ചെരിച്ചുവച്ച് മുഖത്ത് വെളിച്ചം വീഴാതിരിക്കാൻ അയാൾ വളരെ ശ്രദ്ധിക്കുന്നുണ്ടായിരുന്നു.

ഡേ ആൻഡ് നൈറ്റ് ഗ്ലാസ് അയാളുടെ കണ്ണുകളെ അപ്പോഴും മറച്ചുപിടിച്ചിരുന്നു.

അജ്ഞാതനായ ആ കോട്ടുധാരി നിഗൂഢമായി പുഞ്ചിരിച്ചു.

അയാൾസംസാരിക്കാൻ തുടങ്ങുകയായിരുന്നു. വളരെ പതിഞ്ഞ ശബ്ദത്തിൽ. ഏതോ രഹസ്യകേന്ദ്രത്തിലേക്ക്.

അയാളുടെ അധികം പഴക്കമില്ലാത്ത ഒരു ഹണ്ട്രഡ് സി. സി.ബൈക്ക് ടെലഫോൺ ബൂത്തിനു പുറത്ത് വിശ്രമിച്ചിരുന്നു.

നിലാവസ്തമിച്ചു കഴിഞ്ഞ് ഇരുണ്ടു കിടക്കുന്ന ആകാശത്തു നിന്നു മഞ്ഞിൻ കണങ്ങൾ ഇറ്റിറ്റ് വീഴുകയായിരുന്നു.

നിയോൺ വിളക്കുകളുടെ വെളിച്ചം പരന്നുകിടക്കുന്ന തെരുവീഥിയിലൂടെ വാഹനങ്ങൾ ചീറിപ്പാഞ്ഞു പായ്ക്കൊണ്ടിരുന്നു.

"ഇതൊരുതരം കള്ളപ്പനിയാണ്; ഒരാഴ്ചയായയല്ലോടി."

ഉമാദേവി കളിയാക്കി.

മീനാക്ഷി കട്ടിലിൽ മൂടിപ്പുതച്ച് കിടക്കുകയായിരുന്നു.

അവൾ ചിരിച്ചു.

“നിന്നെ പേടിപ്പിക്കാൻ ഇനിയും വരും വല്ല കാട്ടുമാക്കാനും. ഇതൊക്കെ പുറത്തു പറയാൻ കൊള്ളാവുന്നതണോടി. നട്ടുച്ചക്കൊരു പ്രേതം വന്നു ജനലിനു വെളിയിൽ വന്നു നിന്നും പേടിപ്പിച്ചെന്നും അതു കണ്ടു നീ ബോധം കെട്ടു വീണതാണെന്നും ഒരാഴ്ച നീ പനിപിടിച്ചുകിടന്നെന്നും പറഞ്ഞാൽ കൃഷ്ണൻകുട്ടിയേട്ടൻ വിശ്വസിച്ചേക്കും.”

ഉമാദേവിയുടെ സംസാരം കേട്ട് മീനാക്ഷിക്ക് അരിശം വന്നു.

അവൾപുതപ്പുമാററി ചാടിയെഴുന്നേറ്റു.

“കണ്ടോ, കണ്ടോ കാര്യം പറഞ്ഞപ്പോൾ പെണ്ണിന്റെ പനിയൊക്കെ പമ്പ കടന്നത്!”

ഉമാദേവി മൂക്കത്ത് വിരൽ വച്ചു.

"മതീ പെണ്ണേ കളിയാക്കിയത്!”

“മീനാക്ഷി മുഖം വീർപ്പിക്കേണ്ട, ഞാനങ്ങു പോയേക്കാം നേരം സന്ധ്യയായി."

ഉമാദേവി പോകാനൊരുങ്ങി.

“നീയിന്നു പോകണ്ട." മീനാക്ഷി പറഞ്ഞു.

"നിനക്കതു പറയാം! അമ്മയും കൃഷ്ണൻകുട്ടിയേട്ടനും കൂടിയെന്നെക്കൊല്ലും. ഞാൻ പോകുന്നു."

"ഉമാദേവി -- പ്ലീസ്" മീനാക്ഷി അപേക്ഷിച്ചു.

"പിന്നീടൊരിക്കലാകട്ടെ മീനാക്ഷി! എന്നെക്കാണാതിരിന്നാൽ അമ്മയ്ക്കാധിയാകും.""

മീനാക്ഷിയുടെ കവിളിലൊരുമ്മവച്ചുകൊടുത്തിട്ട് ഉമാദേവി മുറിക്കു പുറത്തിറങ്ങി.

തളത്തിൽ പങ്കജാക്ഷിയമ്മയുണ്ടായിരുന്നു.

"ഞാൻ പോട്ടെ അമ്മായി." ഉമാദേവി പറഞ്ഞു.

"സന്ധ്യയായില്ലേ മോളേ, നീയൊറ്റയ്ക്ക് അത്രടംവരം പോകണ്ടേ? ബാലനെ കൂട്ടുവിടാം.""

പങ്കജാക്ഷിയമ്മ ഉമാദേവിക്കു പിന്നാലെ മുറ്റത്തേക്കിറങ്ങി.

"വേണ്ടമ്മായീ! അതിന്റെയൊന്നും ആവശ്യമില്ല."

ഉമാദേവി നടന്നു.

കുഞ്ഞാറ്റക്കിളികൾ ചേക്കേറാനായി ധൃതിയിൽ ചിറകടിച്ചുകൊണ്ടു പറന്നുപോയി. പടിഞ്ഞാറൻ മാനത്ത് ചുവപ്പ് ഒളിപ്പിച്ചു വച്ച് ചുറ്റും കറുപ്പു പടരാൻ തുടങ്ങി. ഇളംകറുപ്പിൽ നക്ഷത്രങ്ങളുടെ സ്വർണ്ണജ്വാല പടർന്നു .

ഇടവഴിയുടെ വിജനതയിൽ വെറുതെ നടക്കാൻ ഉമാദേവിക്കു രസം തോന്നി. പുല്ലാന്നിക്കാടുകളിലും കമ്യൂണിസ്റ്റു പച്ചക്കാടുകളിലും തത്തിക്കളിക്കുന്ന മോഹിപ്പിക്കുന്ന ഏകാന്തതയെ അവൾക്കു സ്നേഹിക്കാൻ തോന്നി. പാതയോരത്തെ പൊന്തക്കാടുകളിലേക്ക് ഇരുൾ വന്നു നിറഞ്ഞു പെരുകുന്നത് അവൾ കണ്ടു.

അമ്മയിപ്പോൾ ആധിപിടിച്ച് അന്വേഷിക്കുന്നുണ്ടാകും!

ഉമാദേവി വേവലാതിയോടെ ധൃതിയിൽ നടന്നു. ഇടവഴിയുടെ തിരിവിൽ നിറയെ കാശാവിൻ കാടുകളാണ്. ഒരാളുയരത്തിൽ കാശാവു ചെടികൾ വളർന്നു നില്ക്കുന്നു. അതുകഴിഞ്ഞ് വഴിയുടെ ഇരുവശവും പൈന്മരങ്ങളാണ്. ഇടവഴിയുടെ തിരിവുകഴിഞ്ഞ് മുന്നോട്ടു നടന്നപ്പോൾ കാശാവു ചെടികൾക്കിടയിൽ ഒരനക്കം കേട്ടു. ചെടികൾ ഉലയുന്ന ശബ്ദം!

ഉമാദേവി നടുങ്ങിപ്പോയി.

അവൾ തിരിഞ്ഞുനോക്കി.

കാശാവിൻ കാടുകൾ ആസകലം! ഉലയുന്നു

ചെടികൾക്ക് ഭ്രാന്തു പിടിച്ചാലെന്നതുപോലെ! ഭയം ദേഹമാസകലം പടർന്നു കയറുന്നതുപോലെ തോന്നി. അവൾ പേടിച്ചരണ്ട് മുന്നോട്ടോടി.

ആ നിമിഷം, ഇരുട്ട പടർന്നു നിൽക്കുന്ന പൈന്മരക്കൂട്ടങ്ങൾക്കിടയിൽ നിന്ന് അവൾക്കു മുന്നിലേക്ക് ഒരുരൂപം ചാടിവീണു. ഒരു വിലങ്ങുതടിപോലെ!

ഉമാദേവി നിലവിളിക്കാനാഞ്ഞു.

പൊടുന്നനെ ആ രൂപത്തിന്റെ ബലിഷ്ഠമായ കരങ്ങൾ അവളുടെവായ്മൂടി.

17

ബലിഷ്ഠമായ കരങ്ങളിൽക്കിടന്ന് ഉമാദേവി പിടഞ്ഞു. മദ്യത്തിന്റെരൂക്ഷഗന്ധം അവളുടെ നാസാരന്ധ്രങ്ങളിലേക്കടിച്ചു കയറി. ഉമാദേവി കുതറിയോടി.

ആ മനുഷ്യൻ നിഷ്പ്രയാസം അവളെ കടന്നുപിടിച്ചു കഴിഞ്ഞു.

പുഷ്പാംഗദൻ!

അയാൾ പല്ലിളിച്ചു.

മദ്യം മണക്കുന്ന ഉച്ഛ്വാസവായു മുഖത്തേക്കടിച്ചപ്പോൾഅവൾ അസഹ്യതയോടെ തലകുടഞ്ഞു. അയാളുടെ താടിയിലെ കനത്തകുറ്റിരോമങ്ങൾ അവളുടെ കവിളിലുരസിക്കൊണ്ട അയാൾ അവളെ ബലമായമർത്തി.

"നിന്നെ ഞാൻ കാത്തുനിൽക്കുകയായിരുന്നു. എത്ര നാളായെടീ കൊച്ചേ നിന്നെ കണ്ടിട്ട്. നീ വഴുതി നടക്കുകയാണെന്നെനിക്കറിയാം ഒന്നുമില്ലെങ്കിലും നീയെന്റെ മുറപ്പെണ്ണല്ലേടി!

പുഷ്പാംഗദന്റെ വഷളൻ ചിരി ഒരു പിശാചിന്റേതുപോലെ ഉമാദേവിയുടെ കാതുകളിൽ മുഴങ്ങി.

"എന്നെ വിട്.."

അവൾ കരഞ്ഞുകൊണ്ടു പറഞ്ഞു. അയാൾ വൃത്തികെട്ട ശബ്ദത്തിൽ പൊട്ടിച്ചിരിച്ചു.

"നിന്നെ വിടാനോ?

പുഷ്പാംഗദൻ അവളുടെ കാതിൽ കടിച്ചു.

അവൾ അസഹ്യമായ വേദനയോടെ അവളുടെ മുഖത്തു മാന്തി.

അയാളുടെ കൈകളയഞ്ഞപ്പോൾ ഉമാദേവി കുതറിയോടി.

പുഷ്പാംഗദൻ അമർഷത്തോടെ മുഖം തടവി. മുഖത്ത് ചോര പൊടിഞ്ഞിരിക്കുന്നു. അയാൾ ഒരു ചെകുത്താനെപ്പോലെ അലറിക്കൊണ്ട് അവൾക്കു പിന്നാലെ ചാടി വീണു. ഉമാദേവിയുടെ നീണ്ട മുടിയിലാണ് പിടിത്തം കിട്ടിയത്.

ഉമാദേവി നിലവിളിച്ചു. പുഷ്പാംഗദൻ ഉന്മാദച്ചിരിയോടെ അവളുടെമുടിയിൽപ്പിടിച്ച് തന്നിലേക്ക് വലിച്ചടുപ്പിക്കാനായവേ ആണ് അപ്രതീക്ഷിതമായി പിന്നിൽ നിന്ന് അടികിട്ടി.

പുഷ്പാംഗദൻ തല മരവിക്കുന്നതുപോലെ തോന്നി.

അയാൾ ഉമാദേവിയുടെ മുടിയിൽ നിന്നും പിടിവിട്ട് പിന്നിലേക്കു തിരിഞ്ഞു നോക്കി. കൃഷ്ണൻകുട്ടിയെ ഒരു നോക്കേ കാണാനായുള്ളു. അതിനുമുമ്പേ മുഖമടച്ച് അടി വന്നു. പുഷ്പാംഗദൻ ഇടവഴിയിലേക്ക് മലർന്നടിച്ചു വീണു. അഴിഞ്ഞുലഞ്ഞ മുടിയുമായി പേടിച്ചരണ്ട് നിൽക്കുകയായിരുന്നു ഉമാദേവി.

പുഷ്പാംഗദൻ എന്തെങ്കിലും ചെയ്യാൻ കഴിയുന്നതിനു മുമ്പേ കൃഷ്ണൻകുട്ടി അയാളെ നിലത്തിട്ട് ചവിട്ടി.

"അമ്മയെയും പെങ്ങളെയും തിരിച്ചറിയാത്ത ചെറ്റ"

പുഷ്പാംഗദൻ കണ്ണുതുറന്ന് കൃഷ്ണൻകുട്ടിയെ തുറിച്ചു നോക്കി.

അയാൾ കിടന്ന കിടപ്പിൽ ഒരുപിടി പൂഴിവാരിയെടുക്കുന്നത് കൃഷ്ണൻകുട്ടി കണ്ടു. പുഷ്പാംഗദന്റെ ആ കൈ കൃഷ്ണൻകുട്ടി ചവിട്ടി ഞെരിച്ചു. അയാൾ നിലവിളിച്ചു.

"നിനക്കെങ്ങനെ ധൈര്യം വന്നെടാ എന്റെ പെങ്ങളെത്തൊടാൻ? നീ ജീവിച്ചിരിക്കാൻ പാടില്ല"

കൃഷ്ണൻകുട്ടി പുഷ്പാംഗദന്റെ ഇരുകാലുകളിലും പിടുത്തമിട്ടു.

"നിന്നെ ഞാൻ കൊല്ലാൻ പോകുകയാണ്!

കൃഷ്ണൻകുട്ടി അയാളുടെ കാലുകളിൽ പിടിച്ച് പൈന്മക്കൂട്ടത്തിലേക്ക് വലിച്ചു കയറ്റാൻ തുടങ്ങുന്നതു കണ്ട് ഉമാദേവി ഭയന്നു. അവൾ കരഞ്ഞുകൊണ്ട് ഓടി അടുത്തേക്കു വന്നപ്പോഴേക്കും കൃഷ്ണൻകുട്ടി അവളെ തുറിച്ചു നോക്കി.

"വേണ്ട ചേട്ടാ, അയാളെ വിട്ടേക്ക്!"

അവൾ കരഞ്ഞപ്പോൾ കൃഷ്ണൻകുട്ടി അലറി.

"മിണ്ടിപ്പോകരുത് നായിന്റെ മോളേ നീ. ദൂരെപ്പോ!"

കൃഷ്ണൻകുട്ടി പല്ലുകടിച്ചു.

ഉമാദേവി വായ്പൊത്തി കരച്ചിലടക്കി. പൈൻമരക്കൂട്ടങ്ങളുടെ ഇടയിലേക്ക് പുഷ്പാംഗദന്റെ ശരീരം വലിച്ചു കയറ്റാൻ കൃഷ്ണൻകുട്ടി ശ്രമിച്ചു. പുഷ്പാംഗദൻ കുതറുന്നുണ്ടായിരുന്നു. കൃഷ്ണൻകുട്ടി കലിയടങ്ങാതെ അയാളെ ആഞ്ഞുചവിട്ടി. അപ്പോഴേക്കും മൂന്നുനാലു ടോർച്ചിന്റെ വെട്ടങ്ങൾ അങ്ങോട്ടു പാളി വീണു. ആരൊക്കെയോ ഓടിവരുന്ന ശബ്ദം കേട്ടു.

"എന്താ, എന്താ കാര്യം?"

ഇടവഴിയിൽ ആളുകൾ ഓടിക്കൂടി.

കൃഷ്ണൻകുട്ടി വെറുപ്പോടെ തലയുയർത്തി നോക്കി.

"ഭൂമിക്ക് ഒരു ഭാരമാണ് ഈ ചെറ്റ."

കൃഷ്ണൻകുട്ടി പുഷ്പാംഗദനെ കാലു കൊണ്ടു തട്ടി.

അയാൾ ഇടവഴിയിലൂടെ ഉരുണ്ടു.

"എന്താ പ്രശ്നം കൃഷ്ണൻകുട്ടി?"

ആളുകൾ അഴിഞ്ഞുലഞ്ഞ മുടിയുമായി കരഞ്ഞുകൊണ്ടു നിൽക്കുന്ന ഉമാദേവിയെ നോക്കി.

"നിങ്ങടെയൊക്കെ പെണ്മക്കൾക്ക് മാനംമര്യാദയായി വഴിയേ നടക്കണമെന്നുണ്ടെങ്കിൽ ഈ ചെറ്റയെയങ്ങു തട്ടിക്കളഞ്ഞേക്ക്."

കൃഷ്ണൻകുട്ടി കയ്യിലെ പൊടിതട്ടിക്കളഞ്ഞുകൊണ്ടു പറഞ്ഞു.

"വാടീ പോകാം!"

കൃഷ്ണൻകുട്ടി ഉമാദേവിയുടെ കയ്യിൽപ്പിടിച്ചു വലിച്ചുകൊണ്ടു നടന്നു. നാട്ടുകാർ ഒരു നിമിഷം അമ്പരന്നു. പിന്നെയാണവർക്ക് കാര്യം പിടികിട്ടിയത്. അവർ പുഷ്പാംഗദനു നേരെ തിരിഞ്ഞു.

ഒരു നിമിഷം വൈകിയിരുന്നെങ്കിൽ. ഉമാദേവിക്ക് കരച്ചിലടക്കാനായില്ല.

പിന്നിലെ ഇരുട്ടിൽ ആക്രോശങ്ങളും നിലവിളികളും കേൾക്കാമായിരുന്നു.

൭

ഭൈരവൻ മെയിൻ റോഡിന്റെ ഓരം ചേർന്നു നടന്നു. മുഖത്ത് വാട്ടമുണ്ടായിരുന്നു. പുഷ്പാംഗദനെ കൃഷ്ണൻകുട്ടിയും നാട്ടുകാരും ചേർന്ന് തല്ലിച്ചതച്ചു. എത്രയൊക്കെയായാലും സ്വന്തം മകനല്ലേ.

ഭൈരവൻ കൃഷ്ണൻകുട്ടിയോടു ദേഷ്യം തോന്നി. അവന്റെ പെങ്ങൾ ഒരു പൊന്നും കട്ടയൊന്നുമല്ലല്ലോ പുഷ്പാംഗദൻ ഒന്നും തൊട്ടെന്നും വച്ച് ഉരുകിപ്പോകാൻ. പുഷ്പാംഗദന്റെ മുറപ്പെണ്ണല്ലേ അവൾ. കൃഷ്ണൻകുട്ടിക്ക് അഹന്തയാണ്. പുഷ്പാംഗദനെ തല്ലിച്ചതച്ച് ഒന്നിനും കൊള്ളാത്ത പരുവമാക്കി. ഭൈരവന്റെ മനസ്സു പുകഞ്ഞു കത്തി.

.കുടയുടെ കൂർത്ത അഗ്രം മണ്ണിൽ ആഞ്ഞു കുത്തിയാണു നടന്നത്.

എല്ലാം ചുട്ടെരിച്ചുകളയാനുള്ള ദേഷ്യമുണ്ട് അയാൾക്ക്.

പൊടുന്നനെ ഒരു ജീപ്പ് പാഞ്ഞു വന്ന് അയാൾക്കരികിൽ സഡൻബ്രേക്കിട്ടു നിന്നു.

അയാൾ ഒരു ഞെട്ടലോടെ നോക്കി.

“എടോ കാർന്നോരേ ആലത്തൂരെ കൃഷ്ണൻകുട്ടിയുടെ വീടേതാ..?”

ജീപ്പിന്റെ മുൻസീറ്റിലിരുന്ന് ദീർഘകായനായ ഒരു മധ്യവയസ്കൻ ചോദിച്ചു

ഭൈരവൻ അയാളെ ആപാദചൂഡം നോക്കി.

ക്രീം നിറമുള്ള സില്ക്ക് ജുബ്ബയും മുണ്ടും., കണ്ണുകളെ മറച്ചുകൊണ്ട് കൂളിംഗ് ഗ്ലാസ്സ്, വെളുത്തു തടിച്ച ശരീരം

“ആരാ" ഭൈരവൻ സംശയത്തോടെ തിരക്കി.

മധ്യവയസ്കന്റെ മുഖം ചുവന്നു. “ആലത്തുരെ കൃഷ്ണൻകുട്ടിയുടെ വീടേതാണെന്നാ ചോദിച്ചെ?"

"അതു മനസ്സിലായി. നിങ്ങളാരാണെന്നു പറ!"

"പേരും വിലാസവും പറഞ്ഞാലേ, കൃഷ്ണൻകുട്ടിയുടെ വീടേതാണെന്ന് താൻ പറയുകയുള്ളു അല്ലേ?"

മധ്യവയസ്കനു ദേഷ്യം വന്നു.

ജീപ്പിനുള്ളിൽ നിന്ന് അഞ്ചെട്ടു തടിമാടന്മാർ എത്തി നോക്കുന്നത് ഭൈരവന്റെ കണ്ണിൽപ്പെട്ടു. അയാളുടെ ഉള്ളൊന്നാന്തി.

“ലൂക്കോസേ, നീ വണ്ടിയെടുക്ക്!" മധ്യവയസ്കൻ ആജ്ഞാപിച്ചു.

"പോകാൻ വരട്ടെ; ഭൈരവൻ തടഞ്ഞു.

“ഞാൻ കൃഷ്ണൻകുട്ടിയുടെചെറിയമ്മാവനാ!”

“ഓഹോ, എന്നാലതു നേരത്തെ പറയരുതായിരുന്നോ??"

ആ ദിർഘകായൻ ജീപ്പിൽ നിന്നിറങ്ങി വന്നു.

"ഞങ്ങളു കൃഷ്ണൻകുട്ടിയെ ഒന്നു കാണാനിറങ്ങിയതാ.""

അയാൾ ഭൈരവനു മുന്നിൽ നീണ്ടു നിവർന്നു നിന്നു.

"ഞാൻ തോമസ് സക്കറിയാ! കേട്ടിട്ടുണ്ടാവും ." മധ്യവയസ്കൻ ഘനഗംഭീരമായ ശബ്ദത്തിൽ പറഞ്ഞു.

"കേട്ടിട്ടില്ല!'

തോമസ് സക്കറിയായുടെ മുഖം മങ്ങി.

"എന്നാലിനി കേൾപ്പിക്കാം!'

അയാൾ കണ്ണുകളിറുക്കി ഭൈരവനെ നോക്കി..

"ഞാൻ ആഞ്ഞിലിക്കൽ കുടംബക്കാരനാ. ആഞ്ഞിലിക്കൽ കുടംബക്കാരെക്കുറിച്ച് നാട്ടുകാരോടു ചോദിച്ചാൻ മതി! അല്ലേടാ ജോണീ"

തോമസ് സക്കറിയാ ജീപ്പിലെ തടിമാടന്മാരെ നോക്കി മന്ദഹസിച്ചു.

"അതിനു ഞാനെന്തു വേണം?'

ഭൈരവന് ഈർഷ്യയായി.

ഇവന്മാരെന്തിനാണ് നടുവഴിയിൽ നിന്ന് വീമ്പിളക്കുന്നത്.

"നിങ്ങളു വന്ന കാര്യം പറയെടാ കൂവേ.."

ഭൈരവൻ അക്ഷമയോടെ പറഞ്ഞു.

"നിങ്ങളു കുടുംബക്കാരുകൂടി അറിയേണ്ട കേസായതുകൊണ്ട് പറയാം. പക്ഷേ നാട്ടുകാരറിഞ്ഞ് നാണക്കേടുണ്ടാക്കരുത്. ഉണ്ടായാലും തോമസ്സ്ക്കറിയാക്ക് ഒരു വിരോധവുമില്ല"

തോമസ് സക്കറിയാ ഭൈരവനെ ഒന്നിരുത്തി നോക്കി.

"കഴിഞ്ഞ രണ്ടാഴ്ചയായിട്ട് എന്റെ മോളെ കാണാനില്ല. എനിക്കാണും പെണ്ണുമായിട്ട് അവളൊരുത്തിയെ ഉള്ളൂ. അവളങ്ങോട്ടാണു പോയതെന്ന് ഒരു നിശ്ചയവുമില്ല. അവൾ മനഃപൂർവം വീട്ടിൽ നിന്നിറങ്ങിപ്പോയതാണെന്നുറപ്പാണ്. തനിക്കുമുണ്ടാകുമല്ലോ മക്കൾ. ഇക്കാലംവരെ ഒരു കുറവും വരുത്താതെയാണ് ഞാനവരെ വളർത്തിക്കൊണ്ടു വന്നത്. മക്കളുണ്ടാക്കി വയ്ക്കുന്ന ഓരോതലവേദനകളേയ്."

അയാൾ ജീപ്പിന്റെ ബോണറ്റിൽ ചാരി നിന്നുകൊണ്ട് ഒരു സിഗററ്റിനുകൊളുത്തി.

ഭൈരവൻ അയാൾ പറഞ്ഞതൊക്കെ ശ്രവിച്ചുകൊണ്ട് താടി ചൊറിഞ്ഞാലോചിക്കുകയായിരുന്നു.

തോമസ് സക്കറിയാ തുടർന്നു:

"അവളെ അങ്ങനെയങ്ങു വിടാൻ അനുവദിക്കാമോ? അവളെന്റെ മകളാണെങ്കിൽ ഞാൻ വരച്ച വരയിൽ നിർത്തും . അവളുടെ തോന്ന്യാസങ്ങളൊന്നുംഈ തോമസ് സക്കറിയാ അനുവദിക്കില്ല. ഞാൻ പറഞ്ഞുകൊണ്ടുവരുന്നതെന്താണെന്നു മനസ്സിലായോ?

"ഇല്ല."

ഭൈരവൻ ഉത്ക്കണ്ഠയായി.

"എന്റെ മകളെവിടെയുണ്ടെന്ന് കൃഷ്ണൻകുട്ടിക്കറിയാം! അവളെ കാണാതായതിൽ പിന്നീട് അവൾ ഓഫീസിൽ ചെന്നിട്ടില്ല. കൃഷ്ണൻകുട്ടിയും എന്റെമോളും ഒരേ ഓഫീസിലാണ് ജോലി ചെയ്യുന്നത്. എന്റെ മോൾക്കതിന്റെ ആവശ്യമുണ്ടായിട്ടല്ല; എല്ലാം അവളുടെ ഓരോ നിർബന്ധങ്ങളാണ്. ഞങ്ങളന്വേഷിച്ചതിൽ നിന്ന് അവൾ ജോലി രാജി വച്ചതായറിഞ്ഞു. കഴിഞ്ഞദിവസം രാജിക്കത്ത് ഓഫീസിലെത്തിച്ചതാരാണെന്നറിയാമോ? നിങ്ങളുടെ മരുമകൻ കൃഷ്ണൻകുട്ടി!"

തോമസ് സക്കറിയാ പല്ലുകടിച്ചു.

അതേസമയം മിന്നായംപോലൊരു ചിന്ത ഭൈരവന്റെ മനസ്സിൽ ഉദിച്ചു. അയാളുടെ കണ്ണുകൾ തിളങ്ങി.

കൃഷ്ണൻകുട്ടി, എടാ ഭയങ്കരാ; നിന്റെയെല്ലാ അഹന്തയും അസ്തമിക്കാൻകയാണ് എന്റെ മകനെ വഴിയിലിട്ട് പട്ടിയെ ത്ലുന്നതുപോലെ നീ തല്ലി. അതുപോലെ തോമസ് സക്കറിയായും ഗുണ്ടകളും നിന്നെ അരിഞ്ഞു നുറുക്കി നടുറോഡിൽ വിതറിയിടും. ഭാർഗ്ഗവാ നീയും കണ്ണീരു കുടിക്കാൻ പോവുകയാണ്.

ഭൈരവൻ ചിരിക്കുന്നത് കണ്ട് തോമസ് സക്കറിയായ്ക്കു സംശയമായി

"താൻ ഞങ്ങളെ പരിഹസിക്കുകയാണോ?"

"തോമസ് സക്കറിയാ - നിങ്ങൾ എത്തേണ്ടിടത്തു തന്നെയാണ് എത്തിയത്."

ഭൈരവൻ ചിരിയടക്കി ഗൗരവത്തിൽ പറഞ്ഞു.

"തെളിച്ചു പറ!"

"നിങ്ങളുടെ മോളുടെ പേരെന്താന്നാ പറഞ്ഞത്?"

ഭെരവൻ ആകാംക്ഷയോടെ ചോദിച്ചു.

"ആലീസ്" തോമസ് സക്കറിയാ പറഞ്ഞു.

"ആലീസ്?" ഭൈരവൻ ഒരു പുഞ്ചിരിയോടെ പിറുപിറുത്തു.

"ഇതിനു മുമ്പ് നിങ്ങളവളെ കണ്ടിട്ടുണ്ടോ?"

തോമസ് സക്കറിയാ സംശയത്തോടെ ചോദിച്ചു.

"ഇല്ല; പക്ഷേ പെങ്കൊച്ച് ഇപ്പോൾ എന്റെ മരുമകളാണെന്നു പറഞ്ഞാൽ വിശ്വസിക്കാൻ പ്രയാസമായിരിക്കും നിങ്ങൾക്ക് ? കൃഷ്ണൻകുട്ടിആലീസിനെ കല്യാണം കഴിച്ചിരിക്കുന്നു.""

ഭൈരവൻ പറഞ്ഞുവരുന്നത് തോമസ് സക്കറിയാ ഒരു ഞെട്ടലോടെയാണ് കേട്ടത്. അയാളുടെ മുഖത്തേക്ക് രക്തമിരമ്പിക്കയറി. അയാൾ മുന്നോട്ടാഞ്ഞ് ഭൈരവന്റെ കോളർ പിടിച്ചുയർത്തി.

"പോക്രിത്തരം പറയരുത്! കൊന്നു കളയും ഞാൻ"

“കൈയെടുക്കടോ!" ഭൈരവൻ അലറി.

അയാൾ തോമസ് സക്കറിയായുടെ കൈകൾ തട്ടിമാറ്റി.

“കൃഷ്ണൻകുട്ടിയുടേയും ആലീസിന്റെയും കല്യാണം കഴിഞ്ഞു എന്നത് സത്യം തന്നെയാണ്. പക്ഷേ വീട്ടുകാരോ നാട്ടുകാരോ ഇതറിഞ്ഞിട്ടില്ല; അവരുടെ മുന്നിൽ അവൻ നല്ലപിള്ളയാണ്.""

ഭൈരവൻ പുഞ്ചിരിച്ചു. അയാൾ പോക്കറ്റു തടവി. ഈയൊരവസരത്തിനു വേണ്ടിയാണ് താൻ കാത്തിരുന്നത്. തോമസ് സ്ക്കറിയായുടെ മുമ്പിൽ നെഞ്ചു വിരിച്ചു നിന്നു കൊണ്ട് ഭൈരവൻ പോക്കറ്റിൽ സൂക്ഷിച്ചിരുന്ന ആ കല്യാണഫോട്ടോയെടുത്തു കാണിച്ചു.

ആ ഫോട്ടോ കണ്ട് തോമസ് സക്കറിയായും അനുയായികളും നടുങ്ങിപ്പോയി?

18

സ്വന്തം കണ്ണുകളെ വിശ്വസിക്കാനായില്ല തോമസ് സക്കറിയാക്ക്. അയാൽ വീണ്ടും വീണ്ടും ആ ഫോട്ടോയിലേക്കു സൂക്ഷിച്ചുനോക്കി.

പൂമാലയും ബൊക്കെയുമൊക്കെയായി കഴുത്തിൽ മിന്നു ചാർത്തപ്പെട്ട് വിവാഹ വസ്ത്രത്തിൽ ആലീസ്. തൊട്ടടുത്ത് പൂമാലയും ചന്ദനക്കുറിയുമായി നിൽക്കുന്നത് കൃഷ്ണൻകുട്ടി. അവനെ ഇതിനുമുമ്പ് ഒന്നോ രണ്ടോ തവണ കണ്ടിട്ടുണ്ട്. ഇതവൻ തന്നെ സ്വന്തം മകൾ തനെ ചതിച്ചിരിക്കുന്നു. എന്നത് വാസ്തവം. വിവാഹം രജിസ്ടർ ചെയ്തു കഴിഞ്ഞിരിക്കുന്നു. ഫോട്ടോയെടുത്തിരിക്കുന്നത് രജിസ്ടർ ഓഫീസിൽ വച്ചാണ്. സാക്ഷികളായി രണ്ടു ചെറുപ്പക്കാരും ഫോട്ടോയിലുണ്ടല്ലോ.

തോമസ് സക്കറിയാക്ക് തല പെരുക്കുന്നതുപോലെ തോന്നി.

പൊന്നു പോലെ വളർത്തിയതാണവളെ. എന്നിട്ടും...

തോമസ് സക്കറിയ സഹിക്കാനാവാത്ത സങ്കടത്തോടെ ഭൈരവന്റെ കഴുത്തിനു പിടിച്ചു.

“നായിന്റെ മോനേ, തോമസ് സക്കറിയയുടെ സ്വത്തുക്കൾ തട്ടിയെടുക്കാനുള്ള നിന്റെയൊക്കെ ഗൂഢാലാചനയല്ലേടാ ഇതൊക്കെ.?”

അയാൾ അലറി.

“ഈശ്വരൻ സത്യം! ഒരൊറ്റക്കുഞ്ഞിതറിഞ്ഞിട്ടില്ല എല്ലാം ആ ചെറ്റയുടെ വേലയാ. സ്വന്തം വീട്ടുകാരെപ്പോലും പറ്റിച്ച് ഞെളിഞ്ഞു നടക്കുകയാണ് ആ തെണ്ടി!"

ഭൈരവൻ രോഷത്തോടെ പറഞ്ഞു.

തോമസ് സക്കറിയാ പിടിവിട്ടു.

"അവനും അവളും ഇപ്പോൾ എവിടെയുണ്ടാകും? അവറ്റകളുടെ രണ്ടിന്റെയും തല ഞാനെടുക്കും! തോമസ് സക്കറിയായെ തോൽപ്പിച്ചിട്ട് ആരുംജയിക്കേണ്ട!"

തോമസ് സക്കറിയായുടെ കണ്ണുകളിൽ നിന്ന് തീപറന്നു.

"ആലീസിനെ അവൻ എവിടെയാണ് ഒളിപ്പിച്ചിരിക്കുന്നതെന്ന് ആർക്കുമറിയില്ല. ഈ ഫോട്ടോ അവനറിയാതെ അവന്റെ ബാഗിൽ നിന്നും ഞാൻഅടിച്ചു മാറ്റിയതാ. ഒത്തിരി ചോദിച്ചിട്ടും ആ കള്ളക്കഴുവേറി പറഞ്ഞില്ല തറവാടിനു നാണക്കേടാണല്ലോന്നോർത്തു ഞാനൊരക്ഷരം പുറത്തു പറഞ്ഞിട്ടില്ല.

"അതേതായാലും നന്നായി. കൃഷ്ണൻകുട്ടി എവിടെയാണെങ്കിലും അവനെ ഞങ്ങൾ പൊക്കും! തോമസ് സ്ക്കറിയാ ആരാണെന്ന് അവനറിയാൻ പോകുന്നതേയുള്ളൂ. അവൻ മാത്രമല്ല അവളും!

"കൃഷ്ണൻകൂട്ടിയുടെ വീടെവിടെയാണെന്ന് താൻ ഞങ്ങൾക്കു കാണിച്ചതരണം. താൻ ജീപ്പിലേക്ക് കയറ്."

തോമസ് സ്ക്കറിയാ കുപ്പായകൈകൾ തെറുത്തുവച്ച് ഭൈരവനോടാജ്ഞാപിച്ചുകൊണ്ട് ജീപ്പിലേക്ക് ചാടിക്കയറി

ഭൈരവനും ജീപ്പിൽക്കയറി. ഡ്രൈവർ ജീപ്പ് മുന്നോട്ടെടുത്തു.

ജാനകി മുറ്റത്ത് അയകളിൽ അലക്കിപ്പിടിഞ്ഞ് തുണികൾ നിവർത്തിയിടുന്നതിനിടയിൽ ഉമാദേവിയെ ശപിച്ചുകൊണ്ടിരുന്നു. ഉമാദേവി, ഇളം തിണ്ണയിൽ കാൽമുട്ടുകൾക്കിടയിൽ മുഖം പൂഴ്ത്തി.

തലേ സന്ധ്യയിലെ ആ സംഭവം അവളുടെ മനസിനെ വല്ലാതെ പിടിച്ചുലച്ചിരുന്നു.

"പ്രായമായ പെൺകുട്ടികൾ വീട്ടിലിരിക്കണമെന്ന് നിന്നോട് ഞാനെത്ര തവണ പറഞ്ഞതാ. അതെങ്ങനെയാ രാത്രിയോ പകലോ എന്നില്ലാതെ നാടുനിരങ്ങി നടപ്പല്ലേ."

ജാനകിക്കു രോഷമായിരുന്നു.

ഉമാദേവിയുടെ കണ്ണുകൾ നിറഞ്ഞൊഴുകി

അമ്മ മുമ്പൊരിക്കലും ഇങ്ങനെ വഴക്കു പറഞ്ഞിട്ടില്ല!

"പുഷ്പാംഗദൻ ഇത്രയ്ക്കു നീചനായയിരുന്നുവെന്ന് ഞാൻ കരുതിയിരുന്നില്ല. കൃഷ്ണൻകുട്ടി

സമയത്തിനെത്തിയില്ലായിരുന്നെങ്കിൽ ..”

ജാനകിക്കു പെട്ടെന്നു വാക്കുകകൾ തടഞ്ഞുപോയി.

ആ കാര്യം ഓർക്കാൻകൂടി വയ്യായിരുന്നു അവർക്ക്.

“അങ്ങനെയൊന്നു സംഭവിച്ചിരുന്നെങ്കിൽ പിന്നെ ജീവിച്ചിരുന്നിട്ടെന്തു കാര്യം.”

ഉമാദേവിയെ പുഷ്പാംഗദനു കെട്ടിച്ചുകൊടുക്കുന്നതിനേക്കാൾ ഭേദം അവളെ ആറ്റിൽ കെട്ടിത്താഴ്ത്തുകയാണ്.

ആ സമയത്താണൊരു ജീപ്പ്, വേലിയരുകിൽ തങ്ങളുടെ പടിക്കു മുന്നിലായി വന്ന് നിൽക്കുന്നത് ജാനകി കണ്ടത്. ഉമാദേവി ഇളംതിണ്ണയിൽ നിന്നെഴുന്നേറ്റ് അകത്തേക്ക് പോയി. ജീപ്പിൽനിന്നും കാഴ്ചയിൽ അത്ര മര്യാദക്കാരല്ലെന്നു തോന്നിച്ച ചിലർ പടികടന്നു വരുന്നതു കണ്ടപ്പോൾ ജാനകിക്ക് ആധിയായി. കൂട്ടത്തിൽ ഭൈരവനാങ്ങളയുടെ തലവെട്ടം കണ്ടതാണാശ്വാസം.

“കൃഷ്ണൻകുട്ടിയെന്ത്യേടീ? ഇവരു കൃഷ്ണൻകുട്ടിയെ അന്വേഷിച്ചുവന്നതാ."

ഭൈരവൻ നീരസത്തോടെ പറഞ്ഞു.

തോമസ് സ്ക്കറിയാ ഒരു സിഗററ്റിനു തീ പിടിപ്പിച്ചുകൊണ്ടു മുന്നോട്ടു വന്നു. അയാൾ കറുത്തു തടിച്ച മേൽമീശ മുകളിലേക്കു പിരിച്ചുകയറ്റിവച്ചുകൊണ്ട് ആക്രോശിച്ചു.

“ആചെറ്റയെ ഇങ്ങോട്ടിറക്കിവിട്"

ജാനകി നനഞ്ഞ തുണികൾ കെത്തണ്ടയിലേക്കിട്ട് അയാളെ സൂക്ഷിച്ചു നോക്കിക്കൊണ്ട് ചോദിച്ചു.

“നിങ്ങളാരാ? എന്തുവേണം."

"അവന്റെ അമ്മായിയച്ചരൻ!'

തോമസ് സ്ക്കറിയാ പരിഹസിച്ചു.

"സൂക്ഷിച്ചു സംസാരിക്കണം. പ്രത്യേകിച്ച് സ്ത്രീകളോട്."

ജാനകി അരിശത്തോടെ വിരൽചൂണ്ടി.

“എനിക്കൊന്നേ അറിയേണ്ടു. കൃഷ്ണൻകുട്ടി എവിടെ?”

തോമസ് സ്ക്കറിയാ കൂളിംഗ് ഗ്ലാസ് കൈയിലെടുത്തു.

അയാളുടെ കണ്ണുകൾ ചുവന്നു കലങ്ങിയിരുന്നു.

"കൃഷ്ണൻകുട്ടി ഇവിടെയില്ല. അവൻ പുറത്തുപോയിരിക്കുകയാണ്." ജാനകി പറഞ്ഞു.

"പുറത്തെവിടേക്ക്?""

തോമസ് സക്കറിയായുടെ അനുചരരിലൊരുവൻ ചോദിച്ചു.

ജാനകിക്കു ഭയം തോന്നി.

ഇവർ എന്തും ചെയ്യാൻ മടിക്കാത്തവരാണെന്നുറപ്പ്,

കൃഷ്ണൻകുട്ടിയെ ഇവർ അപകടപ്പെടുത്തിയേക്കും. അവനെന്തുതെറ്റാണ് ചെയ്തത്?

"അവനെങ്ങോട്ടാണു പോയതെന്നു വച്ചാല് ഒന്ന് പറഞ്ഞു തുലയ്ക്കെടി!"

ഭൈരവൻ അമർഷത്തോടെ പറഞ്ഞു.

ജാനകി ആങ്ങളയെ തുറിച്ചു നോക്കി.

"ഇവരെന്തിനാ ചെറിയാങ്ങളേ കൃഷ്ണൻകുട്ടിയെ അന്വേഷിക്കുന്നത്; ഇവരൊക്കെ ആരാ?"

ജാനകി വെറുപ്പോടെ ചോദിച്ചു.

ഭൈരവൻ പരിഹാസത്തോടെ പൊട്ടിച്ചിരിച്ചു.

"നിന്റെ പുന്നാരമോന്റെ അഹന്ത!"

ഭൈരവൻ നിലത്തുതുപ്പിക്കൊണ്ട് തുടർന്നു :

"ഈ നില്ക്കുന്നതാരാണെന്നറിയാമോ. തോമസ് സ്ക്കറിയാ. ആഞ്ഞിലിക്കൽ കുടുംബക്കാരനാ. ഇദ്ദേഹത്തിനാണുംപെണ്ണുമായിട്ടൊരു മകളാണ് ആലീസ്! ആ കൊച്ചിനെ നിന്റെ പുന്നാരമോൻ തട്ടിക്കൊണ്ടുവന്ന് കല്യാണം കഴിച്ചു. രണ്ടാഴ്ചയായിട്ട ആ പെണ്ണിനെ കാണാത്തതുകൊണ്ട് അന്വേഷിച്ചിറങ്ങിയതാ ഇവർ!" .

"ഏട്ടൻ ദൈവദോഷം പറയരുത്!"

"മിണ്ടിപ്പോകരുത്! മകൻ പോക്രിത്തരം കാണിച്ചതും പോരാഞ്ഞ്അതിനെ ന്യായീകരിക്കുന്നോ!

തോമസ് സ്ക്കറിയാക്ക് കലിയിളകി.

"എന്റെ മോളെ അവനെവിടെയാണ് ഒളിപ്പിച്ചു വച്ചിരിക്കുന്നത്? നിങ്ങൾക്കറിയാം. ഇല്ലേ തള്ളേ?"

അതുകേട്ടു ജാനകിക്കു കരച്ചിൽ വന്നു. ഉമാദേവി വാതിൽക്കൽ നിന്നെല്ലാംകേൾക്കുന്നുണ്ടായിരുന്നു. അവൾക്കിത് ഒരു പുതുമയുള്ള കാര്യമായിരുന്നു. കൃഷ്ണൻകുട്ടിയേട്ടൻ ഒരിക്കലും അത് ചെയ്യില്ല! മീനാക്ഷിയെകൃഷണൻകുട്ടിയേട്ടന് ജിവനാണ്! അപ്പോൾ മറ്റൊരു

പെണ്ണിനെ...

"നിങ്ങൾ കള്ളമാണ് പറയുന്നത്!"

ജാനകി പൊട്ടിത്തെറിച്ചു.

മുട്ടാളന്മാരെപോലെയുള്ള കുറെ ആണുങ്ങളുടെ മുന്നിൽ അവരുടെ ധൈര്യമൊക്കെ ചോർന്നൊലിച്ചു തുടങ്ങിയിരുന്നു.

"അടിച്ചു നിരപ്പാക്കണം എല്ലാത്തിനേയും. വെറുതേ നിന്നു ചിലക്കുന്നത് തോമസ് സക്റിയാക്ക് ഇഷ്ടമല്ല."

തോമസ് സക്കറിയ ആക്രോശിച്ചു.

"കൃഷ്ണൻകുട്ടിയുടെ തള്ളയെന്ന നിലയ്ക്ക് നിങ്ങൾ കൂടിയയിതറിയണം. എന്റെ മകൾ ആലീസിനെ തട്ടിക്കൊണ്ടു വന്ന് രജിസ്റ്ററാഫീസിൽ വച്ചു കല്യാണം കഴിച്ചിരിക്കുന്നു. ഇനിയും അറിഞ്ഞില്ലെങ്കിൽ ഇപ്പോഴെങ്കിലും അറിയ്."

തോമസ് സക്കറിയ കല്യാണ ഫോട്ടോ ജാനകിയെ കാണിച്ചു.

"നോക്ക്! ഇതെന്റെ മകൾ ആലീസാണെന്ന് എനിക്കുറപ്പുണ്ട് ഈ കല്യാണ ചെക്കൻ നിങ്ങളുടെ മകൻ കൃഷ്ണൻകുട്ടി തന്നെയല്ലേന്ന് സൂക്ഷിച്ചു നോക്ക്!"

ജാനകി ആ ഫോട്ടോ വാങ്ങി സുക്ഷിച്ചു നോക്കി. കണ്ണുകളിൽ ഇരുട്ടു കയറുന്നതുപോലെ തോന്നി.

തളർച്ചയോടെ പടികളിലേക്കിരുന്നുപോയി.

ഇങ്ങനെയൊക്കെ ചെയ്യാൻ മാത്രം ഇവനെങ്ങിനെ ധൈര്യം വന്നു. സ്വന്തം അമ്മയോ പെങ്ങളോപോലും ഇതറിഞ്ഞില്ലല്ലോ: ഒരു മാത്രപോലും അവനെ സംശയിച്ചിട്ടു കൂടിയില്ല.

മീനാക്ഷിയെ അവൻ കൂടെക്കൂടെ ചെന്നു കാണുന്നത് ആ പെണ്ണിനെയും കണ്ണീരു കുടിപ്പിക്കാനാണോ! എല്ലാവരുടേയും കണ്ണിൽ പൊടിയിട്ട്

അവൻ പറ്റിക്കുകയായിരുന്നു. ദ്രോഹി!

ജാനകി വിതുമ്പിക്കരഞ്ഞു.

ഉമാദേവി ഉത്ക്കണ്ഠയോടെ ഓടി വന്ന് ഫോട്ടോ വാങ്ങി നോക്കി. ഒന്നേ നോക്കിയുള്ളു. കൃഷ്ണൻകുട്ടിയേട്ടൻ! അവളുടെ നെഞ്ചിലൂടെ ഒരുതീഗോളം പാഞ്ഞിറങ്ങി.

ഇവർ പറഞ്ഞപ്പോഴും കള്ളമാണെന്നേ ധരിച്ചുള്ളു. കൃഷ്ണൻകുട്ടിയേട്ടന് ഇത് ചെയ്യാനാകുമോ? മീനാക്ഷിയോട്

കാണിക്കുന്നത് കൊടിയ വഞ്ചനയാണ്. അവളിതൊരിക്കലും പൊറുക്കില്ല.

"കണ്ടല്ലോ മകന്റെ കൊണവതിയാരങ്ങള്?"

ഭൈരവൻ പരിഹസിച്ചു ചിരിച്ചു.

രംഗം അയാൾ ശരിക്കും ആസ്വദിക്കുകയായിരുന്നു.

ജാനകി ആ പടികളിൽ നിന്നെഴുന്നേൽക്കാൻ കഴിയാതെ അവിടെ തളർന്നിരുന്നു. അവർ നനഞ്ഞ തുണികളിൽ മുഖമമർത്തിക്കരഞ്ഞു.

"ഒന്നോർത്തോ കൃഷ്ണൻകുട്ടിയെവിടെ പോയൊളിച്ചാലും ഈതോമസ് സക്കറിയായുടെ കൈകളിൽനിന്ന് അവൻ രക്ഷപ്പെടുകയില്ല. അവനെ വെട്ടിനുറുക്കി പച്ചമാംസം ഞാൻ നടുറോഡിൽ വിതറിയിടും. അതുവരെ തോമസ് സക്കറിയായ്ക്കു വിശ്രമമില്ല."

ആ വാക്കുകൾ കൂരമ്പുകൾപോലെ ജാനകിയുടെ ഹൃദയത്തിലാഴ്ന്നിറങ്ങി. തോമസ് സക്കറിയാ ഒരു താക്കീതെന്നവണ്ണം അവരെ ഒന്നിരുത്തി നോക്കിയിട്ട് അനുചരന്മാരോടൊപ്പം ജീപ്പിൽ കയറിയിരുന്നു. സംഭവിക്കുന്നതെല്ലാം ഒരു ദുസ്വപ്നമാണോ അതോ യാഥാർത്ഥ്യമാണോ എന്ന് തിരിച്ചറിയാനാകാത്ത അവിശ്വസനീയതയോടെ സ്തബ്ധയായിരിക്കുകയായിരുന്നുജാനകി.

ഭൈരവൻ അവരെ പുച്ഛരത്തിലൊന്നു നോക്കിയിട്ട് മുറ്റത്തേക്ക് നീട്ടിത്തുപ്പി ജീപ്പിനടുത്തേക്ക് നടന്നു.

"കൃഷ്ണൻകുട്ടി എങ്ങോട്ടായിരിക്കും പോയതെന്ന് തനിക്കറിയാമോ?"

തോമസ് സക്കറിയാ ഭൈരവനെ നോക്കി മുരണ്ടു.

"അവധിയായതിനാൽ ഓഫീസിലേക്കയാൾ പോയിട്ടില്ല! അയാൾ പോകാനിടയുള്ള സ്ഥലങ്ങൾ തനിക്കറിയാമെങ്കിൽ വേഗം പറയ്. ഞങ്ങളവനെ എവിടെയാണെങ്കിലും തപ്പിയെടുത്തോളാം. തോമസ് സക്കറിയായെതോൽപ്പിക്കാമെന്ന് അവൻ കരുതിയിട്ടുണ്ടെങ്കിൽ അതവന്റെ അന്ത്യത്തിനാണ്.""

തോമസ് സക്കറിയായുടെ ചോരക്കണ്ണുകളിലേക്ക് നോക്കിയപ്പോൾഭൈരവന്റെ മനസ്സിൽ ഒരു കടലിരമ്പി.

അയാൾ ഗൂഢമായി പുഞ്ചിരിച്ചുകൊണ്ട് ഒരു നിമിഷാർദ്ധമാലോചിച്ചു.

ഒരു വെടിക്ക് എത്ര പക്ഷികളാണ് ചത്തു വീഴുന്നത്! കൃഷ്ണൻകുട്ടിക്ക് ഭാർഗ്ഗവനോടാണെപ്പോഴും കൂറ്. അയാളുടെ മകളെ കൃഷ്ണൻകുട്ടിക്ക്കെട്ടിച്ചുകൊടുക്കാനിരിക്കുകയല്ലേ!

താനും പുഷ്പാംഗദനും അവർക്കെപ്പോഴും ശത്രുക്കളാണല്ലോ നടക്കട്ടെ, എല്ലാം കലങ്ങട്ടെ, കലങ്ങി. കലങ്ങി...

സക്കറിയാ അയാളെ തറപ്പിച്ചു നോക്കി.

"കൃഷ്ണൻകുട്ടി മിക്കവാറും അവന്റെ സംബന്ധവീട്ടിലായിരിക്കും."

ഭൈരവൻ പരിഹാസത്തോടെ പറഞ്ഞു.

"സംബന്ധവീടോ?"

തോമസ് സക്കറിയായുടെ നെറ്റിചുളിഞ്ഞു.

"അതേ കൃഷ്ണൻകുട്ടിക്കൊരു മുടിഞ്ഞ വല്ല്യമ്മാവനുണ്ട്. ഭാർഗ്ഗവൻ. അയാളുടെ മകൾ മീനാക്ഷിയുമായി കൃഷ്ണൻകുട്ടിയുടെ കല്യാണംഉറപ്പിച്ചു വച്ചിരിക്കുകയാ."

തോമസ് സക്കറിയായുടെ മുഖത്ത് രക്തം പതഞ്ഞു കയറുന്നത് ഭൈരവൻ ഒളികണ്ണിട്ടു നോക്കി.

"അപ്പോഴെന്റെ മകൾ ആലീസോ? അവളെ അവനെന്തു ചെയ്തു.കൊന്നോ? തോമസ് സക്കറിയായുടെ സ്വത്തുക്കൾ തട്ടിയെടുക്കാൻ അമ്മാവനും മരുമകനും ചേർന്നൊരുക്കിയ നിഗൂഢമായൊരു പദ്ധതി! ചെറ്റകൾ."

തോമസ് സക്കറിയാ നിലത്തേയ്ക്കു കാർക്കിച്ചു തുപ്പിയിട്ട് ഭൈരവനുനേരെ തിരിഞ്ഞു.

"ഈ കളിയിൽ താനുമുണ്ടോ? താനവന്റെ ചെറിയമ്മാവനല്ലേ?"

ഭൈരവന്റെ ഉള്ളിലൂടെ ഒരിടിവാൾ പാഞ്ഞുപോയി...

"ഭൈരവൻ ദൈവത്തിനു നിരക്കാത്തതൊന്നും ചെയ്യില്ല."

അയാൾ തലകുനിച്ചു.

തോമസ് സക്കറിയാ അമർത്തി മൂളി.

"താൻ ജീപ്പിലേക്ക് കയറ്. കൃഷ്ണൻകുട്ടി താനീപ്പറഞ്ഞ ഭാർഗ്ഗവന്റെ വീട്ടിലുണ്ടെങ്കിൽ ആ മുറ്റത്തിട്ട് ഞാനവന്റെ കഥ കഴിക്കും!

ഭൈരവൻ ജീപ്പിൽ കയറി.

പൊടി പറത്തിക്കൊണ്ട് ഇടവഴിയിലൂടെ ജീപ്പ് പാഞ്ഞുപോയി.

ഭാർഗ്ഗവന്റെ പടിപ്പുരക്കു മുമ്പിൽ തോമസ് സക്കറിയായുടെ ജീപ്പ് വലിയ ശബ്ദത്തോടെ ബ്രേക്ക് ചെയ്തു.

തളത്തിലെ ചാരുകസാലയിൽ കിടക്കുകയായിരുന്ന ഭാർഗ്ഗവൻ അതു കണ്ട് ചാടിയെഴുന്നേറ്റു.

തോമസ് സക്കറിയാ കണ്ണുകളിൽ നിന്ന് കൂളിംഗ്ലാസ് എടുത്തുകൊണ്ട് ജീപ്പിൽ നിന്നു ചാടിയിറങ്ങി!

"ഏതാണീ പുതിയ അവതാരങ്ങൾ?

ഭാർഗ്ഗവൻ പിറുപിറുത്തു

ജീപ്പ് വന്നു നിൽക്കുന്ന ശബ്ദം കേട്ട് പങ്കജാക്ഷിയമ്മയും മീനാക്ഷിയും വന്നുനോക്കി.

തോമസ് സക്കറിയായും അനുയായികളും പടിപ്പുര കടന്നുവന്നു.

തോമസ് സക്കറിയായുടെ തൊട്ടുപിന്നിൽ ഭൈരവനെ കണ്ട് ഭാർഗ്ഗവന്റെ മുഖം ചുളിഞ്ഞു.

എവിടെയോ എന്തോ പന്തികേട്...

19

നടന്നടുക്കുന്ന തോമസ് സക്കറിയായെയും കൂട്ടരെയും സംശയത്തോടെ ഉറ്റുനോക്കിക്കൊണ്ട് ഭാർഗ്ഗവൻ മുറ്റത്തേക്കിറങ്ങി വന്നു.

“താനായിരിക്കും ഭാർഗ്ഗവൻ?"

തോമസ് സക്കറിയാ ശബ്ദമുയർത്തിചോദിച്ചു.

പോലീസ് മുറയിലുള്ള ചോദ്യം ഭാർഗ്ഗവനിഷ്ടപ്പെട്ടില്ല.

"താനാരാ? എന്താ കാര്യം?"

ഭാർഗ്ഗവൻ പരുക്കൻ മട്ടിൽ ചോദിച്ചു.

"പറഞ്ഞു കൊടുക്കെടാ ഈ നായിന്റെ മോന്! ഞാൻ ആരാണെന്ന്!"

തോമസ് സക്കറിയ അനുയായികളെ നോക്കി അലറി.

"കഴുവേറീ സൂക്ഷിച്ചു സംസാരിക്കണം! എന്റെ വീട്ടിൽ കയറി വന്നെന്നെ തെറിവിളിക്കാൻ താനാരാടോ?"

ഭാർഗ്ഗവൻ മുന്നോട്ടു കുതിച്ചു.

തോമസ് സക്കറിയാ രണ്ടു ചുവട് പിന്നിലേക്കു മാറി.

തോമസ് സക്കറിയായുടെ തൊട്ടു മുന്നിൽ വന്നു നിന്ന് അയാളുടെ നെഞ്ചത്ത് കൈയ്യൂന്നിക്കൊണ്ട് അടക്കാനാവാത്ത ദേഷ്യത്തോടെ ഭാർഗ്ഗവൻചോദിച്ചു.

“താനാരാ?”

"തോമസ് സക്കറിയാ!"

തോമസ് സക്കറിയാ പിറുപിറുത്തു.

"ഏതു തോമസ് സക്കറിയാ?"

ഭാർഗ്ഗവന്റെ ചോദ്യം കേട്ടപ്പോൾ തോമസ് സക്കറിയായുടെ ഭാവം മാറി. അയാൾ ചുറ്റും നിൽക്കുന്ന അനുചര ന്മാരെ

ചൂണ്ടിക്കാണിച്ചുകൊണ്ട്പറഞ്ഞു.

"ഈ പിള്ളാരെ ഞാൻ കൊണ്ടു നടക്കുന്നത് ഗോലി കളിക്കാനല്ല; മനസ്സിലായല്ലോ! അതുകൊണ്ട് തന്റെ വീരസ്യങ്ങളൊന്നും തോമസ് സക്കറിയായോടു വേണ്ട"

"ഇതുപോലെ എത്ര പിള്ളാരെ ഞാൻ കണ്ടതാടേ? താൻ വേറെ വല്ല തമാശയും പറ! '

ഭാർഗ്ഗവൻ ഉറക്കെ ചിരിച്ചു. തോമസ് സക്കറിയാ ഭാർഗ്ഗവനെ തുറിച്ചു നോക്കി.

"പറഞ്ഞു വന്നാൽ എല്ലാം തമാശയാ. പക്ഷേ താൻ കരയാൻ പോകുന്നതേയുള്ളൂ""

തോമസ് സക്കറിയ അടുക്കളപ്പുറത്തു നിൽക്കുന്ന മീനാക്ഷിയെ കണ്ടു.

അയാൾ തിരക്കി.

" അതായിരിക്കും തന്റെ മോൾ, അല്ലേ?'

"കേറിപ്പോടീ അകത്ത്"

ഭാർഗ്ഗവൻ മീനാക്ഷിയെ നോക്കി അലറി.

"പാവം! കണ്ടിട്ടു നല്ലൊരു പെങ്കൊച്ച്, അതിനും കരയാനാ വിധി!"

തോമസ് സക്കറിയാ സഹതപിച്ചു.

" താനാരാ?"തനിക്കെന്താ വേണ്ടേ ?"

ഭാർഗ്ഗവൻ അസഹ്യതയോടെ ചോദിച്ചു.

"കൃഷ്ണൻകുട്ടിയെവിടെ?"

തോമസ് സക്കറിയ ചോദിച്ചു.

"കൃഷ്ണൻകുട്ടിയോ?"

" അതെ തന്റെ മരുമകൻ കൃഷ്ണൻകുട്ടി. അവനെ ഞങ്ങള്ക്കൊന്നു കാണണം. അവനിവിടെയുണ്ടാകുമെന്ന് ഞങ്ങൾക്കറിയാം. പ്രത്യേകിച്ച് തന്റെമോളുമായിട്ട് അവന്റെ കല്യാണം ഉറപ്പിച്ചു വച്ചിരിക്കുന്ന സ്ഥിതിക്ക്..."

തോമസ് സക്കറിയാ പരിഹാസത്തോടെ ചിരിച്ചു.

ഭാർഗ്ഗവൻ കൂർത്ത ഒരു നോട്ടം നോക്കി. എന്നിട്ട് തോമസ് സക്കറിയായുടെ പിന്നിലൊതുങ്ങി നിന്നിരുന്ന ഭൈരവനെ കോളറിനു കുത്തിപ്പിടിച്ച് ഭാർഗ്ഗവൻ മുന്നിലേയ്ക്കു നിർത്തി.

“എടാ നാണം കെട്ട നായേ! വൈരാഗ്യമുണ്ടെങ്കിൽ നേരിൽ വന്നു തല്ലണം. ആണുങ്ങളെപ്പോലെ! അല്ലാതെ ഏഴാം കൂലി വാടകഗുണ്ടകളെവിട്ടു തല്ലിക്കാൻ നോക്കുന്നത ചെറ്റത്തരമാണ്!”

ഭൈരവൻ ചൂളിപ്പോയി. തോമസ് സക്കറിയാ വല്ലാതായി . ഭാർഗ്ഗവൻ നിലത്തു തുപ്പി.

"അയാളെ വിളിച്ചുകൊണ്ടുവന്നത് ഞാനാ.”

തോമസ് സക്കറിയാ മുന്നിലേക്കു വന്നു.

“ഓഹോ.”

ഭാർഗ്ഗവൻ, ഭൈരവന്റെ കോളറിൽ നിന്നു പിടിവിട്ടു തിരിഞ്ഞു.

"തനിക്കെന്താ ഇവിടെ കാര്യം?”

ഭാർഗ്ഗവൻ ക്രുദ്ധനായി.

“അയാളെന്റെ മുന്നിൽ വന്നു പെട്ടത് മാഹാഭാഗ്യത്തിനാണ്. ഇല്ലെങ്കിൽ കഴിഞ്ഞ രണ്ടാഴ്ച അലഞ്ഞു നടന്നതുപോലെ ഇനിയും നടക്കേണ്ടി വന്നേനെ."

തോമസ് സക്കറിയാ, ഭാർഗ്ഗവനെ അവഗണിച്ച് പറഞ്ഞു.

ഭാർഗ്ഗവൻ ഒന്നും മനസിലാകാതെ മിഴിച്ചു നിന്നു.

"ഞാൻ പൊന്നുപോലെ സ്നേഹിച്ച് വളർത്തിക്കൊണ്ടുവന്നതാ എന്റെ പൊന്നുമോളെ. അന്നേ ആനി പറഞ്ഞതാ, മോളെ അമേരിക്കയിലച്ച് പഠിപ്പിക്കാൻ. പക്ഷേ അവൾക്കതൊന്നും ഇഷ്ടപെട്ടില്ല. ഡിഗ്രികഴിഞ്ഞ് പഠിത്തവും നിർത്തി ഏതോ ഒരു കമ്പനിയിൽ ആയിരം രൂപ ശമ്പളത്തിൽ ഒരു പീറജോലിക്കു കയറി. പറഞ്ഞാൽ കേൾക്കണ്ടെ. അവൾക്കിഷ്ടമുള്ളതുപോലെയങ്ങ് ചെയ്യട്ടെയെന്ന് ഞാനും കരുതി. പക്ഷേ..അവൾ മുറത്തിൽക്കയറി കൊത്തിക്കളഞ്ഞു. തോമസ് സക്കറിയാ ഇതുപോലെ നാറിയിട്ടില്ല. എന്റെ മോളെന്നെ നാറ്റിച്ചു.”

“ താനെന്താണീ പറയുന്നത്, തനീക്കു വട്ടുണ്ടോ?”

ഭാർഗ്ഗവൻ ചോദിച്ചു.

തോമസ് സ്ക്കറിയാ അടക്കാനാവാത്ത ദേഷ്യത്തോടെ ഭാർഗ്ഗവന്റെ കഴുത്തിനുപിടിച്ചു.

“പറയെടാ പട്ടീ കൃഷ്ണൻകുട്ടിയെവിടെ?”

തോമസ് സക്കറിയായുടെ കൈകൾ വിടുവിക്കാൻ ഭാർഗവനൊരു ശ്രമം നടത്തി.

“ആ തെണ്ടിയെ എന്റെ കൈകൾ കൊണ്ടെനിക്കു കൊല്ലണം. എന്റെ മോളെ തട്ടിക്കൊണ്ടു വന്ന അവനെ ഞാൻ വെറുതെ വിടുമെന്ന് കരുതിയോ പറയ്. അവനെവിടെയുണ്ട്...?”

തോമസ് സക്കറിയാ അലറി.

ഭാർഗ്ഗവൻ അയാളുടെ കൈകൾ തട്ടിമാറ്റി.

"പോക്രിത്തരം പറയരുത്"

ഭാർഗ്ഗവന്റെ കണ്ണുകൾ ചുവന്നു.

“പോക്രി തന്റെ മരുമകൻ തന്നെയാ. എന്റെ മകൾ ആലീസിനെ അവൻ തട്ടിക്കൊണ്ടുവന്ന് രഹസ്യമായി രജിസ്റ്റർ മാര്യേജ് ചെയ്ത് ഒളിപ്പിച്ചു വച്ചിരിക്കുകയാ. ഇതൊന്നും തനിക്കറിഞ്ഞുകൂടെ. ഇതൊന്നും തനിക്കറിഞ്ഞുകൂടെ..?”

തോമസ് സക്കറിയാ ഉച്ചത്തിലാണ് സംസാരിച്ചത്.

“പടിക്കുപുറത്തിറങ്ങിപ്പോടാ എല്ലാവനും.”

ഭാർഗവൻ പുറത്തേക്കു കൈ ചൂണ്ടി.

“അമ്മാവനും മരുമോനും കൂടി നാടകം കളിക്കരുത്. നിങ്ങളുടെ പദ്ധതികളൊന്നും നടക്കാൻ പോകുന്നില്ല. ആലീസിനെ തട്ടിക്കൊണ്ടു വന്ന് എന്റെ സ്വത്തുക്കൾ തട്ടിയെടുത്തിട്ടുവേണം തന്റെ മോളെ കല്യാണം കഴിച്ചുകൊടുക്കാൻ അല്ലേടോ. വേല മനസിലിരിക്കത്തേ ഉള്ളൂ ഭാർഗവാ. ആഞ്ഞിലിക്കൽ കുടുംബക്കാരെക്കുറിച്ച് തനിക്കും അവനും ശരിക്കറിയാഞ്ഞിട്ടാണ്.”

തോമസ് സക്കറിയാ പറയുന്നതു കേട്ട് ഭാർഗ്ഗവന് സങ്കടവും ദേഷ്യവും വന്നു.

ഇയാൾക്കു തീർച്ചയായും നൊസ്സുണ്ട്.

"കൃഷ്ണൻകുട്ടി തന്റെ മോളെ കട്ടോണ്ടു വന്നെന്നോ? നിങ്ങളെന്തൊക്കെയാണീ പറയുന്നത്?"

ഭാർഗ്ഗവൻ സ്തബ്ധനായി ചോദിച്ചു.

ജനാലയ്ക്കു പിന്നിൽ നിന്ന് മീനാക്ഷി ഉച്ചത്തിലുള്ള സംസാരം ശ്രദ്ധിക്കുന്നുണ്ടായിരുന്നു.

തോമസ് സക്കറിയായുടെ വാക്കുകൾ ഇടിത്തീപോലെയാണ് മീനാക്ഷിക്കനുഭവപ്പെട്ടത്.

അവളുടെ മുഖം വിളറിവെളുത്തു. പങ്കജാക്ഷിയമ്മ മകളുടെ മാറ്റം ശ്രദ്ധിച്ചു.

തോമസ് സക്കറിയാ ജൂബ്ബയുടെ പോക്കറ്റിൽ നിന്ന് ആ ഫോട്ടോ വെളിയിലെടുത്തു. അയാൾ അത് ഭാർഗവനെ കാണിച്ചുകൊടുത്തു.

"നോക്ക്. ഈ നിൽക്കുന്നവൻ കൃഷ്ണൻകുട്ടിയല്ലേയെന്ന്. താൻ സൂക്ഷിച്ചുനോക്ക്. ഇപ്പുറത്ത് ബൊക്കെയും പിടിച്ചു നിൽക്കുന്നതാണ് എന്റെ മകൾ ആലീസ്."

ഭാർഗവന്റെ നെഞ്ചിൽ ഒരു വെള്ളിടിവെട്ടി? നെറ്റിയിൽ നൊടിയിട കൊണ്ട് വിയർപ്പു പൊടിഞ്ഞു. അയാൾ തിരിഞ്ഞു നോക്കി. ജനാലക്കപ്പുറത്ത് മീനാക്ഷിയുടെ വിളറിവെളുത്ത മുഖം കണ്ടു.

"കൃഷ്ണൻകുട്ടിയുടെ ബാഗിൽ നിന്നാണെനിക്കീ ഫോട്ടോ കിട്ടിയത്; മരുമോനോടു സൗകര്യംപോലെ ചോദിച്ചു നോക്ക്! അവൻ പറയും!"

ഭൈരവൻ ഊറിച്ചിരിച്ചുകൊണ്ട് മുന്നിലേക്കു വന്നു.

അയാൾ ഭാർഗ്ഗവന്റെ കൈയിൽ നിന്നും ആ ഫോട്ടോ തട്ടിപ്പറിച്ചെടുത്ത് തളത്തിൽ വന്നു പങ്കജാക്ഷിയമ്മയുടെ കയ്യിലേക്ക് കൊടുത്തു.

"ഏട്ത്തിയമ്മയും മകളും വിസ്തരിച്ച് നോക്ക്. മകളുടെ ഭാവിവരന്റെ കല്യാണഫോട്ടോയാ!"

ഭൈരവൻ പരിഹാസത്തോടെ പറഞ്ഞു.

പങ്കജാക്ഷിയമ്മക്ക് ആ ഫോട്ടോയിലേക്ക് ഒന്നേ നോക്കാനായുള്ളൂ

നെഞ്ചകം വിങ്ങിപ്പൊട്ടുന്നതുപോലെ തോന്നി. കൃഷ്ണൻകുട്ടി ഇങ്ങനെ ചതി ചെയ്യുമെന്ന് സ്വപ്നത്തിൽപോലും കരുതാനാവുന്നില്ല. പങ്കജാക്ഷിയമ്മ വല്ലാത്തൊരു തളർച്ചയോടെ മീനാക്ഷിയെ നോക്കി. പൊടുന്നനെ മീനാക്ഷി പൊട്ടിക്കരഞ്ഞുകൊണ്ട് ജനാലയ്ക്കരികിൽ നിന്നും അകത്തേക്കോടി.

പങ്കജാക്ഷിയമ്മ' ഫോട്ടോ വലിച്ചെറിഞ്ഞ് ഭീതിയോടെ അവൾക്കു പിന്നാലെ ഓടിച്ചെന്നു.

പക്ഷേ മീനാക്ഷി മുറിയിൽ കടന്ന് കതകടച്ചു തഴുതിട്ടിരുന്നു. പങ്കജാക്ഷിയമ്മ ആധിയോടെ വാതിലിൽ തട്ടിവിളിച്ചു. മീനാക്ഷയുടെ തേങ്ങിക്കരച്ചിലുകളല്ലാതെ മറുപടിയൊന്നും ഉണ്ടായില്ല.

ഭാർഗ്ഗവൻ ഉമിനീരിറക്കാൻ പോലും മറന്നുപോയിരുന്നു.

"കൃഷ്ണൻകുട്ടിയെവിടെയുണ്ട്?"

തോമസ് സക്കറിയ ശബ്ദം താഴ്ത്തി ചോദിച്ചു.

"എനിക്കറിയില്ല!" ഭാർഗ്ഗവന്റെ ശബ്ദം പതറിയിരുന്നു.

"എന്റെ മോളെ കാണാതായിട്ട് രണ്ടാഴ്ചയായി. ഇത്രയും ദിവസം ഞാനീ നാടും നഗരവും മുഴുവൻ അലഞ്ഞു നടന്നു. അവളുടെ അമ്മച്ചി ആനി ബോധം കെട്ടു കിടപ്പാണ്. താനൊന്നോർത്തുനോക്ക് താനുമൊരു പിതാവല്ലേ? തന്റെ മോൾക്കാണീ ഗതി വരുന്നതെങ്കിൽ താനെന്തു ചെയ്യുമായിരുന്നു. ആ നാറി അവളെ കൊന്നോ തിന്നോയെന്ന് ആർക്കറിയാം! ആ കഴുവേറി എവിടെയുണ്ടെന്ന് ദയവു ചെയ്ത് താനൊന്നു പറയ്."

തോമസ് സക്കറിയ ദയനീയമായി ഭാർഗ്ഗവനെ പിടിച്ചുകുലുക്കി.

"അവനിങ്ങോട്ടു വന്നിട്ടില്ല!"

ഭാർഗ്ഗവൻ പറഞ്ഞു.

തോമസ് സക്കറിയാ ഹതാശനായി പിന്തിരിഞ്ഞു. നിലത്തുവീണുകിടന്ന ആ ഫോട്ടോ അയാൾ കുനിഞ്ഞെടുത്തു.

കുറച്ചുനിമിഷങ്ങൾ അതിലേക്കു നോക്കി നിന്നിട്ട് നിശ്ശബ്ദനായി അയാൾ പടിപ്പുരയിലേക്കു നടന്നു.

ഭാർഗ്ഗവന്റെ ഹൃദയം വിങ്ങുകയായിരുന്നു

കൃഷ്ണൻകുട്ടി ഒരു നീചനാണോ?

അവൻ മീനാക്ഷിയെ ചതിക്കുകയല്ലായിരുന്നോ?

ദുഷ്ടൻ! ഒരു പെണ്ണിനെ കല്യാണം കഴിച്ച് രഹസ്യമായി അവൻപാർപ്പിക്കുന്നുണ്ടെന്ന് ദൈവംപോലും അറിഞ്ഞിരിക്കുകയില്ല! തന്ത്രശാലിയായ കുറുക്കൻ!

ഭാർഗ്ഗവൻ കൃഷ്ണൻകുട്ടിയെ മനസ്സാ ശപിച്ചു. അയാളുടെ കണ്ണുകൾ നിറഞ്ഞൊഴുകി.

എന്റെ മോൾക്കവനോടു പൊറുക്കാൻ കഴിയില്ല!-- അയാൾ പിറുപിറുത്തു.

ഭാർഗ്ഗവൻ ഉറയ്ക്കാത്ത കാലടികളോടെ തളത്തിലേക്ക് കയറി.

ഉച്ച നേരത്താണ് കൃഷ്ണൻകുട്ടി വീട്ടിലേക്കു വന്നു കയറിയത്. വീട്ടിലാകെ ഒരു മുകത തളം കെട്ടിനിന്നു.

ഉമാദേവി വിഷണ്ണയായി ഇറയത്ത് ചുവരും ചാരി ഇരുന്നു. കൃഷ്ണൻ

കുട്ടി കയറിവരുന്നത് കണ്ട് അവൾ അവനെ തുറിച്ചു നോക്കി.

"നീയെന്താടീ വെട്ടുപോത്തിനെപ്പോലെ നോക്കുന്നത്?""

കൃഷ്ണൻകുട്ടി ചിരിച്ചുകൊണ്ട് അടുത്തേക്ക് ചെന്ന് അവളുടെ തലയ്ക്ക് ഒരു കിഴുക്കു

കൊടുക്കാൻ തുടങ്ങിയപ്പോൾ അവൾ അനിഷ്ടത്തോടെ തല വെട്ടിച്ചുകൊണ്ട് ഒരക്ഷരം പോലും മിണ്ടാതെ മുറിക്കകത്തേക്കു കയറിപ്പോയി.

കൃഷ്ണൻകുട്ടി വല്ലാതായി.

അയാൾ ഷർട്ടിന്റെ ബട്ടണുകൾ അഴിച്ചുകൊണ്ട് വീടിനകത്തേക്കു കയറാൻ തുടങ്ങിയപ്പോൾ തെക്കിനി ചായ്പിൽ നിന്നും ഏങ്ങലടിച്ചുള്ള കരച്ചിൽ കേട്ടു.

അയാൾ അമ്പരപ്പോടെ മുറിവാതിൽക്കൽ ചെന്നു നോക്കി. അമ്മ കട്ടിലിൽ കിടന്നു കരയുന്നതു കണ്ടു.

"ഇവിടെയുള്ളവർക്കൊക്കെ എന്താ ഉണ്ടായേ? ആരെങ്കിലും ചത്തുപോയോ?"

കൃഷ്ണൻകുട്ടി അൽപ്പം അരിശത്തോടെ ചോദിച്ചു.

"അതായിരുന്നു ഇതിലും ഭേദം!"

തേങ്ങലുകൾക്കിടയിൽ അമ്മ പറഞ്ഞതു കേട്ട് കൃഷ്ണൻകുട്ടി തിരിഞ്ഞു നോക്കി.

"ഇവിടെയെന്താ ഉണ്ടായത്?"

"ഒരു പെണ്ണിന്റെ മനപ്രാക്കേറ്റാൽ ഒരുത്തനും ഗതിപിടിക്കില്ലെടാ. അതിലും മുന്തിയ ഒന്നു കൂടിയുണ്ടെടാ. അഭിമാനം! നീയായിട്ടതു കളഞ്ഞു കുളിച്ചു. ആലത്തൂർ തറവാടിന്റെ സന്തതികളിലൊരൊറ്റയെണ്ണം പോലും ചെയ്യാത്തതാണു നീ ചെയ്തത്!"

"ഞാനെന്തു ചെയ്തെന്നാണ് അമ്മയീപ്പറയുന്നത്?"'

കൃഷ്ണൻകുട്ടി അസഹ്യതയോടെ ചോദിച്ചു.

"പിന്നെ എന്നെക്കൊണ്ടതു പറയിക്കണോ?"

കൃഷ്ണൻകുട്ടിയെ രൂക്ഷമായി നോക്കിക്കൊണ്ട് ജാനകി ചോദിച്ചു.

" അമ്മയെന്തൊക്കെയാണീ പറഞ്ഞു വരുന്നത്?"

എന്താണെങ്കിലും തെളിച്ചു പറയ്.

"ആലീസെവിടെ?"

ജാനകി ശബ്ദം കടുപ്പിച്ചു ചോദിച്ചു.
കൃഷ്ണൻ കുട്ടി നടുങ്ങി..

20

കൃഷ്ണൻകുട്ടി വിളറി വെളുത്തുപോയി. അവന്റെ ഭാവമാറ്റം ജാനകി ശ്രദ്ധിച്ചു.

“നീ ഒന്നും ഒളിക്കേണ്ട. ഈ നാട്ടുകാരെല്ലാവരും അതറിഞ്ഞു കഴിഞ്ഞു. നീ ഞങ്ങൾക്ക് കുറച്ചു വിഷം .വാങ്ങിത്താ.”

"ജാനകി കരഞ്ഞു."

കൃഷ്ണൻ കുട്ടിയുടെ ഹൃദയത്തിനുള്ളിൽ ഒരു സ്ഫോടനം നടക്കുകയായിരുന്നു. എല്ലാവരും അതറിഞ്ഞു കഴിഞ്ഞു.! .

ഒരു ഈച്ച പോലും അറിയുകയില്ലെന്നു കരുതിയാണ് ആലീസിനെയും രാജനെയും ഇട്ടുണ്ണൂലിയമ്മയുടെ മാളികയിൽ ഒളിപ്പിച്ചു താമസിപ്പിച്ചത്. അതാരോ മണത്തറിഞ്ഞിരിക്കുന്നു. അവരെ ഒളിപ്പിച്ചിരിക്കുന്നത് താനും അയ്യപ്പൻകുട്ടിയുമാണെന്ന് എല്ലാവർക്കും പിടികിട്ടിക്കാണും. ഇനി ആലീസിന്റേയും രാജന്റേയും അവസ്ഥ എന്തായിരിക്കും. തനിക്കോ അയ്യപ്പൻകുട്ടിക്കോ ഇനി നാട്ടിൽ തലയുയർത്തിത നടക്കാനൊക്കുമോ? ഇതിൽ കൂടുതൽ ഒരു നാണക്കേട വരാനില്ല...

കൃഷ്ണൻകുട്ടി അമ്മയെ നോക്കി.

അമ്മ കരയുകയാണ്. ഉമാദേവി മുഖം വീർപ്പിച്ചിരിക്കുന്നു. അവൾക്കും തന്നോട് വെറുപ്പായി. ഇക്കാര്യം ഇത്രയും ഭവിഷ്യത്തുകളുണ്ടാക്കുമെന്ന് കരുതിയില്ല.

കൃഷ്ണൻകുട്ടി അമ്മയുടെ മുടിയിൽ തഴുകിക്കൊണ്ടെ വിളിച്ചു

“അമ്മേ"

ജാനകി തലയുയർത്തിയില്ല.

“ഒരാണും പെണ്ണും പരസ്പരം ഇഷ്ടപ്പെട്ടു പോയാൽ കല്യാണം കഴിക്കുന്നത് ഒരു തെറ്റാണോ? അമ്മ പറയ്. ഇതിപ്പോ ആലീസും..”

കൃഷ്ണൻകുട്ടിയെ പറഞ്ഞ് മുണുമിക്കാനനുവദിക്കാതെ ജാനകി കട്ടിലിൽ നിന്നു ചാടിയെഴുന്നേറ്റു.

“ഒരക്ഷരം മിണ്ടിപ്പോകരുത്! നന്ദികെട്ടവനേ..”

ജാനകി ശബ്ദമുയർത്തി.

മുഖത്തടി കിട്ടിയതുപോലെയായി കൃഷ്ണൻകുട്ടിക്ക്.

ആലീസും രാജനും ഒരിക്കലും ഇഷ്ടപ്പെടാനോ കല്യാണം കഴിക്കാനോ പാടില്ലായിരുന്നു.

"ആ പാവം മീനാക്ഷിക്കൊച്ചെന്തു പിഴച്ചു? അതിനെയെങ്കിലും നിനക്കോർക്കാമായിരുന്നില്ലോ. ഞാനോ ഉമയോ നിനക്കൊരു തടസമാകുമായിരുന്നില്ലല്ലോ. പക്ഷേങ്കില്, അതിന്റെ കാര്യത്തിൽ അങ്ങനെയാണോ. അച്ചരൻ മരിക്കാൻ നേരത്തുകൂടി പറഞ്ഞതെന്താണെന്നോ മീനാക്ഷിയെ നിന്നെക്കൊണ്ടു കെട്ടിക്കണമെന്ന്. വല്ല്യാങ്ങളയ്ക്കും അങ്ങനെതന്നെയായിരുന്നു.നീയായിട്ട അതെല്ലാം നശിപ്പിച്ചു! അച്ചരന്റെ വാക്കിന് നീ വില കൽപ്പിച്ചില്ല. അച്ചരന്റെ ആത്മാവ് നിന്നോടു പൊറുക്കുമോ?"

അമ്മ പറയുന്നതുകേട്ട് കൃഷ്ണൻകുട്ടി അമ്പരന്നു,

ആലീസും രാജനും പരസ്പരം ഇഷ്ടപ്പെട്ട് കല്യാണം കഴിച്ചതിന്മീനാക്ഷിക്കെന്നോടെന്തിനാണ് കിറുകിറുപ്പ്? അയാൾ മനസ്സിൽ ചോദിച്ചു.

ജാനകി കണ്ണീരു തുടച്ചു.

“അവരെങ്ങിനെയെങ്കിലും ജീവിച്ചോട്ടെ. അതിന് അവൾക്കെന്താ. മീനാക്ഷിക്കിഷ്ടമുണ്ടെങ്കിൽ മാത്രം എന്നെ കല്യാണം കഴിച്ചാൽ മതി. ഇക്കാര്യത്തിൽ അവൾക്കെന്തെങ്കിലും എതിർപ്പുണ്ടെങ്കിൽ അവൾ അവളുടെ പാട്ടിനു പോട്ടേ!"

കൃഷ്ണൻകുട്ടി പാതി കളിയായും പാതി കാര്യമായും ആണ് പറഞ്ഞത്.

“പോക്രിത്തരം പറയരുത്!"

ജാനകി പൊട്ടിത്തെറിച്ചു.

"പറഞ്ഞുപറഞ്ഞ് നീ ഇത്രമേലായോ? അപ്പോൾ ആ ക്രിസ്ത്യാനിപെങ്കൊച്ചോ? ആലീസ്! അവളെ നീയെന്തു ചെയ്യും? നിയമപ്രകാരം നീ കല്യാണം കഴിച്ചത് ആലീസിനെയല്ലേ? ആ പെണ്ണെവിടെ? മീനാക്ഷിയെ നീ വെപ്പാട്ടിയായികൊണ്ടുനടക്കുമോ?"

"അമ്മേ""

കൃഷ്ണൻകുട്ടി നിലവിളിച്ചു. അവന്റെ ചങ്കു പറിഞ്ഞുപോയതുപോലെ തോന്നി. അപ്രതീക്ഷിതമായി എല്ലാം കീഴ്മേൽ മറിഞ്ഞിരിക്കുന്നു!

"ആലീസിന്റെ അച്ഛനാണെന്നു പറഞ്ഞ് തണ്ടും തടിയുമുള്ള ഒരുമുതലാളിയും അയാളുടെ പത്തിരുപതു തടിയന്മാരായ ശിങ്കിടികളും ഈമുറ്റത്ത് രണ്ടു മണിക്കൂർ നിന്നു വിലസി. നിനക്കു വല്ലവന്റേയും കൈ കൊണ്ടു ചാകാനാ വിധി! അവരുനിന്നെത്തേടിനടക്കുകയാണ്. നിന്നെ അവരുടെ കൈയിൽ കിട്ടിയാൽ അരിഞ്ഞു തുണ്ടമാക്കുമെന്നാണയാൾ ഭീഷണിപ്പെടുത്തിയിരിക്കുന്നത്..""

ജാനകി പൊട്ടിക്കരഞ്ഞു.

കൃഷ്ണൻകുട്ടിക്ക് ചോരമരവിക്കുന്നതുപോലെ തോന്നി. എല്ലാം കഴിഞ്ഞു!

വന്നിരിക്കുന്നത് ആലീസിന്റെ അപ്പച്ചനാണ്. അയാൾ ധരിച്ചിരിക്കുന്നത് ആലീസിനെ കല്യാണം കഴിച്ചിരിക്കുന്നത് താനാണെന്നാണ്. ഇടിക്കു നല്ല മുറുക്കമായിരിക്കും. നിന്നുകൊള്ളുകയേ നിവൃത്തിയുള്ളു. രായ്ക്ക് രായ്മാനം നാടുവിട്ടോടിപ്പോയാലോ? അതു വേണ്ട. ആലീസിനോടും രാജനോടും അയ്യപ്പൻകുട്ടിയോടും കാട്ടുന്ന കൊടിയ വഞ്ചനയായിരിക്കും അത്.

"അയാളു പറഞ്ഞതൊക്കെ അമ്മ കണ്ണുമടച്ചങ്ങു വിശ്വസിച്ചോ. അമ്മക്കറിയില്ലേ അമ്മയുടെ മകനെ. ഈ കൃഷ്ണൻകുട്ടി ഇതുവരെ ഒരു നെറികേടും കാണിച്ചിട്ടില്ലെന്ന് അമ്മക്കറിഞ്ഞുകൂടെ. അയാൾ പറഞ്ഞതൊക്കെ പച്ചക്കള്ളമാണ്. ഞാൻ സ്വപ്നത്തിൽപ്പോലും വിചാരിക്കാത്ത കാര്യം."

കൃഷ്ണൻകുട്ടി പതർച്ചയോടെ പറഞ്ഞു.

അയാൾക്ക് അമ്മയുടെ കരഞ്ഞുകലങ്ങിയ കണ്ണുകളിലേക്ക് നോക്കാനായില്ല.

" ഞാൻ നിന്നെ വിശ്വസിക്കണം അല്ലേ. ഇത്രയും നാൾ ഞങ്ങളെ പറ്റിച്ച് ആളായി നടന്നിട്ട്."

ജാനകി അവനെ രൂക്ഷമായി നോക്കിക്കൊണ്ടു തുടർന്നു.

"നീയിനിയും അഭിനയിക്കുകയണോ?"

എല്ലാം എന്റെ കണ്ണുകൾകൊണ്ട് കണ്ട് ഞാൻ വിശ്വസിച്ചു.

"അമ്മ എന്തു കണ്ടെന്നാ ഈ പറയുന്നത്?"

കൃഷ്ണൻകുട്ടി ഒരു ഞെട്ടലോടെ ജാനകിയെ നോക്കി.

"നീ ആ പെണ്ണിനെ രജിസ്റ്റർ കച്ചേരില് വച്ച് കല്യാണം കഴിച്ചില്ലേ?

ആ ഫോട്ടോ ഞാൻ കണ്ടു. ഞാൻ മാത്രമല്ല; എല്ലാവരും!

"ഫോട്ടോയോ? കൃഷ്ണൻകുട്ടി കണ്ണുമിഴിച്ചു.

"അതെ! അതിലും വലിയൊരു തെളിവു വേണ്ടല്ലോ. ആ പെണ്ണിനെ നീയെവിടാടാ ഒളിപ്പിച്ചിരിക്കുന്നത്? നീയതിനെ എന്താ ചെയ്തത്? ഈ നാട്ടുകാരുമുഴുവൻ ഇതറിഞ്ഞു കാണും. ആലത്തൂർ തറവാട്ടിലെ ഒരുത്തനും അന്യജാതിക്കാരെ കല്യാണം കഴിച്ച ചരിത്രമില്ല. ഇനി ഈ തറവാട്ടുകാർക്ക് ഈ നാട്ടിലൂടെ തലയുയർത്തി നടക്കാനൊക്കുമോ?"

ഒരായിരം കടന്നലുകൾ തലയ്ക്കുള്ളിൽ മൂളിപ്പറന്നു നടക്കുന്നതുപോലെ കൃഷ്ണൻകുട്ടിക്ക് തോന്നി. ഒരിക്കലും പ്രതീക്ഷിക്കാത്ത ദുരന്തങ്ങളാണ് ഉണ്ടായിരിക്കുന്നത്. കാര്യങ്ങൾ ഈയൊരു സ്ഥിതിയിലേക്കു വരുമെന്നു സ്വപ്നത്തിൽപ്പോലും കരുതിയിരിന്നില്ല.

ആലീസിനേയും രാജനേയും ഇരുചെവിയറിയാതെ അവരുടെ ആ്ഗ്രഹപ്രകാരം മുംബൈക്ക് കടത്തി വിടണമെന്നായിരുന്നു ഉദ്ദേശം. അവർ പക്വതയുള്ളവരാണ്. അവർക്ക് അവരുടേതായ തീരുമാനങ്ങളെടുക്കാനുള്ള അവകാശമുണ്ട്. ആലീസിനു രാജനെ ജീവനാണ്. തോമസ് സക്കറിയാ ഒരിക്കലും ഇങ്ങനെയൊരു ബന്ധത്തിനു സമ്മതിക്കുകയില്ലെന്നുറപ്പാണ്. മാര്യേജ് രജിസ്റ്റർ ചെയ്ത സ്ഥിതിക്ക് നിയമപരമായി ആലീസിനേയും രാജനേയും ഒന്നും ചെയ്യാൻ കഴിയില്ല. പക്ഷേ തോമസ് സക്കറിയാക്ക് എന്തെങ്കിലും ചെയ്യാനായേക്കും. അയാളൊരിക്കലും അവരെ ഒരുമിച്ചു ജീവിക്കാൻ അനുവദിക്കുകയുമില്ല. ആലീസും രാജനും തനിക്കു പ്രിയപ്പെട്ടവരായതുകൊണ്ടാണ് ഇങ്ങനെയൊരു സാഹസത്തിന് മുതിർന്നത്. ആരും കടന്നു വരില്ലാത്ത ഇട്ടുണ്ണൂലിയമ്മയുടെ

മാളികയിൽ അവരെ ഒളിപ്പിക്കുക.

തോമസ് സക്കറിയാ അമ്മയെ കാണിച്ചെന്നു പറഞ്ഞ ആ ഫോട്ടോ എന്തു മറിമായമാണ്. എന്തയാലും അമ്മയും ഉമയുമൊക്കെ അത് വിശ്വസിച്ചിരിക്കുന്നു. ഇവരെ എന്തു പറഞ്ഞാണ് കാര്യം മനസിലാക്കുക. ഈശ്വരാ മീനാക്ഷയുടെ ചെവിയിൽ ഇതൊന്നും എത്തിപ്പെടാതിരിക്കട്ടെ. അവളൊരു തൊട്ടാവാടിയാണ്.

ഇതറിഞ്ഞാൽ ഒരു നിമിഷംപോലും അവൾക്കു താങ്ങാനാകില്ലെന്നുറപ്പാണ്.

എത്രയും വേഗം മീനാക്ഷിയെ കാണണം!

കൃഷ്ണൻകുട്ടി ചാടിയെഴുന്നേറ്റു.

"നീയെങ്ങോട്ടാ?"

മുറിക്കുപുറത്തേയ്ക്കു നടക്കുന്നതിനിടയിൽ ആധിയോടെ അമ്മ വിളിച്ചു ചോദിച്ചത് അവൻ കേട്ടില്ലെന്നു നടിച്ചു.

ജാനകി നെഞ്ചിൽ കൈവച്ച് കരഞ്ഞു പ്രാർത്ഥിച്ചു മകനൊരാപത്തുംവരാതിരിക്കാൻ!

ഭാർഗ്ഗവൻ പൊന്നുപോലെ സൂക്ഷിച്ചിരുന്ന ആ ചെമ്പു തകിട് അയാളുടെ കയ്യിലിരുന്ന് വിറ കൊണ്ടു. രണ്ടു തുള്ളി കണ്ണുനീർ അതിലേക്കിറ്റുവീണു. അയാളുടെ ഹൃദയം വിങ്ങിപ്പൊട്ടുകയായിരുന്നു. കൃഷ്ണൻകുട്ടിയെ താനെത്ര മാത്രം സ്നേഹിച്ചിട്ടുണ്ടോ അത്രയും ശക്തിയോടെ അവൻതിരിഞ്ഞു കൊത്തിയിരിക്കുന്നു! മീനാക്ഷിയുടെ വിഷമം കാണാൻ വയ്യ!അവളെന്തെങ്കിലും ചെയ്തു കളയുമോ എന്നാണു ഭയം. ഭയങ്കരനാണു കൃഷ്ണൻ കുട്ടി. നീചൻ!. പൂച്ചയെപ്പോലെ പതുങ്ങി പതുങ്ങി നടന്ന് എല്ലാവരെയും അവൻ കബളിപ്പിച്ചു. മീനാക്ഷിയോടു കൊടിയ വഞ്ചന കാട്ടി.അവനോടു ദൈവം പൊറുക്കില്ല.

അയാൾ ചെമ്പുതകിടിൽ മുഖം അമർത്തി കരഞ്ഞു.

വാതിലടച്ച് മുറിക്കകത്തിരുന്ന് ഒറ്റയ്ക്കു കരയാൻ സുഖമുണ്ട്. ആരുംകാണില്ലല്ലോ!

പടിഞ്ഞാറൻ മാനം ചുവന്നു തുടുത്തത് ജനാലയിലൂടെ അയാൾ കണ്ടു. കുഞ്ഞാറ്റക്കിളികൾ കൂട്ടംകൂടി ചിലച്ചുകൊണ്ട് ചേക്കേറാനായി

പറന്നുപോകുന്നു.

ഭാർഗ്ഗവൻ മുഖം തുടച്ചു.

കൃഷ്ണൻകുട്ടി പോയി തുലയട്ടെ. അവൻ അവന്റെ പാട്ടിനു പോകട്ടെ. ആ ക്രിസ്ത്യാനിപ്പെണ്ണിനോടൊപ്പം ജീവിക്കാനാണ് അവനിഷ്ടമെങ്കിൽ അങ്ങനെയായിക്കൊള്ളട്ടെ. മീനാക്ഷിക്കു താനൊരു രാജകുമാരനെ കൊടുക്കും. ഒരു കൃഷ്ണൻകുട്ടിയില്ലെങ്കിൽ ആയിരം കൃഷ്ണൻകുട്ടിമാർ വേറേയുണ്ടാകും. അവനേക്കാൾ സമ്പത്തും സൗന്ദര്യവുമുള്ളവർ. പൊന്നും പണവും വാരിയെറിഞ്ഞ് നല്ലൊരു സംഖ്യ സ്ത്രീധനം കൊടുത്തുകൊണ്ട് മീനാക്ഷിയുടെ വിവാഹം ഗംഭീരമായി താൻ നടത്തും. നാടൊട്ടുക്കു പന്തൽ വിരിച്ച് നാട്ടുകാരെ മുഴുവൻ സാക്ഷി നിർത്തി ഒരു രാജകുമാരനെക്കൊണ്ട് അവളുടെ കഴുത്തിൽ താലി ചാർത്തിക്കും. കൃഷ്ണൻകുട്ടി ആ പീറപ്പെണ്ണിനോടൊപ്പം എവിടെയെങ്കിലും പോയി ഒളിച്ചിരിക്കട്ടെ. തോമസ് സക്കറിയാ പറഞ്ഞതുപോലെ ചെയ്തിട്ടുണ്ടെങ്കിൽ അവന്റെ തല നടുറോഡിലൂടെ ഉരുണ്ടുകളിക്കുകയാവും.

ഭാർഗവൻ നിശ്ചയദാർഢ്യത്തോടെ എഴുന്നേറ്റു.

ഒരു നിമിഷം കണ്ണടച്ചു നിന്ന് പരദൈവങ്ങളെ വണങ്ങി.

നിധിയെടുക്കണം!

തറവാട്ടു കാരണവൻമാർ തലമുറകളായി പവിത്രമായി സൂക്ഷിച്ചിരുന്ന നിധി.

പിതൃക്കളെയും ദൈവങ്ങളെയും പ്രീതിപ്പെടുത്തിയാൽ നിധിയെടുക്കാം, അങ്ങനെ ആലത്തൂർ തറവാടിന്റെ നഷ്ടപ്പെട്ടുപോയ പ്രതാപം വീണ്ടെടുക്കാം.

നേരമിരുട്ടിയാൽ ഇട്ടുണ്ണൂലിയമ്മയുടെ മാളികയിൽ ചെന്ന് പൂജ തുടങ്ങണം. .

തകിടിൽ എല്ലാം രേഖപ്പെടുത്തിവച്ചിട്ടുണ്ട്. തറവാടിന്റെ അഭിവൃദ്ധിക്കുവേണ്ടി പാരമ്പര്യമായി കാത്തു സൂക്ഷിച്ചുവച്ചിരിക്കുന്ന നിധിയെടുക്കുന്നതിൽ തെറ്റില്ലെന്ന് കാരണവൻമാർ പറഞ്ഞുവച്ചിട്ടുണ്ടല്ലോ!

ഭാർഗ്ഗവൻ ആ ചെമ്പുതകിടിൽ ആവേശത്തോടെ ചുംബിച്ചു.

എന്നിട്ട് അതു ഭദ്രമായി പൂജാസാധനങ്ങൾ നിറച്ചു വച്ചിരിക്കുന്ന ഒരു

വലിയ സഞ്ചിയിൽ നിക്ഷേപിച്ചു.

ഭാർഗ്ഗവൻ ഒരു നെടുവീർപ്പോടെ സഞ്ചിയെടുത്ത് ചുമലിൽതൂക്കി,

അച്ഛന്റെയും മുത്തച്ഛന്റെയും ചിത്രങ്ങൾക്കു മുന്നിൽ പ്രാർത്ഥിച്ചിട്ട്മുറിപൂട്ടിയിറങ്ങി.

മീനാക്ഷിയുടെ മുറിയിലേക്ക് ചെന്നു.

മകളെ കണ്ടപ്പോൾ ഭാർഗ്ഗവന്റെ ഹൃദയത്തിൽ പൊള്ളുന്ന ഒരു സൂചി താഴ്ത്തി ഇറക്കിയതുപോലെ തോന്നി..

"മോളേ!"

ഭാർഗ്ഗവൻ വേപഥുവോടെ കട്ടിലിൽ അവളുടെ സമീപത്തിരുന്നുകൊണ്ട് പതുക്കെ വിളിച്ചു.

മീനാക്ഷി തലയുയർത്തി നോക്കിയിട്ട് പൊട്ടിക്കരച്ചിലോടെ കാൽമുട്ടുകളിലേക്ക് മുഖം പൂഴ്ത്തി.

ഭാർഗ്ഗവൻ, അവളുടെ ഉലഞ്ഞു ചിതറിക്കിടന്നിരുന്ന മുടി ഒതുക്കിവച്ചു

"മോൾ സമാധാനിക്ക്!"

മീനാക്ഷി പെട്ടെന്ന് തലയുയർത്തി. കണ്ണീരു തുടച്ച് ചിരിക്കാൻശ്രമിച്ചു.

"എനിക്കൊന്നുമില്ലച്ഛാ!"

അവളുടെ സ്വരമിടറി.

അവൾ ദുഃഖം അടക്കിപ്പിടിക്കാൻ ശ്രമിക്കുന്നത കണ്ട് ഭാർഗവന്റെകണ്ണു നിറഞ്ഞു.

"നീയെന്തു മാത്രം വിഷമിക്കുന്നുണ്ടെന്ന് അച്ഛനറിയാം മോളെ.

മീനാക്ഷി ഒന്നും മിണ്ടിയില്ല

ഭാർഗവൻ അവളുടെ ചുമലിൽ തട്ടിക്കൊണ്ടു പറഞ്ഞു.

“പോട്ടെ മോളെ കൃഷ്ണൻകുട്ടി പോയിത്തുലയട്ടെ! ആ പീറപ്പെണ്ണിന്റെയൊപ്പം അവനേതു നരകത്തിലെങ്കിലും പോട്ടെ! അല്ലെങ്കിൽത്തന്നെആ പെണ്ണിന്റപ്പൻ തോമസ് സക്കറിയ അവനെ കണ്ടുമുട്ടിയാൽ വെട്ടിയരിഞ്ഞിടുമെന്ന് പറഞ്ഞാണ് പോയിരിക്കുന്നത്. അത്രയ്ക്ക് പോക്രിത്തരമാ അവൻ ചെയ്തു വച്ചിരിക്കുന്നത്. അവനോടു പോകാമ്പറ!”

ഭാർഗ്ഗവൻ പറഞ്ഞതുകേട്ട് മീനാക്ഷിക്ക് അടക്കിപ്പിടിച്ച തേങ്ങൽതികട്ടി വന്നു. അവൾ ചുണ്ടു കടിച്ചമർത്തി .

"നിനക്കു ഞാനൊരു രാജകുമാരനെക്കൊണ്ടുത്തരും. ആലത്തൂർ തറവാടിന്റെ മൂത്തകാരണവരുടെ മോൾക്ക് യോജിച്ച ഒരു രാജകുമാരൻ വരും."

ഭാർഗ്ഗവൻ മീനാക്ഷിയുടെ താടിപിടിച്ചുയർത്തി .

കണ്ണീര് അയാളുടെ കൈകളിൽ പുരണ്ടു.

"എനിക്കൊന്നും കേൾക്കണ്ടാ!"

മീനാക്ഷി പിന്നെയും തല താഴ്ത്തിയിരുന്ന് വിതുമ്പിക്കരഞ്ഞു.

"നിന്റെ ഭാവം കണ്ടാൽത്തോന്നും ഈ കൃഷ്ണൻകുട്ടിയൊരുത്തൻ മാത്രമേ ഈ ലോകത്ത് ആണായിട്ടുള്ളുവെന്ന്. മോളേ, അച്ഛനോട് നിനക്കൽപ്പമെങ്കിലും സ്നേഹമുണ്ടെങ്കിൽ നീയിങ്ങോട്ടു നോക്ക്."

ഭാർഗ്ഗവൻ അവളുടെ മൂർദ്ധാവിൽ കൈയമർത്തി. മീനാക്ഷി, ഈറനണിഞ്ഞ കണ്ണുകളുയർത്തി അച്ഛനെ നോക്കി.

ഭാർഗ്ഗവൻ പതറിയ ശബ്ദത്തിൽ പറഞ്ഞു.

"മോളേ, നിനക്കു വേണ്ടിയാ അച്ഛൻ പോകുന്നത്. ഇട്ടുണ്ണൂലിയമ്മയുടെ മാളികയിലേക്ക്! തലമുറകളായി ആലത്തൂർ കാരണവന്മാർ കാത്തുസൂക്ഷിച്ചിരുന്ന ആ നിധിയെടുക്കണം. പൊന്നും പണവും വാരിയെറിഞ്ഞായിരിക്കും നിന്റെ കല്യാണം ഞാൻ നടത്തുന്നത്. പരദൈവങ്ങളെ സാക്ഷി നിർത്തി അച്ഛനാണു പറയുന്നത്. നിധിയെടുക്കാതെ അച്ഛനീ വീട്ടിലേക്കു വരില്ല!"

ഭാർഗ്ഗവൻ തന്റെ മൂർദ്ധാവിൽ തലോടിയിട്ട് വാതിൽക്കലേക്ക് നടക്കുന്നത് ഒരു ഞെട്ടലോടെയാണ് മീനാക്ഷി നോക്കിയത്.

വാതിൽ കടന്ന് പുറത്തേക്ക് വന്ന ഭാർഗ്ഗവൻ ഇടിവെട്ടേറ്റതുപോലെ നിന്നുപോയി.

തൊട്ടുമുന്നിൽ കൃഷ്ണൻകുട്ടി!

21

കൃഷ്ണൻകുട്ടിയെ കണ്ടപ്പോൾ ഭാർഗവന് അൽപനേരത്തേക്ക് ചലിക്കാനായില്ല. കൃഷ്ണൻകുട്ടിയുടെ മുഖം മഞ്ഞുപോലെ വിളറിവെളുത്തു. നിമിഷ നേരം കൊണ്ടു അവനെല്ലാം ഊഹിച്ചെടുത്തിരുന്നു. സ്വപ്നങ്ങളുടെ ഒരു ചീട്ടുകൊട്ടാരം തകർന്നിരിക്കുന്നു.

മീനാക്ഷിയുടെ മുറിയിലേക്ക് കൃഷ്ണൻകുട്ടി നോക്കി.

അവൾ അവനെ കണ്ടു.

ജീവിതത്തിലാദ്യമായി അവളുടെ കണ്ണുകളിൽ നിന്നു തീ പാറുന്നത് അവനറിഞ്ഞു.

മീനാക്ഷിയുടെ മുഖം വലിഞ്ഞുമുറുകി.

അവൾ കട്ടിലിൽ നിന്നും ചാടിയെഴുന്നേറ്റ് അഴിഞ്ഞുകിടന്ന മുടിയുലച്ചുകൊണ്ട് വാതിൽക്കലേക്ക് ഒരു ഭ്രാന്തിയെപ്പോലെ പാഞ്ഞു വന്നു.

കൃഷ്ണൻകുട്ടിക്കു മുന്നിൽ മുറിയുടെ വാതിൽ ഞൊടിയിടയിൽ അവൾ വലിച്ചടച്ചു.

അതിന്റെ ആഘാതത്തിൽ വീട് ആകമാനം പ്രകമ്പനം കൊണ്ടത് അയാൾ അറിഞ്ഞു.

കൃഷ്ണൻകുട്ടി പുളഞ്ഞുപോയി.

"നായിന്റെ മോനേ!

കൃഷ്ണൻകുട്ടിയുടെ കോളറിനു കുത്തിപ്പിടിച്ചു ഭാർഗ്ഗവൻ.

അയാൾ അവന്റെ കരണത്തടിച്ചു.

"എന്തിനാടാ മഹാപാപി നിന്നെയിങ്ങോട്ടു കെട്ടിയെടുത്തത്. എന്റെ മോളെ തീ തീറ്റിക്കാനാണോ. ഞങ്ങളെയെവിടെയെങ്കിലും

സ്വൈര്യമായി വിട്ടേക്കു."

കൃഷ്ണൻകുട്ടിയുടെ നെഞ്ചിൽപ്പിടിച്ചു തള്ളിക്കൊണ്ടു ഭാർഗ്ഗവൻ അലറി.

കൃഷ്ണൻകുട്ടി കാലുനിലത്തുറയ്ക്കാതെ പിന്നോക്കം പോയി.

"അമ്മാവാ.. ഞാൻ പറയുന്നത് ഒന്ന് കേൾക്ക് !

"ഇനി നീയൊരക്ഷരം മിണ്ടിപ്പോകരുത്! ഇറങ്ങെടാ എന്റെ വീട്ടിൽ നിന്ന്. ഇനി നീയിവിടെ കയറിപ്പോയാൽ തോമസ് സക്കറിയായ്ക്കു മുൻപേനിന്റെ കഥ, ഞാൻ കഴിക്കും!"

ഭാർഗ്ഗവൻ വീണ്ടും അടിക്കാൻ കൈ ഓങ്ങി.

കൃഷ്ണൻകുട്ടി ആ കൈയിൽ കയറിപ്പിടിച്ചു.

"ഞാനെന്തു തെറ്റാ ചെയ്തെ?"

കൃഷ്ണൻകുട്ടി കരഞ്ഞുകൊണ്ട് ചോദിച്ചു.

"നീ തെറ്റൊന്നും ചെയ്തിട്ടില്ല. പുണ്യവാളനല്ലേ. നീയെന്താ വിചാരിച്ചത്? പൂച്ച കണ്ണടച്ചു പാലു കുടിക്കുന്നത് ആരും അറിയില്ലെന്നോ?"

കൃഷ്ണൻകുട്ടിയെ ഭാർഗവൻ ബലമായി തള്ളി വെളിയിലിറക്കി.

"ഭാർഗ്ഗവനമ്മാവാ, അമ്മാവന്റെ കാലു ഞാൻ പിടിക്കാം. അമ്മാവനെങ്കിലും എന്നെ വിശ്വസിക്ക്! .

കൃഷ്ണൻകുട്ടി മുറ്റത്തു നിന്ന് കേണപേക്ഷിച്ചു.

"ഫ്ഭ എരപ്പാളീ അതിനെന്റെ പട്ടിയെപ്പോലും നിനക്കു കിട്ടില്ല. ഇറങ്ങിപ്പോടാ നീ! ഇനി നീ ഈ പടി ചവിട്ടിപ്പോകരുത് തെണ്ടി."

ഭാർഗ്ഗവൻ മുറ്റത്തേക്ക് കാറിത്തുപ്പി.

പങ്കജാക്ഷിയമ്മ തളത്തിലേക്കിറങ്ങി നോക്കി. മുറ്റത്തു നില്ക്കുന്ന കൃഷ്ണൻകുട്ടിയെ കണ്ടപ്പോൾ അവരുടെ മുഖം കറുത്തു.

അവർ പെട്ടെന്ന് അകത്തേക്ക് മറഞ്ഞു.

കൃഷ്ണൻകുട്ടി വേദനയോടെയാണ് പിന്തിരിഞ്ഞത്.

പടിപ്പുര കടന്നുകഴിഞ്ഞ് അടക്കാനാവാതെ കൃഷ്ണൻകുട്ടി പൊട്ടിക്കരഞ്ഞു.

സമയം സന്ധ്യ കഴിഞ്ഞിരുന്നു.

ഇരുട്ട് പതിയെ പതിയെ അന്തരീഷത്തിലേക്കു ചേക്കേറിത്തുടങ്ങി.

ആകാശത്ത് നക്ഷത്രങ്ങളുടെ തിളക്കം.

കിഴക്കുനിന്നും കനത്ത കാർമേഘത്തുണ്ടുകൾ സാവധാനം തള്ളിക്കയറി വരുന്നുണ്ടായിരുന്നു. കൃഷ്ണൻ കുട്ടി വല്ലാത്തൊരു തളർച്ചയോടെ ഇടവഴിയിലൂടെ നടന്നു. ഈ നിമിഷം താനൊന്നു മരിച്ചിരുന്നെങ്കിൽ ദൈവം തമ്പുരാൻ തന്നോടു കാട്ടുന്ന ഏറ്റവും വലിയ കാരുണ്യമായിരിക്കും അതെന്ന് അയാൾക്ക് തോന്നി!

ചെകുത്താനും കടലിനും ഇടയിൽ അകപ്പെട്ടെന്ന് പറഞ്ഞു കേട്ടിട്ടേയുള്ളൂ. തന്റെയവസ്ഥ അക്ഷരാർത്ഥത്തിൽ അതാണ്!

അധികം സ്നേഹിച്ചവൾപോലും തനിക്കു മുന്നിൽ വാതിടച്ച് ഒരു നികൃഷ്ട ജീവിയെപ്പോലെ ആട്ടിയകറ്റി. സത്യം ആരും അറിയുന്നില്ല. തന്റെ വാക്കുകൾ കേൾക്കാൻ ആരും തയ്യാറാകുന്നില്ല. എല്ലാവരും അത്ര കണ്ട് തന്നെ തെറ്റിദ്ധരിച്ചിരിക്കുന്നു. അവർക്കിപ്പോൾ താനൊരു കള്ളനാണ്. സ്നേഹിക്കുന്ന പെണ്ണിനെ വഞ്ചിച്ചുകൊണ്ട്, ആരുമറിയാതെ ഒരു പെണ്ണിനെ കല്യാണം കഴിച്ച ഒളിപ്പിച്ച് ഞെളിഞ്ഞു നടക്കുന്ന ഒരു കള്ളൻ! ആ കള്ളന്റെ കള്ളി പൊളിച്ച സന്തോഷത്തിലാണ് ചിലർ. ചിലർക്കത് താങ്ങാനാകാത്ത ആഘാതവും. എങ്ങനെയാണ് സത്യം ഇവരെ ബോധ്യപ്പെടുത്തുക.

ഇടവഴികൾ ഇരുളിലാണ്ടു.

പിശറൻ കാറ്റിൽ പാതയോരത്തെ കുറ്റിക്കാടുകൾ വിറളി പൂണ്ടു. സൂര്യൻ അസ്തമിച്ചു കഴിഞ്ഞിരുന്നു.

കൃഷ്ണൻകുട്ടി ഇടവഴിയിൽ തളർന്ന് ഇരുന്നു.

ഒരു തീക്കടൽ മുഴുവനായി മനസ്സിൽ തിളച്ചു മറിയുകയാണ്. അമ്മ,

ഉമാദേവി, ഭാർഗവനമ്മാവൻ, പങ്കജാക്ഷിയമ്മായി. പിന്നെ മീനാക്ഷി... ആനിര നീണ്ടു കിടക്കുകയാണ്. നാട്ടുകാരുടെ വക വേറെ! തലയെടുക്കാൻ വെമ്പി നടക്കുന്ന തോമസ് സക്കറിയായും കൂട്ടരും മറുവശത്ത്!

കൃഷ്ണൻകുട്ടി ചെമ്മണ്ണിൽ മലർന്നു കിടന്നു.

അയ്യപ്പൻകുട്ടിയെ ഇന്നു കണ്ടിട്ടേയില്ല. എല്ലാത്തിനും ഒരത്താണിയായിട്ടുള്ളത് അവനാണ്. ഈ കഥകളൊക്കെ കേട്ടാൽ അവൻ ചിരിക്കും!

വഴിയരികിലെ കലമ്പട്ടപ്പൂക്കൾ തണുത്ത കാറ്റിൽ തലയിളക്കി. കാറ്റടിച്ചപ്പോൾ തലയിലേക്കൊരു മരവിപ്പിറങ്ങി വരുന്നതു പോലെ തോന്നുന്നുണ്ട്.

കൃഷ്ണൻകുട്ടി ചിന്തിച്ചു......

ഈ വിജനതിയിൽ താനിപ്പോൾ ഏകനാണ്. തന്റെ ചോര കാത്തുനടക്കുന്ന തോമസ് സക്കറിയാ ഇപ്പോൾ ഇതുവഴി വരികയാണെങ്കിൽ അയാളൊരു കൊലച്ചിരി ചിരിക്കും. എന്നിട്ടൊരു പക്ഷേ തന്റെ തലയറുത്തെടുക്കുമായിരിക്കും. എങ്കിലെത്ര നന്നായിരുന്നേനെ! ഒന്നുമറിയേണ്ടായിരുന്നു. മീനാക്ഷി ചിരിക്കട്ടെ!കൊടും വഞ്ചകനായ കാമുകന്റെ തല ചോര പുരണ്ട് വഴിയരകിൽ കിടക്കുന്നതു കാണുമ്പോൾ അവൾക്കു സംതൃപ്തിയുണ്ടാകും. താനിപ്പോൾ ഏറ്റവും വെറുക്കപ്പെട്ട ശത്രുവല്ലേ. സ്നേഹത്തിനുള്ള ശിക്ഷയാണ് വഞ്ചനയെന്നും വഞ്ചനക്കുള്ള ശിക്ഷയാണ് മരണമെന്നും അവൾ തനിയെയിരുന്നു പറയുമായിരിക്കും. പറയട്ടെ.

കുടുംബത്തിനും തറവാടിനും ചീത്തപ്പേരുണ്ടാക്കി വച്ച ഒരുവൻ തുലഞ്ഞുപോയി എന്ന് അമ്മയും ഉമയും ആശ്വസിക്കുമായിരിക്കും.

ഭാർഗവനമ്മാവനും പങ്കജാക്ഷിയമ്മായിയും ചിരിക്കും. നാട്ടുകാരു ചിരിക്കും.

കൃഷ്ണൻകുട്ടി നെടുവീർപ്പിട്ടു.

അയാളറിയാതെ അയാളുടെ കണ്ണുകൾ നിറഞ്ഞൊഴുകി.

മഴ പൊടിഞ്ഞു തുടങ്ങിയിരുന്നു.

ഇരുളിൽ കൃഷ്ണൻകുട്ടി ഒരിടർച്ചയോടെ എഴുന്നേറ്റു നടന്നു.

മഴ ആർത്തലച്ചു പെയ്യുകയായിരുന്നു. രാത്രിയുടെ കടുംകറുപ്പിൽ, മഴയുടെ ഇരമ്പലുകളറിയാതെ, കരഞ്ഞു കലങ്ങിയ കണ്ണുകളും അഴിഞ്ഞുലഞ്ഞ മുടിയുമായി മീനാക്ഷി ഹതാശയായി പുറംതളത്തിലിരുന്നു.

കൃഷ്ണൻകുട്ടിയെക്കുറിച്ചല്ലാതെ മറ്റൊരു പുരുഷനെക്കുറിച്ച് ഈ ജന്മത്തിൽ ഓർക്കുക കൂടി വയ്യായിരുന്നു മീനാക്ഷിക്ക്. എന്തെന്തു കിന്നാര വർത്തമാനങ്ങളാണ് കൃഷ്ണൻകുട്ടിയേട്ടൻ പറയാറുള്ളത്! അതൊക്കെ കേട്ടപ്പോൾ തോന്നി കൃഷ്ണൻകുട്ടിയേട്ടനെപ്പോലൊരു പുരുഷൻ തന്റെ ഭാഗ്യമാണെന്ന്.

ഇപ്പോൾ അവിശ്വസനീയമായിത്തോന്നുന്നു. കൃഷ്ണൻ കുട്ട്യേട്ടനിങ്ങനെ പ്രവർത്തിക്കാനാകുമോയെന്ന്. .

ആണുങ്ങളെല്ലാം ഇങ്ങനെയാണോ? ആയിരിക്കും! കൃഷ്ണൻകുട്ടിയേട്ടൻ കല്യാണം കഴിച്ച ആ ഭാഗ്യവതി ആരായിരിക്കും? ആ ഫോട്ടോ കാണാനുള്ള കരുത്ത് തനിക്കുണ്ടായിരുന്നില്ല. ദുഷ്ടനാണ് പക്ഷേ കൃഷ്ണൻകുട്ടയേട്ടനല്ലാതെ മറ്റൊരു പുരുഷനോടൊപ്പം ഒരിക്കലും തനിക്കു ജീവിക്കാനാകില്ല. അതിലുംഭേദം മരിക്കുകയാണ്. വഞ്ചനയ്ക്കുള്ള ശിക്ഷ ദൈവം കൊടുക്കും; അല്ലെങ്കിൽ ആ പെണ്ണിനോടൊപ്പം കൃഷ്ണൻകുട്ടിയേട്ടൻ സുഖമായി ജീവിക്കട്ടെ. താനെന്തിനാണൊരു തടസ്സമാകുന്നത്.

ആ പെണ്ണിനെ രഹസ്യമായി കല്യാണം കഴിപ്പിച്ച ഒളിപ്പിച്ചു താമസിപ്പിച്ചിട്ടും തന്നോട് പ്രേമം കാട്ടുകയും കൂടക്കൂടെ. ചക്കരവാക്കുകൾ പറയുകയും തമാശകൾ പറഞ്ഞ് ചിരിപ്പിക്കുകയും ചെയ്തത് എന്തിനാണെന്നാ മനസ്സിലാകാത്തത്? എല്ലാവരെയും കബളിപ്പിക്കാൻ നന്നായി അഭിനയിക്കുകയായിരുന്നോ?

അതോ മറ്റു വല്ല ചീത്ത ഉദ്ദേശ്യങ്ങളും അതിന്റെ പിന്നിൽ ഉണ്ടായിരുന്നോ.

ഭാഗ്യം! സ്വന്തം ഹൃദയമൊഴികെ തനിക്കു മറ്റൊന്നും നഷടപ്പെട്ടില്ല.

ഭാഗ്യമാണോ അത്.

ഹൃദയം നഷ്ടപ്പെടുന്നതിനേക്കൾ മറ്റൊരു വലിയ നഷ്ടമുണ്ടോ?

എല്ലാം കൂട്ടിക്കിഴിച്ചു നോക്കുമ്പോൾ കഠിനമായ വേദന മാത്രമാണു ബാക്കി.

മനസ്സിനെ ദഹിപ്പിക്കുന്ന അസഹ്യമായ നൊമ്പരങ്ങൾ! നോവുകൾ ദഹിപ്പിച്ച മനസ്സിനു പകരം വയ്ക്കാൻ എന്താണുണ്ടാവുക? തികഞ്ഞ ശൂന്യത മാത്രം!

അച്ഛനും അമ്മയ്ക്കും അതൊന്നും മനസ്സിലാവുകയില്ല.

അച്ഛൻ മുത്തശ്ശിക്കഥകൾ സ്വപ്നം കണ്ടു നടക്കുകയാണ്.

പാവം!

അച്ഛൻ തനിക്കു സമ്മാനിക്കാനിരിക്കുന്നത് നിധിയും അറബിക്കഥകളിലെ രാജകുമാരനെയുമാണ്!

തന്നെ ആശ്വസിപ്പിക്കാനായിരിക്കും.

മീനാക്ഷി, കൺമുന്നിൽ അലയുന്ന തടിച്ച മഴനാമ്പുകൾ കണ്ടു.

പങ്കജാക്ഷിയമ്മ വാതിൽക്കലോളം വന്നു നോക്കി.

മഴയെ നോക്കി നിശ്ചലയായിരിക്കുന്ന മീനാക്ഷിയെ കണ്ടു. അവളുടെ മനസ്സു പുകഞ്ഞു കത്തുകയാണെന്ന് അറിയാം. എന്തു പറഞ്ഞു സമാധാനിപ്പിക്കണമെന്ന് നിശ്ചയമില്ലായിരുന്നു അവർക്ക്. ഉള്ള് ഉരുകുകായിരുന്നു.

മീനാക്ഷി മഴയിലേക്ക് ഇറങ്ങുന്നത് കണ്ട് പങ്കജാക്ഷിയമ്മയ്ക്ക് ഭീതി തോന്നി.

അവർ ആധിയോടെ അവളെ വിളിച്ചത് മഴയുടേയും കാറ്റിന്റേയും ഇരമ്പത്തിൽ അലിഞ്ഞുപോയി.

മീനാക്ഷിയുടെ ചുവന്ന പട്ടുപാവാടയും ബ്ലൗസും നനഞ്ഞു കുതിർന്ന് ദേഹത്തോടൊട്ടിച്ചേർന്നു ..

മുടിയിഴകളിലൂടെ വെള്ളമിറ്റു വീണു.

"മീനാക്ഷീ!"

പങ്കജാക്ഷിയമ്മ, ഓടിറമ്പിനു കീഴിൽ നിന്ന് അങ്കലാപ്പോടെ വിളിച്ചു.

അവൾ അതു കേൾക്കാതെ പടിപ്പുരയിലേക്കോടിപ്പോയി.

ശക്തമായൊരിടി വെട്ടത്തിൽ മഴയിൽ കുതിർന്ന ഒരു ചുവന്ന ജ്വാല പോലെ മീനാക്ഷി പടിപ്പുരയിറങ്ങി വഴിയിലേക്കോടുന്നത് പങ്കജാക്ഷിയമ്മ ഒരു നടുക്കത്തോടെ കണ്ടു. അവർ നിലവിളിച്ചു.

ഇരുളിൽ, ഇടവഴിയിലൂടെ വേഗത്തിലോടിപ്പോകുമ്പോൾ പെരുമഴയുടെ കുളിർമ്മയുള്ള കുത്തലുകൾ ശരീരത്തിൽ ഒരായിരം ചുംബനങ്ങളായി പെരുകിനിറയുന്നത് മീനാക്ഷിയറിഞ്ഞു. കൃഷ്ണൻകുട്ടിയേട്ടൻ തോൽക്കട്ടെ. മീനാക്ഷിക്കു ഹരമായി.

പെരുമഴ നല്ലൊരു കാമുകനാണ്! അവനു നന്നായി ചുംബിക്കാനറിയാം!

മീനാക്ഷി, വല്ലാത്തൊരു കോരിത്തരിപ്പോടെ, മിന്നൽ വെളിച്ചങ്ങളിൽ ഇടവഴി തിരിഞ്ഞ് അതിവേഗമോടി.

പങ്കജാക്ഷിയമ്മ വേവലാതിയോടെ കോരിച്ചൊരിയുന്ന മഴയത്തേയ്ക്കിറങ്ങി.

അവർ മീനാക്ഷീ എന്ന് ഉറക്കെ വിളിച്ചു.

അവളെവിടേക്കാണോടിപ്പോയത്

മിന്നൽ പൊലിയുമ്പോൾ കനത്ത ഇരുട്ടാണ്. ഒന്നും കാണാൻ വയ്യ. കാതുകളിൽ വന്നലക്കുന്നത് മഴയുടേയും കാറ്റിന്റേയും ഇരമ്പം. മിന്നൽ വെളിച്ചത്തിൽ കാണായ വഴിയിലൊന്നും മീനാക്ഷിയില്ല.

പങ്കജാക്ഷിയമ്മ നടുങ്ങി...

22

പങ്കജാക്ഷിയമ്മ പകച്ചുപോയി. മീനാക്ഷിയൊരു തൊട്ടാവാടിപ്പെണ്ണാണ്! അവളെന്തെങ്കിലും അവിവേകം കാണിച്ചേക്കുമോ? മഴ വകവയ്ക്കാതെ ഉറക്കെ കരഞ്ഞു കൊണ്ട് പടിപ്പുര കടന്ന് അവർ വഴിയിലേക്കോടി. മീനാക്ഷിയെ എങ്ങും കണ്ടില്ല. കനത്ത മഴയത്ത് ഇരുളിൽത്തപ്പിത്തടഞ്ഞ് ഇടവഴികളിൽ നിന്ന് ഇടവഴികളിലേക്ക് അവരോടി. മീനാക്ഷിയെവിടെയാണ്?

ഇടവഴി, കൃഷ്ണൻകുട്ടിയുടെ വീട്ടിലേക്ക് തിരിഞ്ഞു പോകുന്നു.

മീനാക്ഷി ഓടിപ്പോയിരിക്കുന്നത് ഒരു പക്ഷേ അങ്ങോട്ടായിരിക്കുമോ? പങ്കജാക്ഷിയമ്മ ഒരു നിമിഷംപോലും പാഴാക്കാതെ കൃഷ്ണൻകുട്ടിയുടെ വീട്ടിലേയ്ക്കോടി.

"നാത്തൂനേ! നാത്തൂനേ!"

പങ്കജാക്ഷിയമ്മ പരിഭ്രാന്തിയോടെ വിളിച്ചുകൊണ്ട് വീടിന്റെ കോലായിലേയ്ക്ക് ഓടിക്കയറി.

ജാനകിയും ഉമാദേവിയും വെപ്രാളത്തോടെയാണ് അകത്തു നിന്ന് ഓടി വന്നത്.

മുറിക്കകത്തു കിടന്നിരുന്ന കൃഷ്ണൻകുട്ടിക്ക് പങ്കജാക്ഷിയമ്മയുടെ പരിഭ്രാന്തമായ ശബ്ദം കേട്ടപ്പോൾ എന്തോ പന്തികേടു തോന്നി. അവൻ ചാടിയെഴുന്നേറ്റു മുറിയ്ക്കു പുറത്തുവന്നപ്പോൾ ആർത്തലച്ചു പെയ്യുന്ന മഴയത്ത് നനഞ്ഞുകുതിർന്നു നിൽക്കുന്ന പങ്കജാക്ഷിയമ്മയെ കണ്ടു.

കൃഷ്ണൻകുട്ടി വല്ലാതെ പരിഭ്രമിച്ചു.

"എന്താ നാത്തൂനേ. എന്തുണ്ടായി?

ജാനകി വേവലാതിയോടെ ചോദിച്ചു.

"മീനാക്ഷിയിങ്ങോട്ടു വന്നോ?"

"ഇല്ല."

അതുകേട്ടപ്പോൾ പങ്കജാക്ഷിയമ്മ നിലവിളിച്ചു.

"എന്റെ മോളെങ്ങോട്ടുപോയെന്നാർക്കറിയാം.?"

അവർ തൂണിൽ തലയിട്ടുരുട്ടി. ഒരു ഭ്രാന്തിയെപ്പോലെ നെഞ്ചത്തു തല്ലി.

ജാനകി മാറിൽ കൈ വച്ചുകൊണ്ട് തളർച്ചയോടെ തറയിൽ ഇരുന്നു.

കൃഷ്ണൻകുട്ടി പകച്ചു നിൽക്കുകയായിരുന്നു.

"മഴയത്തിറങ്ങി അവൾ വഴിയിലേക്കോടുന്നതു കണ്ടതാ."

പങ്കജാക്ഷിയമ്മ കരച്ചിലിനിടയിൽ പുലമ്പി.

ജാനകി, പ്രതിമപോലെ നിൽക്കുന്ന കൃഷ്ണൻകുട്ടിയെ അടക്കാനാവാത്ത കലിയോടെ നോക്കി.

"തൃപ്തിയായില്ലേടാ നിനക്ക്? ഇനി ഞങ്ങളെയെല്ലാത്തിനേയും കൂടി നീയൊന്നു കൊന്നുതാടാ""

ജാനകി കണ്ണീരോടെ പറഞ്ഞു.

ഉമാദേവി പൊട്ടിക്കരഞ്ഞുകൊണ്ട് മുറിക്കകത്തേക്ക് ഓടിപ്പോയി.

കൂർത്ത മുള്ളുകൾ ഹൃദയത്തിലേക്ക് തറച്ചു കയറ്റുന്നതുപോലെ

കൃഷ്ണൻകുട്ടിക്ക് തോന്നി. അവൻ വിതുമ്പി.

"ഞങ്ങളെല്ലാറ്റിനെയും കൊന്നുകുഴിച്ചുമൂടിയിട്ട് നീയും നിന്റെ മറ്റവളും കൂടി എവിടെയെങ്കിലും പോയിത്തുലഞ്ഞോ നീ പോയി മുടിയ്."

ജാനകി തലയിൽ കൈവച്ച് കൃഷ്ണൻകുട്ടിയെ പ്രാകി.

പങ്കജാക്ഷിയമ്മ പൊടുന്നനെ ഉമ്മറത്തേയ്ക്ക് കയറി വന്ന് ഭ്രാന്തമായ വേഗത്തിൽ കൃഷ്ണൻകുട്ടിയുടെ കോളറുകൾ കൂട്ടിപ്പിടിച്ചു മുറുക്കിക്കൊണ്ട് ആക്രോശിച്ചു.

"പറ്റിച്ചില്ലേടാ എന്റെ മോളെ നീയ്? ഇത്രയും നാളും നീ ചക്കരവാക്കുംപറഞ്ഞ് അവളെ മോഹിപ്പിച്ചില്ലേ? എന്നിട്ടെന്തിനായിരുന്നെടാ എന്റെ മോളെ ചതിച്ചത്?"

"അമ്മായീ"

കൃഷ്ണൻകുട്ടി ചുണ്ടുകൾ പിളർത്തിയെങ്കിലും ഒരക്ഷരംപോലും പുറത്തേയ്ക്കു വന്നില്ല.

"എന്റെ മോൾക്കെന്തെങ്കിലും പറ്റിയാൽ നീ സമാധാനം പറയണം. എന്റെ മോൾക്കീ ഗതി വരുത്തിവച്ചത് നീയൊറ്റയൊരുത്തനാണ്. അവളെന്തെങ്കിലും അവിവേകം കാണിച്ചാൽ അവളുടെ ശവം നിനക്കു തിന്നേണ്ടി വരും. അതോർത്തോ നീയ്."

കൃഷ്ണൻകുട്ടിയുടെ ഷർട്ടിന്റെ കോളറുകൾ കൂട്ടിപ്പിടിച്ചു മുറുക്കിക്കൊണ്ട് പങ്കജാക്ഷിയമ്മ അലറി.

അവന്റെ കണ്ണു ചുവന്നു. ദേഷ്യവും സങ്കടവും വന്നു. മനസുകൊണ്ടുപോലും അറിയാത്ത കാര്യത്തിനാണ് പഴി കേൾക്കേണ്ടി വരുന്നത്. എന്തൊരു ശാപമാണിത്."

അവൻ പങ്കജാക്ഷിയമ്മയുടെ കൈകൾ തട്ടിമാറ്റി.

"ഒരു തെറ്റും ചെയ്യാത്ത ഒരുവനെയാണ് നിങ്ങൾ എല്ലാവരുംകൂടി ജീവനോടെ നിർത്തി ദഹിപ്പിക്കുന്നത്. നിങ്ങൾക്കു പശ്ചാത്തപിക്കേണ്ടി വരും.ഇന്നല്ലെങ്കിൽ നാളെ. നിങ്ങൾക്കു നിങ്ങളുടെ മകളെയല്ലേ വേണ്ടത്?

കൃഷ്ണൻകുട്ടിയുടെ കൊക്കിൽ അൽപമെങ്കിലും ജീവൻ ബാക്കിയുണ്ടെങ്കിൽ അവളെ വിടെയുണ്ടെങ്കിലും അവളെ നിങ്ങളുടെ മുന്നിൽ ഞാനെത്തിക്കും! എന്നിട്ടേ കൃഷ്ണൻകുട്ടിക്ക് വിശ്രമമുള്ളൂ."

ഇങ്ങനെ പറഞ്ഞിട്ട് അവൻ അമർത്തിച്ചവിട്ടി കോരിച്ചൊരിയുന്ന മഴയത്തേക്കിറങ്ങി. പങ്കജാക്ഷിയമ്മയും ജാനകിയും സ്തബ്ധരായി നിന്നു.

മഴയുടെ കുത്തിത്തറയ്ക്കുന്ന കനത്ത നാമ്പുകളെ വകവയ്ക്കാതെ കൃഷ്ണൻകുട്ടി പടി കടക്കുമ്പോൾ ആകാശക്കറുപ്പിൽ ഒരു ദുഃസൂചനപോലെ കണ്ണുഞ്ചിപ്പിക്കുന്ന പ്രകാശവുമായി വെള്ളിരേഖകൾ പിറന്നു...

മഴത്തുള്ളികൾ കുടഞ്ഞു തെറുപ്പിച്ചു കൊണ്ട് ആരോടെന്നില്ലാത്ത പകയോടെ കൃഷ്ണൻകുട്ടി ഇടവഴി കടന്നോടി

മീനാക്ഷി ഇടവഴിയിൽ നിന്ന് ടാറിട്ട മെയിൻ റോഡിലേക്കു കയറി.

പെരുമഴയിൽ റോഡു വിജനമായിരുന്നു. ഇടക്കിടെയുള്ള ട്യൂബ് ലൈറ്റുകളുടെ വെളിച്ചത്തിൽ മീനാക്ഷി മഴയുടെ സൗന്ദര്യം കണ്ടു. കരുത്തും മൂർച്ചയുമുള്ള കനത്ത വെള്ളിനൂലുകൾ.

നനഞ്ഞൊട്ടിക്കിടന്ന വസ്ത്രങ്ങൾക്കിടയിലൂടെ മഴവെള്ളം ഒഴുകിയിറങ്ങിയപ്പോൾ അവൾക്ക് ഇക്കിളിയായി. അവൾ ഓടിത്തളർന്നു കിതച്ച് പെരുമഴയേറ്റുകൊണ്ട് റോഡരികിലൂടെ പതിയെ നടന്നു. എവിടേക്കാണു പോകേണ്ടതെന്ന് ഒരു നിശ്ചയവുമില്ല. പോകാൻ തനിക്കൊടിരിടവും ഇല്ല. മീനാക്ഷി പതിയെ ചിരിച്ചു. ചുട്ടുപഴുത്തിരുന്ന മനസ് ഒന്നു തണുത്തിരിക്കുന്നു, തൽക്കാലത്തേക്കെങ്കിലും.

ഈ പെണ്ണെങ്ങോട്ടാണു പോയത്? അവൾക്ക് അരുതാത്തതൊന്നുംതോന്നിക്കാതിരുന്നാൽ മതിയായിരുന്നു! റോഡിൽ ട്യൂബ് ലൈറ്റുകളുടെ വെളിച്ചമുണ്ട്. പക്ഷേ മഴ മഞ്ഞുപോലെ പെയ്തിറങ്ങി കാഴ്ച അവ്യക്തമാക്കുകയാണ്.

മഴനാമ്പുകൾക്കിടയിലൂടെ കൃഷ്ണൻകുട്ടി അതു കണ്ടു.

റോഡിൽ അങ്ങേയറ്റത്ത് അകന്നകന്നു പോകുന്ന മീനാക്ഷിയുടെനനഞ്ഞൊട്ടിയ പട്ടുപാവാടയുടെ ചെന്തീനിറം! അവൾ പതിയെ റോഡരികുപറ്റി പോകുകയാണ്. അയാൾ നൊടിയിടയിൽ അങ്ങോട്ടു കുതിച്ചു.

മഴയുടെ കുളിരാസ്വദിച്ച് അശ്രദ്ധയോടെ നടക്കുകയായിരുന്ന മീനാക്ഷിക്കെതിരെ ഒരു ജീപ്പ് ചീറിപ്പാഞ്ഞു വന്നു. മഴയെ കീറിമുറിച്ചുകൊണ്ട് അതിന്റെ തീക്കണ്ണുകൾ ബഹുദൂരം മുന്നിലേയ്ക്കു പാറി വീണു.

ജീപ്പ് മീനാക്ഷിയെ കടന്നുപോയി സഡൺ ബ്രേക്കിട്ടു നിന്നു. പിന്നെ റിവേഴ്സെടുത്ത് പിന്നിലേയ്ക്കു നിരങ്ങാൻ തുടങ്ങി. വലിയൊരു ദുരന്തം തന്നെ സമീപിക്കുന്നത് മീനാക്ഷി അറിഞ്ഞില്ല.

ജീപ്പിന്റെ മുൻസീറ്റിലിരുന്ന അതികായനായ കറുത്ത നിറമുള്ള തടിച്ചൊരു മനുഷ്യൻ തന്റെ ബലിഷ്ഠമായ കരങ്ങൾ കൊണ്ടു മീനാക്ഷിയെ വലിച്ചടുപ്പിച്ചു.

ഒരു നടുക്കത്തോടെ അവൾ കുതറാൻ തുടങ്ങിയപ്പോഴേയ്ക്കും അയാൾ അവളെ ബലമായി തന്നോടടുപ്പിച്ചിരുന്നു.

"എന്റെ കൊച്ചു സുന്ദരീ, ഈ പാതിരാത്രിയിൽ മഴ നനഞ്ഞെങ്ങോട്ടാ?"

അയാൾ പല്ലിളിച്ചുകൊണ്ട് പരുപരുത്ത കൈകൾകൊണ്ട് മീനാക്ഷിയുടെ മുഖത്തു തലോടി.

അവൾ അസഹ്യതയോടെ തലകുടഞ്ഞു നിലവിളിച്ചു.

“അയ്യോ പാവം! ഇങ്ങനെ കരഞ്ഞാലെങ്ങനെയാ, കണ്ടോ ദേഹമൊക്കെ നനഞ്ഞു കുതിർന്നില്ലേ!”

അയാളുടെ കൈകൾ അവളുടെ നനഞ്ഞ ശരീരത്തിലൂടെ ഇഴഞ്ഞു നടന്നു.

മീനാക്ഷി കുതറി."

"വിടെടാ പട്ടി!"

അവൾ അയാളുടെ മുഖത്തു തുപ്പി.

മഴത്തുള്ളികളോടൊപ്പം. കടന്നൽകുത്തേറ്റതുപോലെ അയാളുടെമുഖം വിങ്ങി വീർത്തു .

"വലിച്ചകത്തിടെടാ ഈ കൊടിച്ചിപ്പട്ടിയെ!"

അയാൾ പിന്നിലിരിക്കുന്നവരോടായി അലറി. അതു കേൾക്കേണ്ടതാമസം ഒന്നു രണ്ടുപേർ ജീപ്പിൽ നിന്ന് മഴയത്തേക്ക് ചാടിയിറങ്ങി വന്ന്മീനാക്ഷിയെ പുഷ്പംപോലെ പൊക്കിയെടുത്ത് ജീപ്പിലേക്കിട്ടു.

അകലെ നിന്നും അവൾക്കടുത്തേക്ക് ഓടിവരികയായിരുന്ന കൃഷ്ണൻകുട്ടി ആ കാഴ്ചകണ്ട് ഞെട്ടിത്തരിച്ചു നിന്നു. ഒട്ടും സംശയിക്കാതെ അയാൾറോഡിനു നടുവിൽ കയറി നിന്നു. മഴയെതുളച്ചുകൊണ്ട് ജീപ്പ് അയാൾക്കു നേരെ പാഞ്ഞു വന്നു. ഹെഡ്ലൈറ്റുകളുടെ വെളിച്ചത്തിൽ അയാളുടെ കണ്ണഞ്ചിപ്പോയി. അത് തന്നെ ഇടിച്ചു തെറിപ്പിക്കും എന്നാണയാൾ കരുതിയത്. ശ്വാസമെടുക്കാൻപോലും മറന്ന ഒരു നിമിഷത്തിൽ കൃഷ്ണൻകുട്ടിയെ തൊട്ടുതൊട്ടില്ലെന്ന മട്ടിൽ പൊടുന്നനെ ജീപ്പ് നിന്നു.

"റോഡീന്നു മാറി നിൽക്കടാ!..""

ആരോ പച്ചത്തെറിവിളിച്ചു.

കൃഷ്ണൻകുട്ടി നൊടിയിടയിൽ വശത്തേയ്ക്കു മാറി കറുത്തു തടിച്ച അതികായനായ മനുഷ്യനെ ഒറ്റവലിക്കു പുറത്തു ചാടിച്ചു.

അയാൾക്കെന്തെങ്കിലും ചെയ്യാനാകും മുമ്പേ ഊക്കിൽ അയാളുടെ മുഖത്തടിച്ചു.

അയാൾ റോഡിൽ കമിഴ്ന്നു വീണു.

ഒരു മാത്ര, ജീപ്പിന്നകത്ത് മീനാക്ഷിയുടെ ഭയന്നു വിറച്ചമുഖം കണ്ടു.

പൊടുന്നനെ ജീപ്പിന്നരികിലേക്ക് ഒരു ബൈക്ക് പാഞ്ഞു വന്നു നിന്നു. കറുത്ത ഹെൽമറ്റ് ധരിച്ച ബൈക്കുകാരൻ ഒരു നീളൻ കോട്ടു ധരിച്ചിരുന്നു. അയാൾ ബൈക്ക് നിർത്തിയിട്ട് അതിലിരുന്നുകൊണ്ട് കൃഷ്ണൻകുട്ടിയെ നോക്കി.

അയാൾ സാവധാനം കൈകൾ മാറത്തു പിണച്ചുവച്ചുകൊണ്ട് ഒരു കാഴ്ചക്കാരനെപ്പോലെ ബൈക്കിൽ ഇരുന്നു.

കൃഷ്ണൻകുട്ടി, അയാളെ ഒന്നു നോക്കിയിട്ട് ജീപ്പിനരികിലേക്ക് പാഞ്ഞുചെന്ന് മീനാക്ഷിയെ വലിച്ചിറക്കി. തടയാൻ ശ്രമിച്ച ഗുണ്ടകളുടെ കൈകൾ അവൾ തട്ടിമാറ്റി ആ സമയം പിന്നിൽ നിന്നൊരു പൊട്ടിച്ചിരികേട്ട് കൃഷ്ണൻകുട്ടി തിരിഞ്ഞു നോക്കി. കറുത്തു തടിച്ച മനുഷ്യൻ ചിറിതുടച്ചു കൊണ്ട് അവനരികിലേക്ക് നടന്നു വന്നു.

"രക്ഷകൻ!" അയാൾ പുച്ഛരത്തോടെ ചിരിച്ചു.

മീനാക്ഷിയുടെ കൈപിടിച്ചു കൊണ്ട് അയാളുടെ അടിവയറിൽ കൃഷ്ണൻകുട്ടി ആഞ്ഞു തൊഴിച്ചു. ആ മനുഷ്യൻ പെട്ടെന്ന് ഒഴിഞ്ഞുമാറി ജീപ്പിലിരുന്ന ആരോ കൃഷ്ണൻകുട്ടിയെ പിന്നിൽ നിന്ന് അടിച്ചു.

കൃഷ്ണൻകുട്ടി റോഡിൽ മൂക്കുകുത്തി വീണു. ഗുണ്ടകൾ മീനാക്ഷിയെ ജീപ്പിലേക്കു വലി വലിച്ചു കയറ്റിയിട്ടു. അവൾ പിടയുന്നുണ്ടായിരുന്നു.

“അടിച്ചു തകർക്കെടാ ഈ നായിന്റെ മോനെ!'

കറുത്തു തടിച്ച മനുഷ്യൻ ആക്രോശിച്ചു.

ജീപ്പിൽ നിന്ന് രണ്ടു മൂന്നു പേർ ഇറങ്ങി വന്നു.

കൃഷ്ണൻകുട്ടി മഴവെള്ളം തുപ്പിക്കളഞ്ഞ് റോഡിൽ നിന്ന് എഴുന്നേറ്റു. അടിക്കാൻ കയ്യോങ്ങിയ ഒരുവന്റെ കൈ പിടിച്ചെടുത്ത് ഊക്കോടെ വലിച്ചെറിഞ്ഞു. അവൻ ഉറക്കെ നിലവിളിച്ചുകൊണ്ട് റോഡരികിലേയ്ക്കു തെറിച്ചുപോയി ഓടയിൽ മുഖമടിച്ചു വീണു. കൃഷ്ണൻകുട്ടിയുടെ ചുമലിൽ ശക്തമായ ഒരു അടിവിണു. അടുത്ത അടി അവൻ വലതുകൈകൊണ്ട് തടഞ്ഞു. ഇടത്തേ മുഷ്ടി ചുരുട്ടി അടിച്ചവന്റെ വയറ്റത്തിടിച്ചു. അവൻ കരഞ്ഞുകൊണ്ട്

വയറുപൊത്തിപ്പിടിച്ചു. കറുത്തു തടിച്ച മനുഷ്യന്റെ മുഖം ചുളിഞ്ഞു. അയാൾ ബൈക്കൂകാരന്റെ മുഖത്തേയ്ക്കു നോക്കി.

ഹെൽമറ്റിന്റെ ഗ്ലാസ് ഉയർത്തി വച്ചുകൊണ്ട് അയാൾ നിസ്സംഗതയോടെ ആ സംഘട്ടനം നിരീക്ഷിക്കുകയായിരുന്നു.

ഗുണ്ടകളിലൊരുവൻ ശക്തമായൊരടിയേറ്റ് കറുത്തു തടിച്ച അതികായന്റെ കാൽച്ചുവട്ടിലേക്കു തെറിച്ചു വീണു. അയാൾ കാലുകൊണ്ട് അവനെ തട്ടിനീക്കിയിട്ട് മുഖത്തു തുപ്പി.

" തെണ്ടികൾ! ഒരു പീറച്ചെറുക്കനെ നേരെ ചൊവ്വേ അടിക്കാനറിയില്ലെങ്കിൽ നീയൊക്കെ പോയി ചാകെടാ."

അയാൾ കൈകൾ തെറുത്തു കയറ്റിക്കൊണ്ട് മുന്നോട്ടു വന്നു.

കൃഷ്ണൻകുട്ടി അയാളെ ക്രുദ്ധനായി നോക്കി.

ലൈറ്റിന്റെ വെളിച്ചത്തിൽ പറ്റെ വെട്ടിയ തലമുടിക്കിടയിലൂടെ മഴവെള്ളം ചാലിട്ട്, വസൂരിക്കല നിറഞ്ഞ അയാളുടെ മുഖത്തേയ്ക്കൊഴുകിയിറങ്ങുന്നത് കൃഷ്ണൻകുട്ടി കണ്ടു.

"മോനേ നീ തീരെ ചെറുപ്പമാ. ശേഖറിനെ നിനക്കറിയാഞ്ഞിട്ടാ. നീ വീട്ടില് പോ! ഇതൊക്കെ സാധാരണ സംഭവങ്ങളാ. ആ പെങ്കൊച്ചിനെഓർത്തിട്ടാണെങ്കിൽ നീ വിഷമിക്കേണ്ട. അവൾക്ക് ഞങ്ങളൊക്കെയില്ലേ? നീയെന്തിനാ മോനെ വെറുതെ തടികേടാക്കുന്നെ? “

ചോരക്കണ്ണുകൾ ഇറുക്കിക്കൊണ്ട്. അയാൾ പറഞ്ഞു.

വഷളൻ ചിരിചിരിച്ചുകൊണ്ട് താടി ചൊറിയുന്ന അയാളെകൃഷ്ണൻകുട്ടി അരിശത്തോടെ നോക്കി. പിന്നെ അയാളുടെ കഴുത്തിൽ പിടി മുറുക്കി,

"പട്ടിക്കഴുവേറി...." കൃഷ്ണൻകുട്ടി ആക്രോശിച്ചു.

ശേഖർ അവന്റെ കൈകൾ തട്ടിക്കളഞ്ഞു.

കൃഷ്ണൻകുട്ടിക്ക് എന്തെങ്കിലും ചെയ്യാനാകുന്നതിനു മുമ്പേ മുഖ മടച്ചടി വീണു. അവന്റെ കാലുകൾ വേച്ചുപോയി. കൃഷ്ണൻകുട്ടിയെ കുത്തിനു പിടിച്ചു പൊക്കിയെടുത്ത് ശേഖർ റോഡിലേക്കെറിഞ്ഞു.

മഴവെള്ളം അവന്റെ മുകളിൽക്കൂടിയൊഴുകിപ്പോയി. കൃഷ്ണൻകുട്ടിയുടെ കുപ്പായത്തിൽ കൂട്ടിപ്പിടിച്ച് ശേഖർ അവനെ പൊക്കിയെടുത്തു.

കൃഷ്ണൻകുട്ടിക്ക് നേരേ നിൽക്കാനായില്ല. അവൻ വായ തുറന്നപ്പോൾ കടവായിലൂടെ ചോരയൊഴുകി. ശേഖർ പല്ലിളിച്ചു.

അവന്റെ അടിവയറിൽ ആഞ്ഞൊരിടി കൊടുത്തപ്പോൾ കൃഷ്ണൻകുട്ടി ആടിയുലഞ്ഞു. ശേഖർ, അവനെ പൊക്കിയെടുത്തെറിഞ്ഞു. കൃഷ്ണൻകുട്ടി ഒരു മരക്കഷണംപോലെ റോഡരികിലേക്ക് ഉരുണ്ടുപോയി ചലനമില്ലാതെ കിടന്നു.

പൊട്ടിച്ചിരിയോടെ കൈകൾ കൂട്ടിത്തിരുമ്മികൊണ്ട് ജീപ്പിനരികിലേക്കുശേഖർ നടന്നു.

അയാൾ തലകുടഞ്ഞു വെള്ളം തെറിപ്പിച്ചു.

ജീപ്പിൽ മീനാക്ഷി അലറി വിളിക്കാൻ ശ്രമിച്ചു. ഗുണ്ടകൾ അവളെവരിഞ്ഞു മുറുക്കി. ശേഖർ ജീപ്പിന്റെ മുന്സീറ്റിൽ കയറിയിരുന്നു. മീനാക്ഷിതലകുടഞ്ഞപ്പോൾ അയാൾ പിന്നലേക്ക് കൈനീട്ടി അവളെയെന്തോ ചെയ്തു. അവൾ അസഹ്യമായ വേദനയോടെ നിലവിളിക്കുമ്പോൾ ജീപ്പ് കുതിച്ചുപായുകയായിരുന്നു.....

23

ശരീരമാസകലം അസഹ്യമായ വേദനയായിരുന്നു. വളരെ പണിപ്പെട്ട്കൃഷ്ണൻകുട്ടി തല ഉയർത്തിനോക്കി..... പാഞ്ഞു പോകുന്ന ജീപ്പിന്റെപിന്നിലെ ചുവന്ന കണ്ണുകൾ കണ്ടു. മഴയുടെ ഇരമ്പത്തിൽ അലിഞ്ഞുപോകുന്ന മീനാക്ഷിയുടെ നിലവിളികേട്ടു...

ജീപ്പിനു പിന്നാലെ ആ ബൈക്കും ചീറിപ്പാഞ്ഞു പോകുന്നത്

കൃഷ്ണൻകുട്ടി കണ്ടു.. ഹെൽമെറ്റ് അണിഞ്ഞിരുന്ന ആ കോട്ടുധാരി അവനെ തിരിഞ്ഞു നോക്കിയപ്പോൾ കൃഷ്ണൻകുട്ടി അതികഠിനമായ വേദന

യോടും നിരാശയോടെയും റോഡിലെ വെള്ളത്തിലേക്കു മുഖം പുഴ്ത്തി.

തറയിൽ മാർബിൾ പാകിയ വലിപ്പമുള്ള ഒരു മുറിയായിരുന്നു അതെങ്കിലും ഒട്ടും വെടിപ്പുണ്ടായിരുന്നില്ല. മീനാക്ഷി നനഞ്ഞു കുതിർന്ന വരസ്തങ്ങളോടെ തറയിൽ കുത്തിയിരുന്നു ചുറ്റും പകച്ചു നോക്കി..

ഏതാണീ സ്ഥലം?

വന്നുപെട്ടിരിക്കുന്നത് ഒരു സംഘം ചെന്നായ്ക്കളുടെ വലയിലാണ്.

ശപിക്കപ്പെട്ടവളാണ് താൻ!

മഴയത്തിറങ്ങിയോടിയത് അപ്പോഴത്തെ ഒരു പ്രേരണയിലായിരുന്നു.

വഴിയിൽ കഴുകന്മാർ കൊത്തിവലിക്കാൻ കാത്തിരിക്കുന്നുണ്ടെന്നാരറിഞ്ഞു?

കൃഷ്ണൻകുട്ടിയേട്ടനെന്തുപറ്റിക്കാണും?

കൃഷ്ണൻകുട്ടിയേട്ടൻ തന്നെത്തേടി വന്നതാണെന്നു തീർച്ച .

മുറിയുടെ വാതിലുകളും ജനലുകളുമെല്ലാം അടച്ചു തഴുതിട്ടിരിക്കുകയാണ്. മീനാക്ഷി പരിഭ്രാന്തിയോടെ ഓടിച്ചെന്ന് വാതിലിൽ ഇരുകൈകൾകൊണ്ടും ശക്തിയായി ഇടിച്ചുകൊണ്ട് നിലവിളിച്ചു...

ഈശ്വരാ, തന്റെ അവസാനം ഈ മുറിയിലായിരിക്കുമോ? അതേപ്പററി ചിന്തിച്ചപ്പോൾ അവളുടെ നെഞ്ചിലേക്കൊരു തീഗോളം വീണു.

അടുത്ത മുറിയിൽ നിന്ന് പൊട്ടിച്ചിരികൾ കേട്ടു. ഗ്ലാസുകൾ കൂട്ടി മുട്ടുന്നതിന്റെ ശബ്ദവും.

"ശേഖർ, നിങ്ങളെപ്പോലൊരുവനെ കിട്ടിയതിൽ ഞാൻ വളരെയധികംസന്തോഷിക്കുന്നു!"

മദ്യഗ്ലാസ്സുയർത്തിപ്പിടിച്ചുകൊണ്ട്, തീക്ഷ്ണതയേറിയ കണ്ണുകളുള്ള വെളുത്തുചുവന്ന ഒരു മധ്യവയസ്കൻ മുഴങ്ങുന്ന ശബ്ദത്തിൽ പറഞ്ഞു.

ശേഖർ അനുസരണയുള്ള ഒരു ആട്ടിൻകുട്ടിയെപ്പോലെ അയാൾക്കരികിൽ നിന്ന് മദ്യം നുകർന്നു.

"വളരെനന്ദിയുണ്ട് ഡിസിൽവാ സാർ!"

“സത്യത്തിൽ നമ്മുടെയൊക്കെ ജീവിതത്തിൽ ഒരു ത്രില്ലുണ്ട്! അല്ലേ ശേഖർ"

ഡിസിൽവ എന്നു പേരുള്ള ആ മനുഷ്യൻ ഒരു തത്ത്വജ്ഞാനിയെപ്പോലെ ചോദിച്ചു.

അയാൾ സംസാരിക്കുമ്പോൾ അവിടെ കൂടിനിന്നവരാരും, അറിയാതെപോലും, ശബ്ദമുണ്ടാ

ക്കിയില്ല. അവർ അയാളെ ബഹുമാനം സ്ഫുരിക്കുന്ന കണ്ണുകളോടെ നോക്കി,

"പ്രത്യേകിച്ച് ... ഇര നമ്മുടെ കാൽച്ചുവട്ടിൽ കിടന്നു പിടിയുന്നതു കാണുമ്പോൾ..."

ഡിസിൽവയുടെ കണ്ണുകളിലേക്ക് ശേഖർ നോക്കി.

"ആ പെങ്കൊച്ചിന് എന്തു പ്രായമുണ്ടെന്നാ പറഞ്ഞത? “

ഡിസിൽവ ഗ്ലാസ് ഒന്നു മൊത്തി.

“പതിനേഴോ പതിനെട്ടോ..?”

" കാണാൻ പോകുന്ന പൂരം പറഞ്ഞറിയിക്കേണ്ടതില്ലല്ലോ അല്ലേ?"

ഡിസിൽവ ചിരിച്ചു.

"അതൊക്കെ പോട്ടെ നമ്മുടെ ഇൻഫോർമർ എന്തു പറയുന്നു? അയാൾക്ക് പുതുതായി എന്തെങ്കിലും വിവരം കിട്ടിയതായി അറിവുണ്ടോ?"

ശേഖറിനെ ഡിസിൽവ താൽപ്പര്യത്തോടെ നോക്കി.

"അയാൾ അന്വേഷിച്ചുകൊണ്ടിരിക്കുകയാണത്രേ. ആ കെട്ടിടത്തിൽ ആരൊക്കെയോ രഹസ്യമായി വന്നും പോയുമിരിക്കുന്നുണ്ടത്രേ. ആരോ അവിടെ താമസമുണ്ടെന്നാണയാളുടെ സംശയം."

ശേഖർ തെല്ലിട നിർത്തിയിട്ട് ഒരു ച്ചൂരൂട്ടിന് തീ കൊളുത്തി. മലേഷ്യൻ പുകയിലയുടെ ഗന്ധം പരന്നു.

"നിധിയുടെ കാര്യം എന്തായി?"

"എനിക്കതിലൊന്നും വലിയ വിശ്വാസമില്ല സാറെ. നിധി മണ്ണാങ്കട്ട. അയൾക്കു വട്ടാണെന്നാ തോന്നുന്നേ. നിധിയുടെ സർവ വിവരങ്ങളുമുള്ള ഒരു രേഖ അയാളുടെ ഏതോ ബന്ധുവിന്റ കൈയിലുണ്ടത്രേ. നിധി എവിടെയാണിരിക്കുന്നതെന്ന് അതിൽ വ്യക്തമായി പറഞ്ഞിട്ടുണ്ടുപോലും. ഇതൊക്കെ വെറും കെട്ടുകഥകളായിരിക്കും. പൂമ്പാറ്റയോ ബാലരമയോ വായിക്കുന്ന വല്ല പിള്ളാരേയും പറഞ്ഞു പറ്റിക്കാൻ കൊള്ളാം."

ശേഖർ താൽപര്യമില്ലാത്ത മട്ടിലാണതു പറഞ്ഞത്.

ഡിസിൽവ അയാളെ ശ്രദ്ധാപൂർവം നോക്കി നിന്നു.

പിന്നെ പുഞ്ചിരിച്ചു.

" ഇതാണു നിന്റെ കുഴപ്പം. നീ തല പുണ്ണാക്കുന്നില്ല. ശരിക്കൊന്നാലോചിച്ചു നോക്കൂ. നമ്മുക്കു നഷ്ടപ്പെടാൻ ഒന്നോ രണ്ടോ മണിക്കൂറുകൾ. കിട്യാലോ ഒരാന. അത് അവിശ്വസനീയമായ ഒരു കെട്ടുകഥയായി അങ്ങനെയങ്ങു തള്ളിക്കളയണ്ട."

ഡിസിൽവ ഗ്ലാസ് മേശപ്പുറത്തു വച്ചു ചുണ്ടുകൾ തുടച്ചു.

ശേഖർ അയാളെ വിസ്മയത്തോടെ നോക്കി.

"അവിടെ നിധിയുണ്ടായിരിക്കാം. സാധ്യതകൾ വളരെയേറെയാണ്. ഒന്നാമത് പ്രതാപികളായിരുന്ന ആലത്തൂർ തറവാട്ടുകാരുടെ മൂലസ്ഥാനമാണത്. പത്തമ്പതുവർഷങ്ങളോളമായി അവിടെ

ആൾപ്പാർപ്പേയില്ല. കെട്ടിടം ജീർണിച്ചു തുടങ്ങിയിട്ടേയുള്ളൂ. അടച്ചുറപ്പുണ്ട്. അതിനർത്ഥം ഇത്രയും വർഷങ്ങൾക്കുള്ളിൽ നിധിയുണ്ടെങ്കിൽ അതു കൈമോശം വന്നിട്ടില്ലെന്നാണ്. എല്ലാം വ്യക്തമായി അറിയാവുന്നയാളല്ലേ ഇൻഫോർമർ. ഒന്നുമില്ലാതെ അയാൾ സൂചന തരില്ല."

ഡിസിൽവ പറഞ്ഞു.

"കിട്ടുന്നതിൽ പാതി ഇൻഫോർമർക്കുള്ളതാണെന്ന് അയാൾ പറയുന്നു"

ശേഖർ ഒരു ചെറുചിരിയോടെ പൊട്ടിച്ചിരിച്ചു.

" നിധികിട്ടിയില്ലല്ലാ? കിട്ടട്ടെ, അപ്പോൾ നമുക്കു തീരുമാനിക്കാം! അങ്ങിനെയല്ലേ ശേഖർ?"

അപ്പോൾ അവിടെയൊരു കൂട്ടച്ചിരിയുണ്ടായി.

ആർത്തലച്ചു പെയ്യുകയായിരുന്ന പെരുമഴ ഏതാണ്ടു ശമിച്ചു കഴിഞ്ഞിരുന്നു.

മഴ കഴിഞ്ഞുണ്ടായ ഭീതിദമായ ശാന്തതയിലേക്ക് രാപ്പക്ഷികളുടെ കലമ്പൽ ശബ്ദം ഊളിയിട്ടിറങ്ങി.

ഇട്ടുണ്ണൂലിയമ്മയുടെ മാളിക കൂരിരുളിൽ പൊതിഞ്ഞു നിൽക്കുകയായിരുന്നു.

സമയം അർദ്ധരാത്രി കഴിഞ്ഞിരുന്നു.

മാളികയുടെ പടിപ്പുരയിൽ ഒരനക്കമുണ്ടായി.

പകാശം കുറഞ്ഞ ഒരു പെൻടോർച്ച് മൂന്നുനാലു തവണ മിന്നിത്തെളിഞ്ഞു.

പടിപ്പുരയുടെ ഇരുളിമയിൽ നിന്നുകൊണ്ട് മുട്ടറ്റമെത്തുന്ന നീളൻകോട്ട് ധരിച്ച മനുഷ്യൻ തല മറച്ചിരുന്ന ഹെൽമെറ്റിന്റെ ഗ്ലാസ്സ് മുകളിലേയ്ക്ക് ഉയർത്തിവച്ചു.

അയാൾ മാളികയുടെ രണ്ടാം നിലയിലേക്ക് സൂക്ഷിച്ചു നോക്കി.

കണ്ണാടി ജാലകത്തിലൂടെ നേരിയ തോതിൽ അരണ്ട വെളിച്ചം അരിറങ്ങുന്നുണ്ട്. സൂക്ഷിച്ചുനോക്കിയാൽ മാത്രമേ അതു കാണാനാകൂ.

ആ മനുഷ്യന്റെ കണ്ണുകൾ ഇരുളിൽ തിളങ്ങുന്നുണ്ടായിരുന്നു...

അയാൾ ശബ്ദം കേൾപ്പിക്കാതെ നനഞ്ഞു കുതിർന്നു കിടന്ന കരിയിലകൾക്കു മേലെ കൂടി മാളികയിലേയ്ക്കു നടന്നു. ബൂട്സിട്ട അയാളുടെകാലടികൾക്കിടയിൽ കരിയിലകൾ ഞെരിഞ്ഞമർന്നു. കോട്ടുധാരിയുടെ കണ്ണുകൾ അപ്പോഴും അരിച്ചിറങ്ങുന്ന വെളിച്ചത്തിലായിരുന്നു.

"ആലീസേ, ഇങ്ങനെ എത്ര നാൾ നമ്മളിവിടെ കഴിയും?"

രാജൻ മടുപ്പോടെയാണ് ചോദിച്ചത്.

അയാളുടെ കണ്ണുകളിൽ ആശങ്ക നിഴലിച്ചിരുന്നു.

ആലീസ് കിടക്കയിൽ എഴുന്നേറ്റിരുന്നുകൊണ്ട് അയാളെ നോക്കി ചോദിച്ചു.

"രാജേട്ടനു പേടി തോന്നുന്നുണ്ടോ?"

"തമാശ കള പെണ്ണേ.."

മുറിക്കകത്ത് വിഷണ്ണനായി നടക്കുകയായിരുന്നു രാജൻ. അയാൾ ആലീസിനരികിൽ വന്ന് ഇരുന്നു. ആലീസ് അയാളെ കെട്ടിപ്പിടിച്ചുകൊണ്ട്അയാളുടെ ചുമലിൽ തലചായ്ച്ചു.

"കൃഷ്ണൻകുട്ടിയെ ബുദ്ധിമുട്ടിക്കുന്നതിനുമുണ്ട് ഒരതിര്!"

രാജൻ അവളുടെ അരക്കെട്ടിൽ ചുറ്റിപ്പിടിച്ചു.

"ആഴ്ച രണ്ടല്ലേ ആയുള്ളു! ഇവിടത്തെ ഹണിമൂൺ കഴിയാറായിട്ടില്ല!"

ആലീസ് ചിരിച്ചുകൊണ്ട് പറഞ്ഞു.

"ഹായ് എന്തൊരു ഹണിമൂൺ! ഇങ്ങനെയൊരു ഹണിമൂണിനെക്കുറിച്ച് നീയെവിടെയെങ്കിലും കേട്ടിട്ടുണ്ടോ? രാവും പകലും ഒരൊറ്റ മുറിയിൽവാതിലടച്ചിരുന്ന് രണ്ടാഴ്ചക്കാലം?"

രാജൻ ദീർഘനിശ്വാസമുതിർത്തു.

"ഇങ്ങനെയൊക്കെയായിട്ടും ഇവിടെയോരോരുത്തരുടെ ചില പരാക്രമങ്ങൾ കണ്ടാൽ..."

പറഞ്ഞുവന്നപ്പോൾ ആലീസിന് നാണം തോന്നി. രാജൻ, അവളെ തന്നോടടുക്കിപ്പിടിച്ചു.

മധുരമുള്ള ഏതാനും നിമിഷങ്ങൾ കൊഴിഞ്ഞു വീണു. തണുപ്പുകൊണ്ട് ആലീസ് അയാളിലേക്ക് പറ്റിച്ചേർന്നു.

അയാൾ കൈകൾകൊണ്ട് അവളെ പൊതിഞ്ഞുപിടിച്ച്, ചുടുനിശ്വാസത്തോടെ അവളുടെ നനവുള്ള ചുവന്ന ചുണ്ടുകളിലേക്ക്

മുഖമടുപ്പിച്ചു. ആലീസ് ശ്വാസമടക്കിപ്പിടിച്ചു..

അജ്ഞാതനായ ആ കോട്ടുധാരി ജാഗ്രതയോടെ മാളികയുടെ പിന്നാമ്പുറത്തു നിന്നു.

ഇരുട്ടിൽ അയാൾ വളരെ സൂക്ഷിച്ച് പെൻടോർച്ചു മിന്നിച്ചു.

എന്നിട്ട് ചുവരിലൂടെ അള്ളിപ്പിടിച്ച് അൽപം മുകളിലേക്കു കയറിയിട്ട് കൊളുത്തില്ലാതെ ചേർത്തടച്ചുവച്ചിരുന്ന ഒരു ജാലകപ്പാളി വലിച്ചു തുറന്നു.

കൃഷ്ണൻകുട്ടിയും അയ്യപ്പൻകുട്ടിയും പതിവായി മാളികയിലെത്തുന്നത് ആ വഴിയാണെന്ന് അയാൾ കണ്ടുപിടിച്ചിരുന്നു.

ഒരു പല്ലിയെപ്പോലെ നിഷ്പ്രയാസം അഴികളില്ലാത്ത കടന്ന് അയാൾ മാളികക്കകത്തു പ്രവേശിച്ചു.

ആ നിമിഷത്തിൽ കൂരിരുട്ടിൽ നിന്നും ഒരു വലിയ കടവാവൽ അയാളെ നടുക്കിക്കൊണ്ട് തുറന്നിട്ട ജാലകത്തിലൂടെ പുറത്തേക്കു പറന്നുപോയി.

അയാൾ ഒരു നിമിഷം നിശ്ചലനായി നിന്നു.

പിന്നെ മെല്ലെ ടോർച്ചു മിന്നിച്ചുകൊണ്ട് ചുവരു പറ്റി നിരങ്ങി നീങ്ങി.അയാളുടെ ബൂട്ട്സ് അലോസരമുണ്ടാക്കുന്ന കരകര ശബ്ദമാണുണ്ടാക്കിയത്.

ചുവരു തിരിയുന്നത് നീണ്ട ഇടനാഴിയിലേയ്ക്കാണെന്ന് അയാൾഊഹിച്ചു. ഇടനാഴിയിൽ അയാൾ പ്രതീക്ഷിച്ചതുപോലെ, ഇടയ്ക്കൊരു മുറിയിൽ നിന്ന് അരണ്ട വെളിച്ചം പുറത്തേയ്ക്ക് പാളി വീഴുന്നുണ്ട്.

ഒരു മെഴുകുതിരിവെട്ടം! കോട്ടുധാരിയുടെ കണ്ണുകൾ വ്രജംപോലെ തിളങ്ങി. അയാൾ അതീവ ജാഗ്രതയോടെ ആ മുറിയെ സമീപിച്ചു.

മുറിയുടെ വാതിലുകൾ മലർക്കെ തുറന്നു കിടക്കുകയായിരുന്നു.

കോട്ടുധാരി ഒരു പൂച്ചയെപ്പോലെ പതുങ്ങിച്ചെന്ന് മുറിയ്ക്കകത്തെഅരണ്ട വെളിച്ചത്തിലേക്കു നോക്കുമ്പോൾ രാജൻ, ആലീസിന്റെ ചുണ്ടുകളിൽ നിന്ന് മുഖമുയർത്തുകയായിരുന്നു. അയാളുടെ കണ്ണുകൾ ഇടുങ്ങി...

ആലീസ് വികാരവായ്പ്പോടെ രാജന്റെ മുടിയിഴകളിൽ തെരുപ്പിടുപ്പിച്ചു.

ആലീസിന്റെ നൈറ്റ് ഗൌണിലൂടെ ഇഴഞ്ഞു നടക്കുകയായിരുന്ന രാജന്റെ കൈകൾ പെട്ടെന്ന് നിശ്ചലങ്ങളായി.

അയാൾ ഒരു നിമിഷം കാതോർത്തു.

ആലീസ് ഒരു നടുക്കത്തോടെ കണ്ണുകൾ തുറന്നു.

തുറന്നു കിടന്ന വാതിലിനപ്പുറത്ത് ഒരു ഇരുണ്ട നിഴൽ പെട്ടെന്ന് തെന്നിമാറിയത് രാജൻ കണ്ടു.

ബൂട്സിന്റെ കനത്ത ശബ്ദങ്ങൾ കേട്ടു.

ആലീസിന്റെ കൈകൾ തട്ടിമാറ്റിക്കൊണ്ട് അയാൾ ചാടിയെഴുന്നേറ്റു ചോദിച്ചു.

"ആരാണത്?"

ആലീസ് ഭയത്തോടെ രാജന്റെ പിന്നിൽ നിന്നു.

പൊടുന്നനെ, വാതിലിനു മുന്നിലൂടെ ഹെൽമറ്റ് ധരിച്ച ഒരു നീളൻകോട്ടുധാരി ഓടിപ്പോകുന്നത് അവർ കണ്ടു.

അയാളുടെ ബൂട്സിന്റെ ശബ്ദം ഇടനാഴിയിൽ മുഴങ്ങിക്കേട്ടു.

പീഠത്തിൽ നിന്ന്, കത്തിക്കൊണ്ടിരുന്ന മെഴുകുതിരിത്തുണ്ടെടുത്ത്കൈയിൽപിടിച്ചു കൊണ്ട് രാജൻ ഇടനാഴിയിലേക്കിറങ്ങി.

ഇടനാഴിയുടെ അങ്ങേയറ്റത്ത് കോട്ടു ധാരി ഓടിമറയുന്നതു കണ്ടു.

എന്തൊക്കെയാണ് സംഭവിക്കുന്നത്? രാജൻ നടുങ്ങി. ഹൃദയം ഉച്ചത്തിൽ മിടിച്ചു.

തൊട്ടരികിരികിൽ വന്നു നിന്ന ആലീസ് എന്തോ പറയാനാഞ്ഞെങ്കിലും രാജൻ അവളുടെ വായ് പൊത്തിപ്പിടിച്ചു. ആലീസ് വിറച്ചുകൊണ്ടിരുന്നു....

ആരായിരിക്കും അത്?

വല്ല പ്രേതമോ മറ്റോ ആണോ?

ആവാൻ വഴിയില്ല.

പ്രേതത്തിനെന്തിനാണു കോട്ടും ബൂട്സും ഹെൽമറ്റുമൊക്കെ.

അല്ലെങ്കിൽത്തന്നെ പ്രേതത്തിന്റെ കാലുകൾ തറയിൽ തൊടാറില്ലെന്നല്ലേ പറയുന്നത്.?

എന്തുകൊണ്ടാണ് പ്രേതം ഓടിക്കളഞ്ഞത്? നടുക്കം വിട്ടുമാറുന്നില്ല.

കൈകാലുകൾ തളർന്നു പോകുന്നതുപോലെ!

രാജന്റെ ചുമലിൽ ആലീസ് മുറുകിപിടിച്ചു... താഴെ, മാളികയുടെ മുറ്റത്തുകൂടി ആരോ ഓടിപ്പോകുന്ന ശബ്ദം കേട്ടു.

കോട്ടുധാരിയായിരിക്കും!

മെഴുകുതിരി ഊതിക്കെടുത്തിയിട്ട് ബാൽക്കണിയിലെ ചില്ലുജാലകത്തിലൂടെ ഇരുവരും നോക്കി.

ഒരു ഇരുണ്ടനിഴൽ പടിപ്പുര കടന്ന് ഓടിപ്പോകുന്നതു കണ്ടു.

നിമിഷങ്ങൾക്കകം ഒരു ബൈക്ക് സ്റ്റാർട്ട് ചെയ്ത് ഓടിച്ചുപോകുന്ന ശബ്ദവും കേട്ടു.

രാജൻ ഒരു ഞെട്ടലോടെ ആലീസിനെ നോക്കിയപ്പോൾ അവൾ കടലാസുപോലെ വിളറി വെളുത്തു നിൽക്കുകയായിരുന്നു.

"നിന്റെ അച്ഛൻ തോമസ് സക്കറിയായുടെ ആളുകളാരെങ്കിലുമായിരിക്കുമോ?"

രാജൻ അങ്കലാപ്പോടെ ചോദിച്ചു.

ആലീസിന് ഒരക്ഷരം സംസാരിക്കാനായില്ല. നാവിറങ്ങിപ്പോയതുപോലെ തോന്നി.

“ഈ മുടിഞ്ഞ പ്രേതമാളികയി ൽ നിന്നെങ്ങോട്ടെങ്കിലും ഓടിപ്പോകാൻ തോന്നുന്നു.”

രാജൻ പറഞ്ഞു.

ആലീസ് വിതുമ്പിക്കരയാൻ തുടങ്ങുകയായിരുന്നു.

കനത്ത ഇരുട്ടിൽ, മഴ പെയ്തൊഴിഞ്ഞു കിടന്ന വിജനമായ റോഡിലൂടെ അജ്ഞാതനായ ആ മനുഷ്യന്റെ ബൈക്ക് ചീറിപ്പാഞ്ഞുപോയി. രാവേറെച്ചെന്ന് രാപ്പക്ഷികൾ പോലും തളർന്നു മയങ്ങിക്കിടക്കുന്ന നേരമായിരുന്നു അത്.

നിശബ്ദമായ നാൽക്കവലയിൽ നിയോൺ വിളക്കുകളുടെ വെളിച്ചമുണ്ടായിരുന്നു.

കോട്ടുധാരി സശ്രദ്ധം ബൈക്കിന്റെ സ്പീഡു കുറച്ചു. ടെലഫോൺ ബൂത്തിനു മുന്നിലെ അരണ്ട വെളിച്ചത്തിലേക്ക് വണ്ടി നീക്കിയിട്ടു.

കറുത്ത ഹെൽമറ്റ് ഊരിയെടുത്ത് ബൈക്കിന്റെ ഹാൻഡിലിൽ കൊളുത്തിയിട്ടശേഷം അയാൾ കോട്ടിന്റെ വീതിയുള്ള കോളർ ഉയർത്തി മുഖം മറച്ചു.

നാലുപാടും വീക്ഷിച്ചുകൊണ്ട് വെളിച്ചം മുഖത്തേയ്ക്കു വീഴാതെ ശ്രദ്ധിച്ച് അയാൾ ബൂത്തിന്റെ വാതിൽ തുറന്ന് അതിനുള്ളിലെ അരണ്ട വെളിച്ചത്തിലേക്കു കയറി.

ആ സമയത്ത്, തൊട്ടടുത്ത ചോലമരത്തിനരികിൽ ഒരു നിഴൽ രൂപം ചലിച്ചു.

കോട്ടുധാരിയുടെ നെറ്റിയിൽ വിയർപ്പു കണങ്ങൾ പൊടിഞ്ഞു. ഇടതുകൈകൊണ്ട് അയാൾ അവ തുടച്ചു. റിസീവറിൽ കൈവയ്ക്കാൻ ഭാവിക്കവേ, പിന്നിൽ ബൂത്തിന്റെ ഡോർ തുറന്നടഞ്ഞു.

അയാൾ ഞെട്ടിത്തിരിഞ്ഞപ്പോഴേയ്ക്കും മുഖത്ത് ആഞ്ഞൊരടിയേറ്റു..

ഇരുമ്പുകൂടംകൊണ്ട് ഇടിച്ചതുപോലെ!

24

ഇടിയേറ്റ് താടിയെല്ലുകൾ തകർന്നു പോയതു പോലെ കോട്ടുധാരിക്കുതോന്നി. തലമരവിച്ചുപോയി. അതിൽ നിന്നുണരും മുമ്പെ ശക്തമായൊരാഘാതമേറ്റ് കോട്ടുധാരി ബൂത്തിന്റെ കണ്ണാടി വാതിൽ തകർത്തു കൊണ്ട് പുറത്തേക്കു തെറിച്ചുവീണു. കെട്ടിക്കിടന്ന ചെളിവെള്ളത്തിൽ അയാൾ പുതഞ്ഞുപോയി.

അപ്പോൾ ടെലഫോൺ ബൂത്തിനുള്ളിൽ നിന്നും ഒരാൾ പുറത്തേക്കു വന്നു. കൃഷ്ണൻകുട്ടി!

അവന്റെ മുഖം വിങ്ങിവീർത്തിരുന്നു. വസ്ത്രങ്ങളിൽ ചെളി പുരണ്ടു കുതിർന്നിരുന്നു.

കോട്ടുധാരി, ചെളിവെള്ളത്തിൽനിന്ന് എഴുന്നേൽക്കാൻ ശ്രമിക്കുകയായിരുന്നു. കൃഷ്ണൻകുട്ടി ഉറച്ചകാലടികളോടെ അയാൾക്കു മുന്നിലേക്കുചെന്നു.

അവൻ അയാളുടെ നനഞ്ഞു കുതിര്ന്ന കോട്ടിൽ പിടിച്ചു പൊക്കിയെടുത്ത് വെളിച്ചത്തിലേക്കു നീക്കി നിർത്തി .

അയാളുടെ തലയിൽ നിന്നു ചെളിവെള്ളം താഴേക്കൊലിച്ചു വീണു.

കിതപ്പോടെ അയാൾ ഒരു കൈകൊണ്ട് മുഖത്തെ വെള്ളം തുടച്ചുകളഞ്ഞു.

പുഷ്പാംഗദൻ! കൃഷ്ണൻ കുട്ടിക്ക് സ്വന്തം കണ്ണുകളെ വിശ്വസിക്കാനായില്ല

“നീയോ?" കൃഷ്ണൻകുട്ടി പിറുപിറുത്തു.

പുഷ്പാംഗദൻ കൃഷ്ണൻകുട്ടിയെ തുറിച്ചു നോക്കി.

"പട്ടിക്കഴുവേറി മോനേ!”

കൃഷ്ണൻകുട്ടി പല്ലുകൾ ഞെരിച്ചുകൊണ്ട് അവന്റെ കഴുത്തിൽ പിടിച്ചുയർത്തി.

"മീനാക്ഷി നിനക്ക് പെങ്ങളല്ലേടാ നായേ, സ്വന്തം പെങ്ങളെ വിറ്റിട്ട്നിനക്കെത്ര കാശു കിട്ടിയെടാ ചെറ്റേ. .?"

പുഷ്പാംഗദന്റെ കരണത്ത് കൃഷ്ണൻകുട്ടി ആഞ്ഞടിച്ചു.

ഓർക്കാപ്പുറത്തായിരുന്നു പുഷ്പാംഗദനിൽ നിന്ന് ആക്രമണമുണ്ടായത്.. ചുമലിൽ ചവിട്ടേറ്റ് കൃഷ്ണൻകുട്ടി തെറിച്ചു വീണു. തറയിൽ നിന്നുംപിടഞ്ഞെഴുന്നേൽക്കാൻ കഴിയുന്നതിനു മുമ്പ് പുഷ്പാംഗദൻ മുരണ്ടുകൊണ്ട് പാഞ്ഞു വന്നു. അയാൾ കൃഷ്ണൻകുട്ടിയുടെ നെഞ്ചിൽ ചവിട്ടിനിന്നു. കൃഷ്ണൻകുട്ടി ശ്വാസമെടുക്കാനാവാതെ പിടഞ്ഞുപോയി.

"വല്ല്യപുണ്യവാളനൊന്നും ചമയേണ്ട നീയ! നിന്റെ വീരകൃത്യങ്ങളൊക്കെ ഇപ്പം നാട്ടിൽ പാട്ടാണെന്ന് എനിക്കറിയാമെടാ. ആ നസ്രാണിച്ചിയെയും ഈ പറഞ്ഞ മീനാക്ഷിയെയും കൂടി നീയെങ്ങനെ ഒരുമിച്ചു പോറ്റും."

പുഷ്പാംഗദൻ പരിഹാസത്തോടെ തുടർന്നു.

"വല്യച്ചന്റെ വീട്ട ചുറ്റിക്കറങ്ങി നടന്ന് മീനാക്ഷിക്ക് ഗർഭമുണ്ടാക്കിയില്ലേ? അവളൊരു പൊട്ടി. നിനക്കു വേറെ സംബന്ധമുണ്ടെന്നാരറിഞ്ഞു. അതവളറിഞ്ഞപ്പോഴേക്കും സംഗതി വഷളായില്ലേ? പിന്നെയവൾ എന്തോ ചെയ്യാനാ; മഴയത്തിറങ്ങി ഓടിയത് ആത്മഹത്യ ചെയ്യാനാ! ഞാനും എന്റാൾക്കാരും സമയത്തിനു കണ്ടതു നന്നായി."

പുഷ്പാംഗദൻ പൊട്ടിച്ചിരിച്ചുകൊണ്ട ബൂട്സിട്ട കാൽ കൃഷ്ണൻകുട്ടിയുടെ നെഞ്ചിലൂടെ കഴുത്തിലേക്ക് നിരക്കി.

പുഷ്പാംഗദന്റെ വാചകങ്ങൾ കേട്ട് രക്തമിരമ്പിക്കയറുകയായിരുന്നു കൃഷ്ണൻകുട്ടിക്ക്.

"എടാ, ചെറ്റേ....!" .

കൃഷ്ണൻകുട്ടി സർവശക്തിയും പ്രയോഗിച്ച് പുഷ്പാംഗദന്റെ അടിവയറിൽ തൊഴിച്ചു. പുഷപാംഗദൻ നക്ഷത്രമെണ്ണി അടിവയറുപൊത്തിക്കൊണ്ട് മലർന്നടിച്ചു വീണു.

കൃഷ്ണൻകുട്ടി ഒറ്റക്കുതിക്കു ചാടിയെഴുന്നേറ്റ് അവനെ നിലത്തിട്ട് ആഞ്ഞാഞ്ഞു ചവിട്ടി.

പുഷ്പാംഗദൻ നിലവിളിച്ചു.

കൃഷ്ണൻകുട്ടി തറയിൽ നിന്ന കുറെ ചെളി വാരിയെടുത്ത് അയാളുടെ പിളർന്ന വായിൽ കുത്തിക്കറ്റി.

പിന്നെ കലിയടങ്ങുന്നതുവരെ കൃഷ്ണൻകുട്ടി പുഷ്പാംഗദനെ തലങ്ങും വിലങ്ങും മർദ്ദിച്ചു.

അരണ്ട വെളിച്ചത്തിൽ പുഷപാംഗദന്റെ മൂക്കിലൂടെ ചോരയൊഴുകി വരുന്നതു കണ്ടു.

"പറയെടാ, മീനാക്ഷിയെ അവരെങ്ങോട്ടാ കൊണ്ടുപോയത്. ..?"

പുഷ്പാംഗദൻ അവശതയോടെ തല ചലിപ്പിച്ചു. അയാളുടെ വായിൽ നിറയെ ചെളിയായിരുന്നു

കൃഷ്ണൻകുട്ടി അരിശത്തോടെ അയാളെ കമിഴ്ത്തിക്കിടത്തി അയാളുടെ മുഖം മൂന്നുനാലു തവണ തറയിലിടിച്ചു. പുഷ്പാംഗദൻ പണിപ്പെട്ട് ചെളിതുപ്പിക്കളഞ്ഞു.

"പറയെടാ നായേ, ആരാ അവർ? എന്താ നിനക്ക് അവരുമായിട്ടുള്ള ബന്ധം? മീനാക്ഷിയെ ആ നാറികൾ എങ്ങോട്ടാ കൊണ്ടുപോയത്?"

കൃഷ്ണൻകുട്ടി അക്ഷമനായി.

"എനിക്കൊന്നും അറിയില്ല!" പുഷ്പാംഗദൻ ദീനതയോടെ പറഞ്ഞു.

കൃഷ്ണൻകുട്ടി പകയോടെ അയാളുടെ മുഖത്ത് ആഞ്ഞൊരിടി കൊടുത്തു.

പുഷ്പാംഗദൻ ഞരങ്ങി.

"നീ പുല്ലുപോലെ പറയും; അല്ലെങ്കിൽ നിന്നെക്കൊണ്ട് ഞാൻ പറയിക്കും.""

"ഇനി എന്നെ ഒന്നും ചെയ്യരുത് കൃഷ്ണൻകുട്ടി. ഞാൻ സത്യം പറയാം."

പുഷ്പാംഗദൻ കരഞ്ഞുകൊണ്ട് പറഞ്ഞു.

കൃഷ്ണൻകുട്ടി അയാളെ തുറിച്ചു നോക്കി.

"ഒരു സംഘം വാടകക്കൊലയാളികളാ അവർ! അവരെന്തും ചെയ്യാൻ മടിക്കാത്തവരാ!"

പുഷ്പാംഗദൻ കിതച്ചു.

"അവരുമായിട്ട് നിനക്കെന്താ കണക്ഷൻ?"

"അത്..." പുഷ്പാംഗദൻ പരുങ്ങി.

"പറയെടാ!" കൃഷ്ണൻകുട്ടി ശബ്ദമുയർത്തി .

"അത്... ഇട്ടുണ്ണൂലിയമ്മയുടെ മാളികയിൽ ഒരു നിധിയിരിക്കുന്നുണ്ടെന്ന വിവരം ഞാനവർക്കു പറഞ്ഞു കൊടുത്തു. നിധിയെടുക്കാൻ അവരും സഹായിക്കാമെന്ന് ഉറപ്പു തന്നിട്ടുണ്ട്. കിട്ടുന്നതിൽ പാതിയെനിക്കുള്ളതാ."

കൃഷ്ണൻകുട്ടി നടുങ്ങിപ്പോയി. ഭയങ്കരൻ!

തന്തയെകടത്തിവെട്ടുന്ന സ്വാർത്ഥനായ നീചൻ! ഇങ്ങനെ ദുഷ്ടഹൃദയമുള്ള മനുഷ്യരുണ്ടാവുമോ? അന്നൊരു ദിവസം നേരമിരുട്ടിയപ്പോൾ ഉമാദേവിയോട് ഇവൻ ചെയ്യാൻ മുതിര്ന്നടത്, തക്കസമയത്ത് താൻ കണ്ടില്ലായി രുന്നെങ്കിൽ തന്റെ പെങ്ങളുടെ കുഴിമാടത്തിലിപ്പോൾ പുല്ല് കിളിർത്തേനെ! പിന്നെയിപ്പോൾ മീനാക്ഷിയെ വാടകക്കൊലയാളികൾക്ക് കാഴ്ചകൊടുത്തിരിക്കുന്നു. സ്വന്തം കുടുംബത്തിലെ അല്ലെങ്കിൽ തറവാട്ടിലെ പവിത്രമായൊരു നിധി കൊള്ളയടിക്കാൻ കൂലിക്കൊലയാളികളെ ഏർപ്പാടു ചെയ്യുക! ഇവനെയൊക്കെ എന്താണു ചെയ്യേണ്ടത്? കൃഷ്ണൻകുട്ടി അരിശത്തോടെ അയാളുടെ മുഖത്തടിച്ചു.

"എടാ ചെറ്റേ നീ?" -

പുഷ്പാംഗദൻ നിലവിളിയോടെ തലകുടഞ്ഞു.

"എന്നെ അടിക്കരുത് കൃഷ്ണൻകുട്ടീ'' അയാൾ കരയുകയായിരുന്നു.

"പറയെടാ നായേ, എന്റെ മീനാക്ഷിയെ അവരെങ്ങോട്ടാണു കൊണ്ടു പോയത്?'

"എനിക്കറിയില്ല!

"നിനക്കറിയില്ലേ?"

കൃഷ്ണൻകുട്ടി ക്രുദ്ധനായി കൈയുയർത്തി.

"തല്ലരുത്! സത്യമായും എനിക്കറിയില്ല? അവരുടെ താവളമെവിടെയാണെന്ന് എനിക്കറിയില്ല."

പുഷ്പാംഗദൻ കേണു പറഞ്ഞു.

“നുണയാണു നീപറയുന്നുത്! പിന്നെങ്ങനെയാണ് അവരുമായി നീ ബന്ധപ്പെടുന്നത്? സത്യം പറ!”

"ഫോണിൽ!"

“നീയിപ്പോൾ ഇങ്ങോട്ടു വന്നത് അതിനായിരുന്നോ?'"

"അതെ മാളികയെക്കുറിച്ചുള്ള സകലവിവരങ്ങളും അവരോട് പറയണമെന്നാണ് നിർദ്ദേശം! മാളികയിൽ ആരൊക്കെയോ ഉണ്ടെന്നെനിക്കുതോന്നി. ഇന്നു ഞാൻ അവിടെ ഒരു സ്ത്രീയെയും പുരുഷനെയും കണ്ടു. ആരാണ് അവരെന്ന് എനിക്കറിഞ്ഞുകൂടാ. ആ വിവരം ഡിസിൽവാ സാറിനോട് ഫോൺ ചെയ്യാനായിരുന്നു ഞാൻ..."

പുഷ്പാംഗദൻ പൊട്ടിക്കരഞ്ഞു.

ഹൃദയത്തിൽ ഒരു സ്ഫോടനം ഉണ്ടായതുപോലെ തോന്നി കൃഷ്ണൻകുട്ടിക്ക്! എല്ലാം തകരുകയാണ്..

ആലീസും രാജനും കണ്ടു പിടിക്കപ്പെട്ടിരിക്കുന്നു.

തക്കസമയത്ത് ഇവനെ പിടികിട്ടിയില്ലായിരുന്നെങ്കിൽ കൂലിക്കൊലയാളികൾ ആലീസിനെയും രാജനെയും കൊന്നു കളഞ്ഞേനെ!

അപകടം തലയ്ക്കു മുകളിൽ ഡെമോക്ളീസിന്റെ വാൾ പോലെ തൂങ്ങിക്കിടക്കുകയാണ്.

ഇട്ടുണ്ണൂലിയമ്മയുടെ മാളികയിലേക്ക് എപ്പോൾ വേണമെങ്കിലും വാടകക്കൊലയാളികൾ പാഞ്ഞെത്താം! അതിനവർക്ക് പുഷ്പാംഗദന്റെ അനുവാദമൊന്നും ആവശ്യമില്ല. ആപത്തു വരുമ്പോൾ കൂട്ടത്തോടെ എന്നു പറയുന്നതുപോലെയാണ്! കൃഷ്ണൻകുട്ടി മുഖമമർത്തിത്തുടച്ചു. മീനാക്ഷിയുടെ കാര്യമോർത്തിട്ടാണ് ഉള്ളുരുകുന്നത്! ഓരോ നിമിഷം കഴിയുന്തോറും കൃഷ്ണൻകുട്ടിക്ക് ആധിയായി. മീനാക്ഷിക്കൊന്നും സംഭവിക്കരുതേയെന്ന അവൻ പ്രാർത്ഥിടച്ചു.

എന്താണൊരു പോംവഴി?

മീനാക്ഷിയെ അവരെങ്ങോട്ടാണു കൊണ്ടുപോയതെന്ന് ഈ എമ്പോക്കിക്കറിയുമെന്നു തോന്നുന്നില്ല!

എന്തും ചെയ്യാൻ മടിക്കാത്ത കൂട്ടരാണ്. അവരവളെ പിടിച്ചുകൊണ്ടുപോയിട്ട് ഇപ്പോൾ ഏകദേശം നാലു മണിക്കൂറായിക്കാണും.

ആ നായകൾ അവളെ കടിച്ചുകീറി കായലിലിടുന്നതിനു മുമ്പ് എന്തെങ്കിലും ചെയ്തേ മതിയാവൂ.

കൃഷ്ണൻകുട്ടി പുഷ്പാംഗദന്റെ മുഖത്തേക്ക് നോക്കി.

അയാളുടെ വായിൽ നിന്ന് ചോരയും നുരയും ഇടകലർന്നൊഴുകുകയായിരുന്നു.

കൃഷ്ണൻകുട്ടി അയാളെ നേരേ കിടത്തി.

പുഷ്പാംഗദൻ ഞരങ്ങി.

"അവരുടെ ഫോൺ നമ്പർ നിനക്കറിയാമെന്നല്ലേ പറഞ്ഞത്! ആ നമ്പരേതാ? വേഗം പറ!"

കൃഷ്ണൻകുട്ടി ആവശ്യപ്പെട്ടു.

പുഷ്പാംഗദൻ നമ്പർ പറഞ്ഞുകൊടുത്തു.

“കള്ളനമ്പരാണു പറഞ്ഞതെങ്കിൽ ആ നിമിഷം നിന്നെ ഞാൻ കൊല്ലും!" കൃഷ്ണൻ കൂട്ടി താക്കീതു ചെയ്തു.

“കള്ളനമ്പരല്ല... സത്യം! “

പുഷ്പാംഗദൻ കരഞ്ഞുകൊണ്ട് ആണയിട്ടു.

കൃഷ്ണൻകുട്ടി ആ നമ്പർ മനസ്സിൽ കുറിച്ചിട്ടു.

രാത്രിയുടെ ആ നിശ്ശബ്ദയാമങ്ങളിൽ നാൽക്കവല തളർന്നുറങ്ങുകയായിരുന്നു. ഒരു ജീവി പോലും ഉണർന്നിരുന്നില്ല.

ഇത്രയും സമയത്തിനുള്ളിൽ ഒരു വാഹനം പോലും കടന്നു പോയിട്ടില്ല. അത്രയും ഭാഗ്യം!

കൃഷ്ണൻകുട്ടി എഴുന്നേറ്റുനിന്നു നെടുവീർപ്പിട്ടു.

ഒരു തണുത്ത കാറ്റടിച്ചു.

അയാൾ താഴെക്കിടന്ന പുഷ്പാംഗദനെ നോക്കി. കൃഷ്ണൻകുട്ടിയെ

ദയനീയമായി നോക്കുകയായിരുന്നു അവൻ.

ഒരു നിമിഷം ചിന്തിച്ചു നിന്നിട്ട് കൃഷ്ണൻകുട്ടി അയാളുടെ വലിയ കോട്ടഴിച്ചെടുത്തു.

“നിന്നെ എനിക്കു വിശ്വസിക്കാനാവില്ല പുഷ്പാംഗദാ!"

കാലുകൾ നീണ്ട കോട്ടുകൊണ്ട് വരിഞ്ഞുമുറുക്കി കെട്ടി.

പിന്നെ ഇരുട്ടു മൂടിക്കിടന്ന ഒരു പൊന്തക്കാട്ടിലേക്ക് വലിച്ചിഴച്ചുകൊണ്ടുപോയി.

“നീയിവിടെക്കിടക്ക്! കുറച്ചു കഴിയുമ്പോൾ പോലീസ് വന്ന് നിന്നെ സൽക്കരിച്ചെതിരേറ്റു കൊണ്ടു പൊയ്ക്കൊള്ളും"

കൃഷ്ണൻകുട്ടി ഇങ്ങനെ പറയുമ്പോൾ പുഷ്പാംഗദൻ ദൈന്യം നിറഞ്ഞ കണ്ണുകളോടെ അവനെ നോക്കിയത് അവൻ കണ്ടില്ലെന്നു

നടിച്ചു.

കൃഷ്ണൻകുട്ടി മടങ്ങിവന്ന് ടെലഫോൺ ബൂത്തിൽക്കയറി.

വേണോ വേണ്ടയോ എന്ന് ഒരു നിമിഷം ആലോചിക്കാതെയിരുന്നില്ല. പിന്നെ രണ്ടും കൽപിച്ചു തീരുമാനിച്ചു.

വരുന്നത് വരുന്നിടത്തുവച്ചു കാണാം.

എല്ലാം കലങ്ങട്ടെ, കലങ്ങി മറിയട്ടെ!

ഒന്നുകിൽ തെളിയും, അല്ലെങ്കിൽ ഇതോടെ എല്ലാം ഒടുങ്ങും! നാണയമിട്ട കൃഷ്ണൻകുട്ടി നിശ്ചയദാർഢ്യത്തോടെ ആ ടെലിഫോൺ നമ്പർ കറക്കി.

വാതിലിന്റെ ലോക്കു നീങ്ങുന്ന ശബ്ദം കേട്ടു മീനാക്ഷി ഞെട്ടിപ്പിടെഴുന്നേറ്റു. വാതിൽ തുറന്ന് മുറിക്കകത്തേക്കു വ്ന്നത് വെളുത്തു ചുവന്ന അതികായനായൊരു മധ്യവയസ്കൻ.

ഡിസിൽവ!

അയാൾ മീനാക്ഷിയെനോക്കി പല്ലിളിച്ചുകൊണ്ട് വാതിലിന്റെ കുറ്റിയിട്ടു.

മീനാക്ഷിയുടെ നെഞ്ചിൽ ഒരു വെള്ളിടി വെട്ടി!

ഡിസിൽവ, ചുരുട്ടിന്റെ പുക ഊതിപ്പറത്തിക്കൊണ്ട് അവൾക്കടുത്തേക്കു വന്നു.

മാർബിൾ തറയിൽ അയാളുടെ ബൂട്ടിന്റെ കരകരശബ്ദമുണ്ടായി.

ഒരു ചുവന്ന ടീഷർട്ട് അയാൾ അഴിച്ചു ചുമലിലിട്ടിരുന്നത് മുറിയുടെ മൂലയിലേക്ക് എറിഞ്ഞു കളഞ്ഞു...

അയാൾ ചലിച്ചപ്പോൾ അയാളുടെ മസിലുകൾ ഉരുണ്ടുകയറി....

മീനാക്ഷി ഭയപ്പാടോടെ പിന്നോക്കം നീങ്ങി.

ഡിസിൽവ ഒരു പൊട്ടിച്ചിരിയോടെ ചുരുട്ടിന്റെ പുക അവളുടെ മുഖത്തേക്ക് ഊതിപ്പറത്തി.

മീനാക്ഷി ശ്വാസം മുട്ടി ചുമച്ചു.

“നീ കൊള്ളാമല്ലോടി"

ഡിസിൽവ നനഞ്ഞൊട്ടിയ വസ്ത്രങ്ങൾ പറ്റിക്കിടന്ന ശരീരവടിവുകളിലൂടെ ആർത്തിയോടെ കണ്ണുഴിഞ്ഞു.

മീനാക്ഷി നിന്നു പുളഞ്ഞു.

ജീവിതത്തിലാദ്യമായി ഒരു കഴുകന്റെ മുന്നിൽ!

ഇതായിരുന്നോ തന്റെ വിധി? ഇഷ്ടദൈവങ്ങളെയും പരദൈവങ്ങളെയും പൂജിച്ചിട്ടും മനസ്സറിഞ്ഞ് പ്രാർത്ഥിച്ചിട്ടും ഇതാണോ ഫലം?

മീനാക്ഷി മുറിയുടെ മൂലയിലേക്കു ചേർന്നു കൊണ്ട് പൊട്ടിക്കരഞ്ഞു.

ഡിസിൽവ അവളുടെ മുന്നിൽ വന്നു നിന്നു.

അയാളുടെ വലിയ കൈപ്പടങ്ങൾ അവളുടെ നനഞ്ഞു കുതിർന്ന ബ്ലൗസിൽ അമർന്നു . അയാൾ വെളുക്കെ ചിരിച്ചുകൊണ്ട് അവളുടെ താടി ബലമായി പിടിച്ചുയർത്തി മുഖം അടുപ്പിച്ചു.

മീനാക്ഷി അറപ്പോടെ പല്ലുകൾ ഞെരിച്ചമർത്തി കണ്ണുകൾ ഇറുക്കിയടച്ചു.

25

മദ്യവും പുകയിലയും മണക്കുന്ന വൃത്തികെട്ട ഉച്ഛ്വാസ വായു മീനാക്ഷിയുടെ മുഖത്തടിച്ചു. ഒരു അറവുമാടിനെപ്പോലെ അവൾ തലകുടഞ്ഞു.

അയാളിൽ നിന്ന് കുതറിമാറാനുള്ള ശ്രമം വിഫലമായി.

പൊടുന്നനെ, ഡിസിൽവയുടെ ബലിഷ്ഠമായ കരങ്ങൾ അവളെ വലയം ചെയ്തു ഞെരുക്കിയമർത്തി .

അസ്ഥികൾ നുറുങ്ങിപ്പോയതുപോലെ മീനാക്ഷിക്കു തോന്നി.

അവൾ നിലവിളിച്ചു.

ഡിസിൽവയുടെ തേരട്ടയുടേതുപോലുള്ള കറുത്ത പരുക്കൻ ചുണ്ടുകൾകൊണ്ട് അവളുടെ വായ്മൂടി.

പുറത്ത്, ആ നിമിഷം ഫോൺ ശബ്ദിച്ചു.

ഡിസിൽവ പെട്ടെന്ന് നിശ്ചലനായി കാതോർത്തു .

ആരോ ഫോണെടുത്തു.

അടുത്ത നിമിഷത്തിൽ വാതിലിൽ മുട്ടുകേട്ടു.

"നാശം!"

ഡിസിൽവ ഉറക്കെ പ്രാകി.

അയാൾ മീനാക്ഷിയെ വിട്ട് അരിശത്തോടെ വാതിൽ തുറന്നു.

"എന്താടാ നായിന്റെ മക്കളേ?

ഡിസിൽവ അലറി.

വാതിലിൽ മുട്ടിയത് ശേഖറായിരുന്നു.

അയാൾ നീരസത്തോടെ പറഞ്ഞു.

"ആ ഇൻഫോർമറാണ്!"

"അയാളോടു പോയി തുലയാൻ പറ."

ഡിസിൽവ അനിഷ്ടം പ്രകടിപ്പിച്ചു.

"കാര്യമതല്ല സാർ! ആ പെൺകുട്ടി!" ശേഖർ അർദ്ധോക്തിയിൽ നിർത്തി .

"ആ പെൺകുട്ടി?" ഡിസിൽവയുടെ നെറ്റി ചുളിഞ്ഞു.

"ഇന്നൊരു ദിവസത്തേക്ക് അവളെ ഒന്നും ചെയ്യരുതെന്നാണ് അയാൾ പറയുന്നത്!"

"ഇതു പറയാൻ അവനാരാ? അമേരിക്കൻ പ്രസിഡന്റോ? അവൻ മുറത്തിൽക്കയറികൊത്തുകയാണല്ലോ ശേഖരാ....?""

"അയാൾ ലൈനിലുണ്ട്, അയാൾക്കു കാര്യമായിട്ടെന്തോ പറയാനുണ്ട്."

ശേഖർ കോഡ്ലെസ് ഫോണെടുത്ത് ഡിസിൽവക്കു കൈമാറി.

"ഹലോ - ഡിസിൽവ ഹിയർ."

"തേടിയവള്ളി കാലിൽ ചുറ്റിയിരിക്കുന്നു ഡിസിൽവ സാറേ"

"എങ്കിലതെടുത്ത് കഴുത്തിലേക്ക് ചുറ്റെടോ! മുടിയാൻ നേരത്താ നിന്റെയൊക്കെ ഒടുക്കത്തെ ഒരു വിളി"

ഡിസിൽവ ക്രുദ്ധനായി പറഞ്ഞു.

മറുവശത്ത് പൊട്ടിച്ചിരി കേട്ടു.

"സാറിന്റെയൊരു തമാശ! തമാശ പറയാനുള്ള നേരമല്ല സാറേ ഇത്!"

"എന്തിനാണെന്നുവെച്ചാൽ വേഗം താനൊന്നു പറഞ്ഞു തുലയ്ക്ക്!"

ഡിസിൽവ അക്ഷമനായി.

മറുവശത്ത് സ്വരം ഗൗരവത്തിലായി.

"നേരം വെളുക്കാൻ ഇനി മൂന്നോ നാലോ മണിക്കൂറുകളേ ബാക്കിയുള്ളു. നമ്മൾ ശരിയ്ക്കും ഭാഗ്യവാന്മാരാണ് സാറേ! ആലത്തൂർ നിധി ഒരു കൈപ്പാടകലെയുണ്ട്. അത് കയ്യെത്തിപ്പിടിച്ചാൽ മാത്രം മതി!"

"അതായത്... താൻ തെളിച്ചു പറ!"

ഡിസിൽവയ്ക്ക് ആകാംക്ഷയായി

"നിങ്ങൾ പിടിച്ചുകൊണ്ടുവന്ന ആ പെണ്ണില്ലേ. മീനാക്ഷി! അവൾ ആലത്തൂർ തറവാട്ടിലെ മൂത്തകാരണവരുടെ ഒറ്റമോളാ!"

“സത്യം! ഇതുപോലെയൊരെണ്ണത്തിനെ എന്റെ ജീവിതത്തിൽ ആദ്യമായിട്ടാണു കയ്യിൽ കിട്ടുന്നത്! എന്താ ഒരു നിറം...ഹായ്"

ഡിസിൽവയുടെ ശരീരം കോരിത്തരിച്ചു.

ഫോണിന്റെ അങ്ങേത്തലയ്ക്കൽ കുറച്ചു നിമിഷത്തേക്ക് യാതൊരനക്കവും കേട്ടില്ല.

"ഹലോ..."

ഡിസിൽവ വിളിച്ചു.

"നിങ്ങളവളെ എന്താ ചെയ്തത്?"

മറുവശത്ത് വേവലാതി പൂണ്ട ശബ്ദം?

"അതിന് താൻ സമ്മതിച്ചില്ലല്ലോ!"

മറുവശത്ത് ഒരു ദീർഘനിശ്വാസം ഉയർന്നു കേട്ടു.

"ഞാൻ തക്കസമയത്ത് വിളിച്ചത് ഭാഗ്യമായി അല്ലേ?"

“എന്തു ഭാഗ്യം?‘

ഡിസിൽവ നീരസം പൂണ്ടു.

"ഇട്ടുണ്ണൂലിയമ്മയുടെ മാളികയിലെ ആ നിധിയില്ലേ...?ആ നിധിയുടെ സകലവിവരങ്ങളും ആ പെണ്ണിനറിയാം."

"സത്യമാണോ താൻ പറയുന്നത്?" ഡിസിൽവ കണ്ണുമിഴിച്ചു.

"ആലത്തൂർ തറവാട്ടിലെ മൂത്തകാരണവരുടെ ഒറ്റമോളാണെന്ന് ഞാൻ പറഞ്ഞില്ലേ? നിധി എവിടെയാണിരിക്കുന്നതെന്ന് ആ പെണ്ണിനു വ്യക്തമായിട്ടറിയാം."

"തനിക്കതു നേരത്തെ പറയാൻ മേലായിരുന്നോ?”

ഡിസിൽവ അരിശപ്പെട്ടു.

"കുറച്ചുമുമ്പാണീ വിവരം കിട്ടിയത്!"

മറുവശത്ത് അമർത്തിയ ചിരി കേട്ടു.

"നിധിയെടുക്കാൻ ഞങ്ങളെപ്പോഴാ വരേണ്ടത്? ഇപ്പോൾത്തന്നെ വരട്ടെ?"

ഡിസിൽവ അക്ഷമനായി.

"പറയാം. ധൃതി കൂട്ടരുത്. പയ്യെത്തിന്നാൽ പനയും തിന്നാമെന്നല്ലേ ചൊല്ലി!

“താനെന്നെ പഴഞ്ചൊല്ലൊന്നും പറഞ്ഞു പഠിപ്പിക്കണ്ട! കാര്യങ്ങളെങ്ങനെയാന്നു വേഗം തീരുമാനിക്ക്!"

ഡിസിൽവ മുറുമുറുത്തു.

“ ഇന്നു പുലർച്ചക്ക് ഇരുട്ടു മാറുന്നതിനുമുമ്പ് നമ്മുടെ പ്ലാൻ നടപ്പിലാക്കണം. കേട്ടല്ലോ? പുലർച്ചക്ക് കൃത്യം രണ്ടു മണിക്ക്

ഇട്ടുണ്ണൂലിയമ്മയുടെ മാളികയിൽ നിങ്ങളെത്തെണം. ആ പെണ്ണിനേയും കൂടെ കൊണ്ടു വരണം. ഞാൻ അവിടെ കാത്തുനിൽക്കാം .മാളികയിൽ കാര്യങ്ങളെല്ലാം സുരക്ഷിതമാണ്. പ്രതിബന്ധങ്ങളൊന്നും തന്നെയില്ല. നിധി എവടെയാണിരിക്കുന്നതെന്ന് പെണ്ണിന് അറിയാവുന്ന സ്ഥിതിക്ക് കാര്യങ്ങൾ പെട്ടെന്നു നടന്നു കിട്ടും. നിധിയെടുത്ത് അവിടെ വച്ചുതന്നെ നമുക്കു പപ്പാതി പങ്കിട്ടെടുക്കണം. അതു കഴിഞ്ഞ് പെണ്ണിനെയും കൊണ്ടുപോയി നിങ്ങൾ കൊല്ലുകയോ തിന്നുകയോ ചെയ്തോളു! എനിക്കെന്റെ വഴി നിങ്ങൾക്കു നിങ്ങളുടെ വഴി."

മറുവശത്തു നിന്നും വിശദമായ നിർദ്ദേശങ്ങൾ കേട്ടപ്പോൾ ഡിസിൽവ ഗൂഢമായി ചിരിച്ചു.

അയാൾ മനസ്സിൽ പറയുകയായിരുന്നു.

നിന്നോടെനിക്കു സഹതാപമുണ്ടെടാ ചെറുക്കാ! കൊള്ളമുതൽ പങ്കിട്ട ചരിത്രം ഡിസിൽവയുടെ നിഘണ്ടുവിൽ ഇല്ല. പങ്കാളികളെകൊന്നു കഴിച്ചുമുടുകയാണ് ഡിസിൽവയുടെ ഒരു സ്ഥിരം ശൈലി.

"പ്ലാൻ ഓ.കെ. യല്ലേ?"

മറുവശത്തു നിന്നു ചോദ്യം വന്നു.

"ഒ.കെ!"

ഡിസിൽവ അമർത്തിയ ശബ്ദത്തിൽ പറഞ്ഞു.

"പിന്നെയൊരു കാര്യംകൂടി ഓർമ്മിപ്പിക്കുന്നു."

"ഉം?"

ഡിസിൽവ ചോദ്യരൂപേണ മുളി.

"കയ്യിലിരിക്കുന്നത് പൊന്മുട്ടയിടുന്ന ഒരു താറാവാണെന്ന് ഓർമ്മ വേണം. ബുദ്ധിമോശം കാണിക്കരുത്!'

മറുവശത്ത് നിന്നുള്ള താക്കിത് മീനാക്ഷിയെ ഉദ്ദേശിച്ചാണെന്ന് ഡിസിൽവയ്ക്കു മനസ്സിലായി.

മീനാക്ഷി ചുവരിൽ ചാരിയിരുന്ന് കരയുകയായിരുന്നു. വാതിൽ തുറന്ന ശബ്ദംകേട്ട് മീനാക്ഷി ഞെട്ടിത്തരിച്ചുപോയി.

അവൾ തലയുയർത്തി നോക്കിയപ്പോൾ ഡിസിൽവ കണ്ണിറുക്കി.

അയാൾ വാതിൽ വലിച്ചടച്ച് പുറത്തു നിന്നും പൂട്ടി താക്കോൽ ജീൻസിന്റെ പോക്കറ്റിൽ തിരുകി.

തൊട്ടടുത്തു നിന്ന ശേഖറിനെ നോക്കി ഡിസിൽവ ഉത്സാഹത്തോടെ മന്ദഹസിച്ചു.

കിലോമീറ്ററുകൾക്കപ്പുറത്ത്, ടെലഫോൺ ബൂത്തിൽ കൃഷ്ണൻകുട്ടി വലിയൊരു നെടുവീർപ്പോടെ റിസീവർ ക്രാഡിലിലേക്ക് വയ്ക്കുകയായിരുന്നു.

പുഷ്പാംഗദന്റെ പതറിയ ശബ്ദമനുകരിക്കുന്നതിനു വേണ്ടി തൊണ്ടയിൽ മുറുക്കിക്കെട്ടിയ കർചീഫ് അവൻ അഴിച്ചു കളഞ്ഞു.

എല്ലാമോർത്തപ്പോൾ കൃഷ്ണൻകുട്ടി വിതുമ്പിപ്പോയി. ഇനി ഏതാനും മണിക്കൂറുകൾ മാത്രം!

എന്റെ മീനാക്ഷി. ഒരു പക്ഷേ എന്നെയും നിന്നെയുമെല്ലാം ആ വാടകക്കൊലയാളികൾ കൊന്നു കുഴിച്ചുമൂടും! ഇട്ടുണ്ണൂലിയമ്മയുടെ മാളികഅവർ ഇടിച്ചു നിരത്തിയേക്കും! കൂടെ ആലീസും രാജനും അയ്യപ്പൻകുട്ടിയും..

ഒന്നുമാത്രം ഞാനിപ്പോൾ ആഗ്രഹിക്കുന്നു. മരിക്കുന്നതിനു മുമ്പ്ഒരു കാപട്യക്കാരനല്ല ഞാനെന്ന്, നിന്നെ എനിക്കു ബോദ്ധ്യപ്പെടുത്തണം. മീനാക്ഷി നിന്നെ ഞാനൊരിക്കലും വഞ്ചിച്ചിട്ടില്ല! വരുന്നതു വരട്ടെ.

എന്തിനെയും നേരിടാൻ ഞാനൊരുക്കമാണ്. കൃഷ്ണൻകുട്ടിയുടെ മുഖം വലിഞ്ഞു മുറുകി.

അയാൾ നിശ്ചയദാർഢ്യത്തോടെ ടെലഫോണിനെ സമീപിച്ച് ഒരു നമ്പർ കൂടി ഡയൽ ചെയ്തു.

പോലീസ് സ്റ്റേഷനിലേക്ക്!

പുറത്ത് രാത്രിയപ്പോൾ തണുത്തു വിറങ്ങലിച്ച് നിൽക്കുകയായിരുന്നു.

ഒരു ദുഃസ്വപ്നം കണ്ടു നടുങ്ങിയതുപോലെ ചോലമരങ്ങൾ കാറ്റിൽ വിറച്ചു.

മഴയുടെ അവശേഷിപ്പുകൾ ആർത്തിയോടെ ഭൂമിയിലേക്കിറങ്ങി ചെന്നു.

അപ്പോൾ നാൽക്കവലയിൽ ഒരു തെരുവു നായ ദീർഘമായി മോങ്ങുകയായിരുന്നു.

ഇട്ടുണ്ണൂലിയമ്മയുടെ ജീർണ്ണിച്ചു തുടങ്ങിയ ആ മാളികയെ ചുഴ്ന്നുകൊണ്ട് ശ്മശാനമൂകത പോലെ ഭീതിദമായ ഒരു നിശ്ശബ്ദത കുരിരുളിൽ പൊതിഞ്ഞ് നിലകൊണ്ടു. ഇരുൾ മായാൻ ഇനി അധികം സമയമില്ല. നേരം പുലർച്ചയാകാറായിരിക്കുന്നു. ആ നേരത്ത് ഇരുട്ടിൽ തപ്പിത്തടഞ്ഞുകൊണ്ട് ഒരാൾ പടിപ്പുര കടന്നു ധൃതിയിൽ ഓടിവന്നു. അതു ഭൈരവനായിരുന്നു അയാൾ അണച്ചുകൊണ്ട മാളികയുടെ വാതിൽക്കൽ തട്ടി. മാളികയിലാകെ മുഴങ്ങിയ ആ ശബ്ദം കേട്ട് തണുത്തു വിറങ്ങലിച്ചിരുന്ന പ്രാപ്പിടകൾ പേടിച്ചരണ്ടു തലങ്ങും പറന്നു. മാളികക്കകത്ത്, നിലവറയ്ക്കു മുന്നിലായി ഭാർഗ്ഗവൻ തൊഴുകൈകളോടെ കണ്ണുകൾ പൂട്ടി പ്രാർത്ഥിക്കുകയായിരുന്നു.

പരദൈവങ്ങളേയും കഥാവശേഷരായ ആലത്തൂർ തറവാട്ടിലെ കാരണവന്മാരേയും സങ്കൽപ്പിച്ച് നിലവിളക്കുകൾ കൊളുത്തിവച്ച് പുഷ്പാർച്ചന ചെയ്തു.

പൂജാദ്രവ്യങ്ങൾ ഭാർഗ്ഗവനു ചുറ്റും നിരത്തി വച്ചിരുന്നു. ചുവന്ന പട്ടുടുത്ത് ഭാർഗ്ഗവൻ ദണ്ഡനമസ്കാരം ചെയ്തു.

"പരദൈവങ്ങളേ അടിയന്റെ മാനം കാക്കണേ!"

ഭാർഗവൻ ഉള്ളുരുകി പ്രാർത്ഥിച്ചു.

ഭൈരവനും കൃഷ്ണൻകുട്ടിയും ചതിച്ചു. സ്നേഹിക്കുകയും വിശ്വസിക്കുകയും ചെയ്ത എല്ലാവരും ചതിച്ചു. എന്റെ പിതൃക്കളേ ഈ ചതി പൊറുത്തു കൊടുക്കരുതേ. ആലത്തൂർ തറവാടിന്റെ മാനം വീണ്ടെടുക്കാൻ നിധി കണ്ടെടുക്കണം. ഭാർഗവന്റെ കണ്ണുകളിൽ നിന്ന് കണ്ണുനീർത്തുള്ളികൾ തറയിലേക്കിറ്റു വീണു.

മാളികയുടെ മുകൾനിലയിൽ പുലർച്ചയുടെ തണുപ്പിൽ ഉറങ്ങിക്കിടക്കുകയായിരുന്ന രാജൻ ഞെട്ടിയെഴുന്നേറ്റു.

താഴെ നിന്നും എന്തോ തല്ലിത്തകർക്കുന്ന വലിയൊരു ശബ്ദം കാതുകളിൽ വന്നലയ്ക്കുന്നു.

നെഞ്ചിന്റെ ചൂടുപറ്റി ചേർന്നു കിടക്കുകയായിരുന്ന ആലീസിനെ അയാൾ കുലുക്കിയുണർത്തി .

അവൾ കണ്ണു തുറന്ന് ഉറക്കച്ചടവോടെ രാജനെ നോക്കി.

രാജൻ പരിഭ്രാന്തിയോടെ കാതോർക്കുകയായിരുന്നു.

"ഇവിടെ എന്തൊക്കെയാണ് നടക്കുന്നത്?"

രാജൻ ഉത്ക്കണ്ഠപ്പെട്ടു.

ആരൊക്കെയോ മാളിക തല്ലിപ്പൊളിക്കുകയാണോ?

ആ ശബ്ദംകേട്ട് ആലീസ് നടുങ്ങി! വാതിൽ പഴുതിലൂടെ കിഴക്കൻ മാനത്തിന്റെ അരണ്ട വെളിച്ചം കാണാം.

നേരം വെളുത്തുവരികയാണ്. ആലീസ് പിടഞ്ഞെഴുന്നേറ്റു.

"മുൻ വാതിലിൽ ആരോ ഇടിക്കുന്നുണ്ട്.?

അവൾ പിറുപിറുത്തു. .

"ഈ കൊച്ചുവെളുപ്പാൻ കാലത്ത്, ആരോരുമില്ലാത്തൊരു വീട്ടിൽ ഏതു കഴുതയാണ് വാതിലിൽ മുട്ടി വിളിക്കുന്നത്." രാജന്റെ ശബ്ദം വിറച്ചു.

കൂരിരുട്ട് മെല്ലെ നീങ്ങിപ്പോവുകയാണ്.

ഭൈരവൻ അക്ഷമനായി. അയാൾ വിയർത്തു കുളിച്ചിരുന്നു.

നിമിഷങ്ങൾ കഴിയുന്തോറും അസ്വസ്ഥത വർദ്ധിച്ചു.

അരിശത്തോടെ അയാൾ വാതിൽ ആഞ്ഞൊരു ചവിട്ട് കൊടുത്തു. വാതിൽ ഒന്നു ചലിച്ചതേയുള്ളു.

"ഏതു മുടിഞ്ഞവനാണീ വാതിൽ പണിതു വച്ചത്! അവന്റെ തലയിലിടിത്തീ വീഴട്ടെ!"

ഭൈരവൻ രോഷത്തോടെ പുലമ്പി.

പെട്ടെന്ന് പിന്നിൽ നിന്നൊരു പൊട്ടിച്ചിരികേട്ട് അയാൾ തിരിഞ്ഞു നോക്കി.

ഒരു സൈന്യം തന്നെയുണ്ടായിരുന്നു പിന്നിൽ!

ഭൈരവൻ നടുങ്ങിപ്പോയി..

26

മാളികയുടെ വാതിലിൽ ആഞ്ഞിടിച്ചു കൊണ്ടിരുന്ന ഭൈരവന്റെ നെഞ്ചിൽ ഒരു കൊള്ളിയാൻ മിന്നി.

പിന്നിൽ, ഒരുപറ്റം മുട്ടാളന്മാർ! ഇതിനു മുമ്പ് കണ്ടിട്ടില്ല ഇവരെ. ആരൊക്കെയാണിവർ?

അവരുടെ മുന്നിലെ പെൺകുട്ടിയെ കണ്ട ഭൈരവന്റെ മനസിൽ ഒരാന്തൽ.

ഈശ്വരാ, ഈ കണ്ണുകെട്ടിയിട്ട പെൺകുട്ടി മീനാക്ഷിയാണെന്നു തോന്നുന്നു.

"എടോ, ഇതു പണിതവൻ നരകത്തിലിരുന്ന് കുലുങ്ങിച്ചിരിക്കുന്നുണ്ടാവും. ദാ ഇങ്ങനെ ഹ..... ഹ"

ഡിസിൽവ പൊട്ടിച്ചിരിച്ചു. മീനാക്ഷി ഉള്ളുരുകി പ്രാർത്ഥിക്കുകയായിരുന്നു.

ശേഖർ, ഒരു സംശയത്തോടെ ഭൈരവനെ നോക്കി. ഇയാളായിരിക്കുമോ ആ ഇൻഫോർമർ? ഒന്നു രണ്ടുവട്ടം കണ്ടപ്പോഴൊക്കെ കോട്ടും തൊപ്പിയുമൊക്കെയായി ഡ്രാക്കുളയെപ്പോലെ വലിയ സ്റ്റൈലിലായിരുന്നു.

ഇയാളേതാണ്ടൊരു ദേഹണ്ഡക്കാരനെപ്പോലിരിക്കുന്നു.

"താനാണോ പുഷ്പാംഗദൻ?"

"പുഷ്പാംഗദനോ? ഞാനവന്റെ തന്തയാ!"

ഭൈരവൻ പറഞ്ഞു.

ശേഖറിന്റെ കണ്ണുകളിടുങ്ങി. അയാൾ അർത്ഥം വച്ചു ഡിസിൽവയെ നോക്കി. അപ്പനും മോനും ഒത്തുകൊണ്ടുള്ള കളിയാണ്! സൂക്ഷിക്കണം.

പലതും നടക്കാം ഡിസിൽവ കണ്ണിറുക്കി.

"പുഷ്പാംഗദനെവിടെയെങ്കിലും പോയിത്തുലയട്ടെ! അതുപോട്ടെ, താനാരാ?"

ഭൈരവൻ സംശയത്തോടെയും അങ്കലാപ്പോടെയും അവരെ നോക്കി,

ഡിസിൽവ പുഞ്ചിരിച്ചുകൊണ്ട് പറഞ്ഞു.

"വാതിൽ പൊളിക്കുന്നതെങ്ങനയെന്ന് ഇങ്ങേരെ കാണിച്ചുകൊടുക്ക് മക്കളേ."

ഗുണ്ടകൾ മുന്നോട്ടാഞ്ഞപ്പോപ്പോൾ ഭൈരവൻ കൈകൾ വിടർത്തി തടഞ്ഞു.

"ഈ വളപ്പിലേക്കു കയറാൻ നിന്നോടൊക്കെയാരാടാ പറഞ്ഞത്

ഡിസിൽവ മുന്നോട്ടു ചെന്ന് ഭൈരവന്റെ കറണത്തൊന്നു പൊട്ടിച്ചു.

കണ്ണിൽക്കൂടിടി പൊന്നീച്ച പറക്കുന്നതുപോലെ തോന്നി ഭൈരവന്.

ഡിസിൽവ അയാളെ തൂക്കിയെടുത്തെറിഞ്ഞു.

ഡിസിൽവയുടെ ഗുണ്ടകൾ വാതിലിനു നേരേ കുതിച്ചു.

മുറ്റത്തെ കരിയിലികൾക്കു മുകളിലേക്കു മൂക്കുകുത്തി വീണ ഭൈരവൻ പിടഞ്ഞെഴുന്നേറ്റു നോക്കുമ്പോൾ മാളികയുടെ വാതിൽ വലിയൊരു ശബ്ദത്തോടെ മലർക്കെത്തുറക്കുകയായിരുന്നു

കറുത്ത ഒരു നാടകൊണ്ട് കണ്ണുമൂടിക്കെട്ടിയ മീനാക്ഷിയുടെ കൈക്കു പിടിച്ചുവലിച്ചുകൊണ്ട് ഡിസിൽവ മാളികക്കകത്തേക്കു പാഞ്ഞു കയറി.

അകത്ത് ഇരുട്ടായിരുന്നു.

പുലരിയുടെ അരണ്ട വെളിച്ചം മെല്ലെ മാളികയ്ക്കകത്തേക്ക് അരിച്ചു കയറുന്നതേ ഉണ്ടായിരുന്നുള്ളു.

ഓർക്കാപ്പുറത്തായിരുന്നു വാതിലിനു മറവിൽ നിന്നും കനത്ത അടി വന്നത്.

ഡിസിൽവ മരവിച്ചുപോയി.

ആ രണ്ടു മൂന്നു നിമിഷങ്ങൾ മുതലാക്കിക്കൊണ്ട് വാതിലിനു പിന്നിൽ നിന്നും കൃഷ്ണൻകുട്ടി ചാടിവീണ് മീനാക്ഷിയെ പിടിച്ചുവലിച്ചുകൊണ്ട് ഇടനാഴിയിലേക്കോടി. മീനാക്ഷി പകച്ചു പോയി.

എന്തെക്കെയാണ് സംഭവിക്കുന്നതെന്നോർത്ത് അവൾ നിലവിളിച്ചു. കൃഷ്ണൻകുട്ടി പെട്ടെന്ന് അവളുടെ വായ് പൊത്തിപ്പിടിച്ചു.

"ഒച്ചയുണ്ടാക്കരുത്! ഇത് ഞാനാ കൃഷ്ണൻകുട്ടി"

കൃഷ്ണൻകുട്ടി അവളുടെ കണ്ണിൽ കെട്ടിയിരുന്ന നാട അഴിച്ചുകളഞ്ഞു. മീനാക്ഷി അവിശ്വസനീയതയോടെ കൃഷ്ണൻകുട്ടിയെ നോക്കി. അവളുടെ കണ്ണുകൾ കണ്ടപ്പോൾ കൃഷ്ണൻകുട്ടിയുടെ നെഞ്ചു പിടഞ്ഞു.

"പിടിയെടാ ആ എമ്പോക്കിയെ?"

അപ്പുറത്ത് ആരോ ആക്രോശിക്കുന്നതു കേട്ടു.

"എന്റെ പൊന്നു മോളെ? നിന്നെയവരെന്തെങ്കിലും ചെയ്തോ"

കൃഷ്ണൻകുട്ടിയുടെ ശബ്ദം പതറിപ്പോയി.

"ഇല്ല" മീനാക്ഷി വിതുമ്പി.

"നിന്നെ ഞാൻ വഞ്ചിച്ചിട്ടില്ല. നീയെന്നെ അവിശ്വസിക്കരുത്. നിന്റെ നെറുകയിൽതൊട്ട് സത്യം ചെയ്യാം. നിന്നെയല്ലാതെ മറ്റൊരു പെണ്ണിനെ ഞാൻ മനസിൽപ്പോലും മോഹിച്ചിട്ടില്ല."

കൃഷ്ണൻകുട്ടി വികാരാധിക്യത്തോടെ പറഞ്ഞു.

മീനാക്ഷി പകച്ചു പോയി. ഡിസിൽവയുടെ ആളുകളിൽ ചിലർ ഇടനാഴിയിലൂടെ ഓടി വന്നു.

മീനാക്ഷിയെ പൊതിഞ്ഞു പിടിച്ചുകൊണ്ട് കൃഷ്ണൻകുട്ടി അവരെ നേരിട്ടു.

ഹാളിലെ ഇരുട്ടിൽ ഡിസിൽവ വേദനകൊണ്ട് അലറി.

"എന്നെ നോവിച്ചവനെ ഞാൻ വെറുതെവിടില്ല"

അയാളുടെ ഗുണ്ടകൾ തലങ്ങും വിലങ്ങും ഓടി നടന്നു.

ശേഖർ അയാൽക്കടുത്തേക്ക് ഓടി വന്നു.

"ആ പെണ്ണ്ണെവിടെപ്പോയി."

ഡിസിൽവ അലറി.

" അവളുപോയിത്തുലയട്ടെ സാർ. നിലവറക്കുള്ളിലേക്കുള്ള വാതിൽ തുറന്നു കിടക്കുന്നു. സമയം കളയാതെ വേഗം വരൂ."

ശേഖർ ധൃതിയോടെ പാഞ്ഞു.

അവരിരുവരും ഇരുളിൽ തലങ്ങും വിലങ്ങും പായുന്ന ഗുണ്ടകളെ തട്ടിമാറ്റി ഓടിച്ചെന്നു. വാതിലന്നപ്പുറത്തു നിന്നും മണിനാദം കേട്ടു.

ഡിസിൽവയെ ശേഖർ പിടിച്ചു നിർത്തി .

ശേഖറുടെ മുഖത്തേക്കൊന്നു നോക്കിയിട്ട് ഡിസിൽവ വാതിൽ പതുക്കെ തള്ളിത്തുറന്നു.

നിവറക്കകത്തെ പൂജാമുറിയിലായിരുന്ന ഭാർഗവൻ ചാടിയെഴുന്നേറ്റു.

ശേഖറും ഡിസിൽവയും ഊറിച്ചിരിച്ചുകൊണ്ട് മുറിക്കകത്തേക്കു ചെന്നു.

ഭാർഗവൻ കൈയിലിരുന്ന ഓട്ടുമണി ദേഷ്യത്തോടെ താഴെയിട്ടു.

അതു ചിലച്ചുകൊണ്ട് ഉരുണ്ടുപോയി.

"എന്തൊക്കെ അത്ഭുതങ്ങളാണ് ഡിസിൽവ സാറെ,"

ശേഖർ ഉറക്കെ ചോദിച്ചു.

" നിങ്ങളാരാ നിങ്ങൾക്കെന്താണിവിടെ കാര്യം?"

ഭാർഗവൻ ദേഷ്യം കൊണ്ട് വിറച്ചു.

ശേഖർ ബൂട്സിട്ട കാലുകൊണ്ട് കത്തിക്കൊണ്ടിരുന്ന നിലവിളക്കുകൾ തട്ടിത്തെറിപ്പിച്ചു.

ഭാർഗ്ഗവൻ കുതിച്ചു.

"നായിന്റെ മോനേ"

നെഞ്ചിൽ ശക്തമായ അടിയേറ്റ് ശേഖർ കറങ്ങി നിലത്തുവീണു.

ഡിസിൽവ പകച്ചുനില്ക്കുകയായിരുന്നു. ഭാർഗ്ഗവൻ അയാളുടെ അടിവയറിൽ തൊഴിച്ചു.

ഇതേ സമയം മാളികക്കു പിന്നിലെ അഴികളില്ലാത്ത ജാലകത്തിലൂടെ വലിഞ്ഞു കയറുകയായിരുന്നു അയ്യപ്പൻകുട്ടി. അയാൾ ആധിയോടെ ജാലകത്തിൽ നിന്ന് ഇടനാഴിയിലേക്കൂർന്നിറങ്ങി.

നേർത്ത വെളിച്ചത്തിൽ അയ്യപ്പൻകുട്ടി കിതച്ചു.. താഴെനിന്ന് ആക്രോശങ്ങളും അടിയൊച്ചകളും കേൾക്കുന്നുണ്ട്. അയാളുടെ ഹൃദയം വല്ലാതെ മിടിച്ചു...

പാതിരാത്രിക്ക് കൃഷ്ണൻകുട്ടി വിളിച്ചുണർത്തിയാണ് വിവരം പറഞ്ഞത്. കാര്യങ്ങൾ ഇത്രത്തോളം വഷളായത് അറിഞ്ഞില്ല. ബഹളങ്ങൾക്കിടയിൽ ആലീസിനെയും രാജനെയും ഇരുചെവിയറിയാതെ കടത്തണമെന്നാണ് കൃഷ്ണൻകുട്ടിയുടെ നിർദ്ദേശം. അവർക്കൊരാപത്തും പിണയരുത്, താഴെ കൃഷ്ണൻകുട്ടി ആ മുഷ്ക്കന്മാരോട് ഒറ്റയ്ക്കടിച്ചു നിൽക്കുമോ എന്നാണു സംശയം.

അയ്യപ്പൻകുട്ടി വേവലാതിയോടെ ഓടി.

കൃഷ്ണൻകുട്ടി പല്ലുകടിച്ചുപിടിച്ച് ഒരു കറക്കം കറങ്ങി. അവനെ പൂണ്ടടക്കം പിടിച്ചിരുന്ന മൂന്നു ഗുണ്ടകൾ തെറിച്ചുപോയി ചുവരിലടിച്ചു വീണു. മീനാക്ഷി ഉത്ക്കണ്ഠയോടെ ഒരു മൂലയ്ക്കു നിന്നു വിറക്കുകയായിരുന്നു. മുടി നീട്ടി വളർത്തിയ ഒരു തടിയൻ അവളെ പിടിച്ചു വലിച്ചു. അവൾ നിലവിളിച്ചു.

കൃഷണൻകുട്ടി അയാളുടെ ചുമലിൽ ഊക്കോടെ ചവിട്ടി. അയാൾ വായ്പൊളിച്ചപ്പോൾ കൃഷ്ണൻകുട്ടി അവന്റെ നീണ്ടമുടിയിൽ ചുറ്റിപ്പിടിച്ചു വട്ടംകറക്കി. അയാളുടെ മുടി പിഴുതു പോന്നു. ചോരയൊലിപ്പിച്ച് തടിയൻ നിലവിളിച്ചു കൊണ്ടോടിപ്പോയി.

ആലീസ് പേടിച്ചരണ്ട് രാജനെ മുറുകെ പിടിച്ചു. രാജൻ മുറിയുടെ വാതിൽ തുറന്നത് ആശങ്കയോടെയാണ്. താഴെ ബഹളങ്ങൾ കേൾക്കാം.

"രാജേട്ടാ, എനിക്കു പേടി തോന്നുന്നു.

ആലീസ് കരച്ചിലിന്റെ വക്കത്തെത്ത!.

"ഒച്ചയുണ്ടാക്കാതിരിക്ക്!"

രാജൻ ശാസിച്ചു.

അയാൾ ഇടനാഴിയിലേക്കിറങ്ങി കിഴക്ക്, ചുവപ്പു നിറം കാണാം.

ഇരുളിന്റെ ഒരു നേർത്ത പാട മാത്രമേ തങ്ങി നിൽക്കുന്നുള്ളൂ.

താഴത്തെ നിലയിൽ ആക്രോശങ്ങൾ ഉയർന്നു കേട്ടു.

ആലീസ് രാജന്റെ പിന്നിൽ വന്നുനിന്നു.

അവളുടെ നെഞ്ചിടിപ്പ് അയാൾക്കു വ്യക്തമായി കേൾക്കാമായിരുന്നു.

“താഴെ എന്തൊക്കെയോ നടക്കുന്നുണ്ട്!

രാജൻ ശബ്ദമടക്കി പിറുപിറുത്തു. ആലീസ് വിതുമ്പി.

നൈറ്റ് ഗൌണിനടിയിൽ അവളുടെ മാറിടം ദ്രുതശതിയിൽ ഉയർന്നു താഴുന്നത് അയാൾ കണ്ടു.

"നീ ഭയക്കാതിരിക്ക്!"

രാജൻ ആലീസിനെ സാന്ത്വനിപ്പിക്കാൻ ശ്രമിച്ചു.

പൊടുന്നനെ, അവരെയിരുവരെയും നടുക്കിക്കൊണ്ട് പടിപ്പുരയ്ക്കു മുന്നിൽ ഒരു ജീപ്പ് ശക്തിയായി ചവിട്ടി നിർത്തുന്നതും അതിൽ നിന്നും പറ്റം തടിമാടന്മാർ ചാടിയിറങ്ങി വരുന്നതും അവർ കണ്ടു.

ഒറ്റനോട്ടത്തിൽ ആലീസ് അപകടം മണത്തറിഞ്ഞു.

അച്ചരൻ!

ആലീസ് നിലവിളിച്ചു. രാജൻ നടുക്കത്തോടെ അവളുടെ വായടച്ചു.

തോമസ് സക്കറിയ ഒറ്റക്കുതിപ്പിന് പടിപ്പുര ചാടിക്കടന്നുവന്നു.

അയാൾക്കുപിന്നിൽ ഒരു സൈന്യംപോലെ ഗുണ്ടകൾ മാളികയെ ലക്ഷ്യമാക്കി പാഞ്ഞുവന്നു.

വെള്ളിടി വെട്ടിയതുപോലെ നടുങ്ങി നില്ക്കുകയായിരുന്നു ആലീസും രാജനും. ഒരു ചീട്ടുകൊട്ടാരംപോലെ എല്ലാം തകർന്നുവീണിരിക്കുന്നു. ആലീസിന്റെ അച്ചരന്റെ കണ്ണിൽപ്പെട്ടാൽ അതോടെ എല്ലാം തീർന്നു. ഏതുവിധേനയും എങ്ങോട്ടെങ്കിലും രക്ഷപ്പെട്ടാൽ മതി.

ആലീസിനെ വലിച്ചുകൊണ്ട് രാജൻ ധൃതിയിൽ ഇടനാഴിയിലൂടെ ഓടി.

അവർ ഓടിപ്പോയതിനു തൊട്ടുപിന്നാലെയാണ് അയ്യപ്പൻകുട്ടി അവിടെയെത്തിയത്.

മുറി ശൂന്യമായിരുന്നതു കണ്ട് അവൻ നടുങ്ങി.

അവൻ ഉറക്കെ വിളിച്ചു, മറുപടിയുണ്ടായില്ല.

അയ്യപ്പൻകുട്ടി വേവലാതിയോടെ അതിവേഗം ഇടനാഴിയിലൂടെ ഓടി.

ബഹളങ്ങൾക്കിടെ ഡിസിൽവയുടെ ഗുണ്ടകളെ തട്ടിത്തെറിപ്പിച്ചു കൃഷ്ണൻകുട്ടി മീനാക്ഷിയേയും കൊണ്ട് പാഞ്ഞുവരുന്നതിനിടയിലാണ് ഹാളിലേക്ക് ഇരമ്പിക്കയറി വരുന്ന ആ വലിയ പടയെ കണ്ടത്.

അതിനു മുന്നിൽ തോമസ് സക്കറിയായെ കണ്ടപ്പോൾ കൃഷ്ണൻകുട്ടി ഞെട്ടി. അവനും മീനാക്ഷിയും സഡൻബ്രേക്കിട്ടതുപോലെ അവിടെ നിന്നു. പാഞ്ഞു വന്ന തോമസ് സക്കറിയായും കൂട്ടരും മാളികയിലെ ആൾക്കൂട്ടത്തെ കണ്ടു പകച്ചുപോയി.

ജോണിക്കുട്ടി പറഞ്ഞിട്ടാണ് ഇങ്ങോട്ടോടി വന്നത്. ഇവന്മാരൊക്കെ കൃഷ്ണൻകുട്ടിയുടെ ആൾക്കാരായിരിക്കും! തങ്ങളെത്തല്ലാൻ കൂലിക്ക്നിർത്തിയിരിക്കുന്നതാണ് ഇവന്മാരെയൊക്കെയെന്ന് തോമസ് സക്കറിയാ തിരിച്ചറിഞ്ഞു.

പകച്ചു നിൽക്കുന്ന കൂട്ടാളികളോട് തോമസ് സക്കറിയാ ഗർജ്ജിച്ചു.

"അടിച്ചു പൊട്ടീരടാ, എല്ലാ അവന്മാരെയും!"

ആളുകൾ അടിതുടങ്ങി.

ഏതാണീ പുതിയ അവതാരങ്ങൾ എന്നു പകച്ചു നിൽക്കുകയായിരുന്നു ഡിസിൽവയുടെ ഗുണ്ടകൾ.

പുറത്ത് അടി വീണപ്പോൾ പിന്നെയൊന്നും ചിന്തിച്ചു നിൽക്കാതെ കണ്ണും മൂക്കും അടച്ചുപിടിച്ച് അടി തുടങ്ങി.

കുരുക്ഷേത്ര യുദ്ധക്കളംപോലെയായി ഇട്ടുണ്ണൂലിയമ്മയുടെ മാളിക.

“എവിടെയാടാ ആ പീറ കൃഷ്ണൻകുട്ടി?" തോമസ് സക്കറിയ അലറി.

"തോമസ് സക്കറിയായോട് അടിച്ചു ജയിക്കാമെന്ന്നീയാഗ്രഹിക്കുന്നുണ്ടെങ്കിൽ നീ ചെവിയേൽ നുള്ളിക്കോ നിന്നെക്കൊണ്ടു ഞാൻ നക്ഷത്രമെണ്ണിക്കും!'"

തോമസ് സക്കറിയാ നാലുപാടും പരതി.

കൃഷ്ണൻകുട്ടി, മീനാക്ഷിയെ വലിച്ചുകൊണ്ട് ഇരുണ്ട ഒരു മൂലയിലേക്ക് തെന്നിമാറി. ചിരിക്കണോ കരയണോ എന്ന അവസ്ഥയിലായിരുന്നു അവർ.

തോമസ് സക്കറിയായുടെ വെല്ലുവിളികേട്ട് കൃഷ്ണൻകുട്ടി ചെവിയിൽ തെരുപ്പിടിച്ചു. എല്ലാം കുളമായി. തോമസ് സക്കറിയായ്ക്കു വരാൻ കണ്ട സമയം! ഒരു കണക്കിനു നന്നായി. ഡിസിൽവയുടെ ആൾക്കാരെ പിടിച്ചടിക്കാൻ ആരെങ്കിലും വേണ്ടേ? തല്ലട്ടെ! രണ്ടു കൂട്ടരും തമ്മിൽ തല്ലിയങ്ങു ചത്താൽ തങ്ങൾ രക്ഷപ്പെടുമല്ലോ

കൃഷ്ണൻകുട്ടി നെടുവീർപ്പിട്ടു.

ഈ പോലീസുകാരവിടെയെന്തെടുക്കുകയാണ്? ഇവന്മാരെയൊന്നും ഒരു കാര്യത്തിലും വിശ്വസിക്കരുത്. ഉണ്ണാക്കന്മാർ! ഡിസിൽവായുടെ ആൾക്കാരും തോമസ് സക്കറിയായുടെ ഗുണ്ടകളും തമ്മിൽ ഹാളിൽ പൊരിഞ്ഞ അടി നടക്കുന്നതു കണ്ടപ്പോൾ

കൃഷ്ണൻകുട്ടിക്കു രക്തം തിളച്ചു. അവൻ കൈകൾ കുമ്പിൾപോലെ ചേർത്ത് ഉറക്കെ കൂവി വിളിച്ചു.

"അച്ചായാ!"

മാളികയിൽ മുഴങ്ങിയ ആ വിളി കേട്ടപ്പോൾ തോമസ് സക്കറിയാക്കു വിറളിപിടിച്ചു.

27

തോമസ് സക്കറിയാ, മാളികയിലെ ബഹളങ്ങൾക്കിടയിലൂടെ വെട്ടു കൊണ്ട പോത്തിനെപ്പോലെ ഓടി..

“എടാ കൃഷ്ണൻകുട്ടി, നീയെവിടെയുണ്ടെങ്കിലും നിന്നെ ഞാൻപൊക്കും!‘

അയാൾ ആക്രോശിച്ചു. കൃഷ്ണൻകുട്ടി ഒരദൃശ്യരൂപിയെപ്പോലെ ഉറക്കെ ചിരിച്ചു. മീനാക്ഷി, ഉത്ക്കണ്ഠയോടെ അയാളെ നോക്കി. അയാൾ അവളെ നോക്കി കണ്ണിറുക്കി കാണിച്ചു.

ബഹളങ്ങൾക്കിടയിൽ ഭൈരവന് എന്തൊക്കെയാണ് ചെയ്യേണ്ടതെന്ന് ഒരു പിടിയും കിട്ടിയില്ല. ആരെയാണ് തല്ലേണ്ടതെന്ന് ആശയക്കുഴപ്പം വന്നപ്പോൾ തൊട്ടു മുന്നിൽ കണ്ടവന്മാരെയൊക്കെപ്പിടിച്ചു തല്ലി..

ശേഖറിനോടും ഡിസിൽവയോടും ഒറ്റയ്ക്കു നിന്ന് എതിർക്കുകയായിരുന്നു ഭാർഗ്ഗവൻ. പൂജാദ്രവ്യങ്ങളൊക്കെ നിലത്തു ചിതറിക്കിടന്നു.

വിയർത്തു കുളിച്ച ഭാർഗ്ഗവൻ ഒരു നിലവിളക്കു പൊക്കിയെടുത്ത് ശേഖറിനു നേർക്കെറിഞ്ഞു. ശേഖർ ഒഴിഞ്ഞു മാറിയിട്ട്, ഭാർഗ്ഗവനെ വാതിൽ തുറന്ന് ഹാളിലേക്ക് തൂക്കിയെറിഞ്ഞു. ഭാർഗ്ഗവൻ ആരുടെയൊക്കെയോ മേലേയ്ക്കു വീണു.

മുകൾ നിലയിൽ, ഈ സമയം ആലീസും രാജനും വിജനമായ ഇടനാഴികളിലൂടെ ഓടുകയായിരുന്നു. ഏതു വഴി പോയി രക്ഷപ്പെടണമെന്ന്അവർക്ക് ഒരു നിശ്ചയവുമില്ലായിരുന്നു. അവരെ അന്വേഷിച്ചുകൊണ്ട് അയ്യപ്പൻകുട്ടി മറ്റേതോക്കെയോ ഇടനാഴികളിലൂടെ പാഞ്ഞു.

ഡിസിൽവയുടെ ഗുണ്ടകളിൽ രണ്ടുപേർ ആലീസിന്റെയും രാജന്റെയും വഴി തടഞ്ഞുകൊണ്ട് ഇടനാഴിയിൽ നിന്നു.

ആലീസിന്റെ നൈറ്റ് ഗൗണിൽ അവരുടെ കണ്ണുകൾ പരതി.

അത്ഭുതങ്ങൾ ഇങ്ങനെ കാത്തു നിൽക്കുന്നുണ്ടെന്ന് അവർ സ്വപ്നത്തിൽ വിചാരിച്ചിരുന്നില്ല.

ആലീസും രാജനും പിന്നോക്കം നീങ്ങാൻ ഭാവിക്കവെ ഗുണ്ടകൾ ആലീസിനെ കയറിപ്പിടിച്ചു.

രാജൻ അവരിലൊരുവനെ തൊഴിച്ചു.

അവൻ തെറിച്ചുപോയപ്പോൾ അപരൻ ആലീസിനെ വിട്ട് രാജനു നേരെ തിരിഞ്ഞു. അവന്റെ അടിയേറ്റു രാജൻ വട്ടം കറങ്ങി വീണു. നിലത്തുവീണുകിടന്ന രാജനെ കാലുയർത്തി ചവിട്ടി. പിന്നീടയാൾ ആലീസിനു നേർക്കു തിരിഞ്ഞപ്പോഴേയ്ക്കും കൊടുങ്കാറ്റുപോലെ പാഞ്ഞുവന്ന അയ്യപ്പൻകുട്ടി വായുവിൽ കുതിച്ചുയർന്ന് അയാളെ ചവിട്ടി. അയാൾ ഓരാർത്തനാദത്തോടെ തറയിൽ തെറിച്ചുവീണു. ആലീസ് ഉറക്കെ കരഞ്ഞു. രാജൻപിടഞ്ഞെഴുന്നേറ്റു. അയ്യപ്പൻകുട്ടിയെ കണ്ട് ആലീസിനും രാജനും ആശ്വാസമായി.

അയ്യപ്പൻകുട്ടി അവരോടെന്തൊക്കെയോ പറയാനാഞ്ഞപ്പോഴേക്കും ഗുണ്ടകൾ ഒരലർച്ചയോടെ പിന്നിൽനിന്നും പാഞ്ഞു വന്നു. അയ്യപ്പൻകുട്ടിയും രാജനും അവർക്കു നേരെ തിരിഞ്ഞു.

ഡിസിൽവ ചിതറിക്കിടക്കുന്ന ഭാണ്ഡങ്ങൾക്കിടയിൽ നിന്ന് ആ താക്കോൽക്കൂട്ടം കണ്ടെടുത്തു.

അയാളുടെ ചുണ്ടുകളിൽഒരു ചിരി മിന്നിമറഞ്ഞു.

തോമസ് സക്കറിയായുടെ ഗുണ്ടകളും ഡിസിൽവയുടെ ഗുണ്ടകളും തമ്മിലടിക്കുന്നത് കൃഷ്ണൻകുട്ടി ശ്വാസമടക്കിപ്പിടിച്ച് നോക്കി നിന്നു. അവന്റെ തൊട്ടുമുന്നിൽ തോമസ് സക്കറിയാ ശേഖറെ അടിച്ചു വിഴ്ത്തി.

കൃഷ്ണൻകുട്ടി മീനാക്ഷിയെയും കൊണ്ട് ഇരുളിലേക്കൊതുങ്ങിനിന്നു.

തോമസ് സക്കറിയാ, ശേഖറെ നിലത്തിട്ടു ചവിട്ടി മെതിച്ചു. ശേഖർ, തോമസ് സക്കറിയായുടെ കാൽക്കീഴിൽ ഞെരിഞ്ഞമർന്നു കിടന്ന് പുളഞ്ഞു.

അസഹനീയമായ വേദനയോടെ അയാൾ ഒന്നു കുതിച്ചു. തോമസ് സക്കറിയ നില തെറ്റി താഴേയ്ക്കു തെറിച്ചുവീണു. ആ അവസരം മുതലാക്കിശേഖർ ചാടിയെഴുന്നേറ്റു. അയാൾ വൈരാഗ്യത്തോടെ എന്തോ പുലമ്പിക്കൊണ്ട് തിളങ്ങുന്ന ഒരു കത്തി ബെൽറ്റിനിടയിൽ നിന്ന് വലിച്ചൂരിയെടുത്ത്തോമസ് സക്കറിയായ്ക്കു നേരെ കുതിച്ചു.

മലർന്നു കിടക്കുകയായിരുന്ന തോമസ് സക്കറിയായയക്കെന്തെങ്കിലും ചെയ്യാനാകുന്നതിനു മുമ്പേ ശേഖർ അയാൾക്കു മേലേക്ക് ചാടി വീണു കത്തിയുയർത്തി. അത് തോമസ് സക്കറിയായുടെ വാരിയെല്ലുകൾക്കിടയിലേക്ക് പാഞ്ഞു കയറുന്നതിനു തൊട്ടു മുമ്പേ അപകടം മണത്തറിഞ്ഞ കൃഷ്ണൻകുട്ടി ഇരുളിൽ നിന്ന് ഒരു ഈറ്റപ്പുലിയെപ്പോലെ കുതിച്ചു വന്ന് കത്തി തട്ടിക്കളഞ്ഞു.

തന്റെ തലയരിയാൻ കാത്തു നടക്കുന്ന തോമസ് സക്കറിയാ ശത്രുവെന്നതിലുപരി ആലീസിന്റെ അപ്പച്ചനാണ്! കൃഷ്ണൻകുട്ടി ചിന്തിച്ചത്അങ്ങനെയായിരുന്നു.

തോമസ് സക്കറിയായ്ക്കു മേലേ തരിച്ചു നിന്ന ശേഖറിനെ ഒരു തൊഴിക്ക് കൃഷ്ണൻകുട്ടി ദൂരേക്ക് തെറിപ്പിച്ചു. തോമസ് സക്കറിയാ പകച്ചുപോയി.

കൃഷ്ണൻകുട്ടിയെ ഒരു നോക്കിനുതന്നെ അയാൾ തിരിച്ചറിഞ്ഞിരുന്നു

തന്റെ ജീവനാണിവൻ രക്ഷിച്ചത്! ഒരു നിമിഷം താമസിച്ചിരുന്നെങ്കിൽ താനിപ്പോൾ കാലപുരിയിൽ ചെന്നേനെ!

തോമസ് സക്കറിയാ കിടന്ന കിടപ്പിൽ അമ്പരപ്പോടെയാണ് കൃഷ്ണൻകുട്ടിയെ നോക്കിയത്. ശേഖറിനെ ഇടിച്ചു തെറിപ്പിച്ച ശേഷം കൃഷ്ണൻകുട്ടി തോമസ് സക്കറിയായെ കയ്യിൽ പിടിച്ചുയർത്തി എഴുന്നേൽപ്പിച്ചു.

അയാളുടെ ജുബ്ബയിലെ പൊടി തട്ടിക്കളഞ്ഞുകൊണ്ട് സക്കറിയാ ചിന്തിച്ചത് മറ്റൊന്നുമായിരുന്നില്ല. ഇവന്മാരൊന്നും കൃഷ്ണൻകുട്ടിയുടെ ആൾക്കാരല്ലേ? കൃഷ്ണൻകുട്ടിയുടെ പിന്നിൽ ഒരു പെൺകുട്ടി നിന്നു വിറക്കുന്നുണ്ട്. അത് ഭാർഗ്ഗവന്റെ മകൾ മീനാക്ഷിയാണെന്ന് അയാൾ തിരിച്ചറിഞ്ഞു.

തോമസ് സക്കറിയാ അമ്പരപ്പോടെ കൃഷ്ണൻകുട്ടിയെ നോക്കുന്നതിനിടയിൽ അവൻ ദയനീയമായി തോമസ് സക്കറിയായെ

നോക്കി പുഞ്ചിരിച്ചു. എന്നിട്ട് ബഹളങ്ങൾക്കിടയിലേക്ക് ഇറങ്ങിച്ചെന്ന് ഡിസിൽവയുടെആളുകളെ തിരഞ്ഞുപിടിച്ച് അടിക്കാൻ തുടങ്ങി. തോമസ് സക്കറിയാ മിഴിച്ച കണ്ണുകളോടെ അത് നോക്കി നിന്നു. ഇവിടെ എന്താണു നടക്കുന്നതെന്ന്ഒന്നും മനസ്സിലാകുന്നില്ല!

ഈ സമയം ഗോവണിയിറങ്ങി ഹാളിലേക്കോടി വരികയായിരുന്നു ആലീസും രാജനും അയ്യപ്പൻകുട്ടിയും.

ഒരു യുദ്ധക്കളത്തിലെന്നപോലെഹാളിലെ പൊരിഞ്ഞ അടികണ്ട് അവർ ശ്വാസം നിലച്ച മട്ടിൽ നിശ്ചലരായി നിന്നുപോയി.

ഗോവണിയിൽ ആലീസിനെക്കണ്ട് തോമസ് സക്കറിയാ ഞെട്ടി.

"ആലീസ്" അയാൾ ഉറക്കെ വിളിച്ചു.

അപ്പച്ചനെക്കണ്ട് ആലീസിന്റെയുള്ളിൽ ഒരു കൊള്ളിയാൻ പാഞ്ഞു.

അവൾ ഒരു ഞെട്ടലോടെ രാജന്റെ കൈപിടിച്ച് തിരിഞ്ഞോടാൻ തുടങ്ങുകയായിരുന്നു.

"നിൽക്കെടീ അവിടെ!"

തോമസ് സക്കറിയാ തിക്കിതിരക്കി മുന്നോട്ടു വന്നു.

അപ്പോൾ മാത്രമായിരുന്നു മീനാക്ഷി, ആലീസിനെ കണ്ടത്.

തോമസ്സക്കറിയാ ഉറക്കെ വിളിച്ചതിൽ നിന്ന് അതാണ് ആലീസ് എന്ന് മീനാക്ഷിക്ക്ബോധ്യമായി.

അവൾ നടുങ്ങി. സത്യമെന്തായിരിക്കും?

താൻ തെറ്റുകാരനല്ലെന്ന് കൃഷ്ണൻകുട്ടിയേട്ടൻ ആണയിടുന്നു. അപരിചിതനായ ഒരു ചെറുപ്പക്കാരൻ ആലീസന്റെ കൈപിടിച്ചിട്ടുണ്ട്. പിന്നിൽഅയ്യപ്പൻകുട്ടി പകച്ചു നില്ക്കുന്നു.

ഡിസിൽവ ഏറെ പണിപ്പെട്ട് നിലവറയുടെ പൂട്ട് തുറന്നു. ഏറെ നേരമായി അയാൾ അതു തുറക്കാൻ പരിശ്രമിക്കുകയായിരുന്നു. ശേഖർ അവിടേയ്ക്ക് ഓടി വന്നു.

“തുറന്നു അല്ലേ?”

ശേഖർ ആകാംക്ഷയോടെ ചോദിച്ചു.

“ ഭാഗ്യം, പുറത്തെ എമ്പോക്കികളെ ഒറ്റയെണ്ണത്തിനെ ഇങ്ങോട്ടടുപ്പിക്കരുത്.”

ഡിസിൽവ വിയർപ്പു വടിച്ചുകളഞ്ഞുകൊണ്ടു പറഞ്ഞു.

“അതു ഞാൻ നോക്കിക്കോളാം. സമയം കളയാതെ നിലവറ തുറക്ക്.”

ശേഖർ അക്ഷമനായി.

ഡിസിൽവ ആകാംക്ഷയോടെ ചിത്രപ്പൂട്ടു നീക്കി വാതിൽ, തള്ളിത്തുറന്നു.

നിലവറയ്ക്കകത്തെ കനത്ത ഇരുളിൽ നിന്ന് ഒരു ഹുങ്കാരം കേട്ടു.

ഒരു വലിയ ഗുഹയിൽ നിന്നെന്നതുപോലെ അത് അവർക്കടുത്തേക്കു പാഞ്ഞു വരികയാണ് എന്ന് ഒരു നടുക്കത്തോടെയാണ് അവരറിഞ്ഞത്.

ഡിസിൽവയും ശേഖറും വിറങ്ങലിച്ചു നിന്നു. കാല്ക്കീഴിൽ നിന്ന് മണ്ണിളകുന്നതുപോലെയൊരനുഭവം അവർക്കുണ്ടായി...

കാതുകളിൽ തുളച്ചുകയറുന്ന ഹുങ്കാരത്തിനു പിന്നാലെ തലമരവിപ്പിക്കുന്ന രൂക്ഷഗന്ധവുമായി കറുത്ത പുക ഒരു കൊടുങ്കാറ്റുപോലെ നിലവറക്കുള്ളിൽ നിന്നും തള്ളിക്കയറി വന്ന് അവരെ പൊതിഞ്ഞു.

നിമിഷങ്ങൾക്കകം മുറിക്കുള്ളിൽ തിങ്ങിനിറഞ്ഞ് അത് പുറത്തേക്കു വമിച്ചു.

പ്രാണവായു കിട്ടാതെ ശേഖറും ഡിസിൽവയും മരണപരാക്രമത്തോടെ പരസ്പരം മാന്തിക്കീറി.

അവരുടെ കണ്ണുകൾക്കു മുന്നിൽ കറുത്ത പുകയുടെ പടലം മാത്രമേ ഉണ്ടായിരുന്നുള്ളു. കണ്ണുകൾ ചുട്ടുപൊള്ളി.

അവരിരുവരും ഒരു ലക്ഷ്യംവച്ചാണ് വാതിൽക്കലേക്കോടിയത്.

ഹാളിലുണ്ടായിരുന്നവർ വലിയൊരു നടുക്കത്തോടെയാണ് തിങ്ങി നിറയുന്ന കറുത്ത പുകയുടെ ഹുങ്കാരം കേട്ടത്. അപ്പോഴേയ്ക്കും എല്ലാവരുംതന്നെ ശ്വാസം മുട്ടി ചുമച്ചു തുടങ്ങിയിരുന്നു. രൂക്ഷഗന്ധം മനം മടുപ്പിച്ചുകൊണ്ട് മൂക്കിലേയ്ക്കു തുളഞ്ഞു കയറി.

കരി പുരണ്ട രണ്ടു കറുത്ത രൂപങ്ങൾ മാളികയ്ക്കു പുറത്തേക്ക്പ്രാണരക്ഷാർത്ഥം നിലവിളിച്ചുകൊന്ട് ഓടിപ്പോയി. അത് ശേഖറും ഡിസിൽവയുമായിരുന്നു.

പകച്ചുപോയ കൃഷ്ണൻകുട്ടി പാഞ്ഞു വന്ന് മീനാക്ഷിയെ വലിച്ചു കൊണ്ട് പുറത്തേക്കോടുന്നതിനിടയിൽ വിളിച്ചു പറഞ്ഞു:

"അയ്യപ്പൻകുട്ടീ, ആലീസേ, രാജാ ഓടിക്കോടാ!"

നിലവിളിച്ചുകൊണ്ട് എല്ലാവരും മാളികയ്ക്കു പുറത്തേക്ക് ആർത്തിരമ്പിയിറങ്ങി.

"എല്ലാം മുടിപ്പിച്ചില്ലേടാ മഹാപാപികളേ! ഭരദേവതകൾ കോപിച്ചിരിക്കുകയാണ്"

ഭാർഗ്ഗവന്റെ ദയനീയമായ ശബ്ദം ബഹളങ്ങൾക്കിടയിൽ എവിടെ നിന്നോ മുഴങ്ങി...

ആ സമയത്ത്, സൈറൺ മുഴക്കിക്കൊണ്ട പോലീസ് വാഹനങ്ങൾ പുറത്ത് സഡൻ ബ്രേക്ക് ചെയ്തു. ഡിസിൽവയും ശേഖറും ചെകുത്താനും കടലിനും ഇടയിൽപ്പെട്ടതുപോലെ വിളറി നിന്നു.

ഗുണ്ടകൾ നിലവിളിയോടെ ചിതറിയോടി.

"ഒരൊറ്റയെണ്ണം ഓടരുത്!"

സർക്കിൾ ഇൻസ്പെക്ടർ അലറിക്കൊണ്ട് ജീപ്പിൽനിന്ന് ചാടിയിറങ്ങി.

കാക്കിപ്പട മലവെള്ളംപോലെ പടിപ്പുര കടന്നു പാഞ്ഞു.

"എല്ലാത്തിനെയും പൊക്കിയെടുത്ത് വണ്ടിയിലിടു.""

സി. ഐ. ആജ്ഞാപിച്ചു.

ശേഖറും ഡിസിൽവയും ഓടി.

അവരുടെ ഗുണ്ടകളും തോമസസക്കറിയായുടെ ആൾക്കാരും എങ്ങോട്ടെന്നില്ലാതെ പാഞ്ഞു. പോലീസ് അവരെ പിന്തുടർന്നു ലാത്തി പ്രയോഗം നടത്തി.

ബഹളങ്ങൾക്കിടയിൽ നിന്നൊഴിഞ്ഞ് കൃഷ്ണൻകുട്ടി മീനാക്ഷിയുടെകൈപിടിച്ച് മുറ്റത്തിന്റെ ഒരു മൂലയിലേക്ക് പോയി. അതുവരെ അടക്കിപ്പിടിച്ചുകൊണ്ടിരുന്ന ദുഃഖം അയാളിൽ അണപൊട്ടിയൊഴുകുകയായിരുന്നു. ആലീസും രാജനും അയ്യപ്പൻകുട്ടിയും അവർക്കടുത്തേക്ക് ഓടിവന്നു. തോമസ് സക്കറിയായും പിന്നാലെ ഓടിയെത്തി ആക്രോശിച്ചു.

"എടീ ഒരുമ്പെട്ടവളേ, അവിടെ നിൽക്ക് നീ.."

ആലീസ് നിലവിളിച്ചുകൊണ്ട് രാജനു പിന്നിലേക്കൊതുങ്ങി,.

തോമസ് സക്കറിയാ പാഞ്ഞു വന്ന് ആലീസിനെ വലിച്ചു മാറ്റി നിർത്തി അവളുടെകരണത്തടിച്ചു.

മീനാക്ഷി, കൃഷ്ണൻകുട്ടിയുടെ മുഖത്തേക്കു നോക്കി. അയാൾ ചലിച്ചില്ല.

പടിപ്പുര കടന്ന് ഓടി വരികയായിരുന്ന പങ്കജാക്ഷിയമ്മയും ഭാനുമതിയമ്മയും ജാനകിയും ആ കാഴ്ച കണ്ടു.

കൃഷ്ണൻകുട്ടി കല്യാണം കഴിച്ചെന്നു പറഞ്ഞ, ഫോട്ടോയിൽ കണ്ട അതേ പെണ്ണ്! അവർ തരിച്ചു നിന്നു.

ഭാർഗ്ഗവനും ഭൈരവനും സ്തബ്ധതയോടെയാണ് മുന്നിലേക്കു വന്നത്. തോമസ് സക്കറിയായുടെ മകൾ ആലീസ്! പങ്കജാക്ഷിയമ്മ, കൃഷ്ണൻകുട്ടിക്കരികിൽ മീനാക്ഷിയെ കണ്ടു. അവർ അങ്കലാപ്പോടെ ഓടിയടുക്കുമ്പോൾ തോമസ് സക്കറിയാ ഒരിക്കൽക്കൂടി ആലീസിനെ തല്ലി.

രാജൻ ഉശിരോടെയാണ് തോമസ് സക്കറിയായുടെ കൈകളിൽ കയറിപ്പിടിച്ചത്.

തോമസ് സക്കറിയാ ഞെട്ടലോടെ രാജനെ നോക്കി. മറ്റെല്ലാക്കണ്ണുകളും അപരിചിതനായ ആ ചെറുപ്പക്കാരനിൽ കേന്ദ്രീകരിച്ചു.

"ആലീസിനെ തൊട്ടുപോകരുത്!"

രാജൻ പല്ലുഞെരിച്ചുകൊണ്ട് പറഞ്ഞു.

തോമസ് സക്കറിയായുടെ കണ്ണുകൾ ഇടുങ്ങി.

"നീയാരാടാ ചെറ്റേ എന്റെ മകളെ തൊടരുതെന്നു പറയാൻ?"

അയാൾ ആക്രോശിച്ചു.

“അവൾ എന്റെ ഭാര്യയായതുകൊണ്ട്. അവളുടെ അച്ഛനായാൽപ്പോലും എന്റെ ഭാര്യയെ തല്ലിയാൽ ആ കൈ ഞാൻ വെട്ടും!"

രാജന്റെ തീപാറുന്ന വാക്കുകൾ ഒരു ഇടിത്തീപോലെയാണ് കേട്ടുനിന്നവർക്ക് അനുഭവപ്പെട്ടത്.

മീനാക്ഷി നടുക്കത്തോടെ കൃഷ്ണൻകുട്ടിയെ നോക്കി..

28

ആലീസിന്റെ കൈ പിടിച്ച് രാജൻ അതു പറഞ്ഞപ്പോൾ സക്കറിയാ പകച്ചുപോയി. കൃഷ്ണൻകുട്ടിയല്ല; രാജനാണ് ആലീസിനെ വിവാഹം കഴിച്ചിക്കുന്നത്. എന്തൊരു മറിമായമാണിത്? കൃഷ്ണൻകുട്ടി നിസ്സംഗതയോടെ തലകുനിച്ചു നിൽക്കുകയായിരുന്നു. ഭാർഗവനും പങ്കജാക്ഷിയമ്മക്കും ഹൃദയം ഉരുകിപ്പോകുന്നതുപോലെ തോന്നി. ജാനകി നിലവിളിച്ചുകൊണ്ട് തോമസ് സക്കറിയായുടെ ജൂബ്ബായിൽകുത്തിപ്പിടിച്ചു.

"എടാ നീചാ, എന്റെ മോനെ നാട്ടുകാരുടെ മുന്നിൽ നീ നാണം കെടുത്തിയില്ലേടാ? തന്റെ മോളെ എന്റെ മോൻ കൃഷ്ണൻകുട്ടി തട്ടിക്കൊണ്ടുവന്നു കല്യാണം കഴിച്ച് ഒളിപ്പിച്ചു വച്ചിരിക്കുകയാണെന്ന് നീ പറഞ്ഞു നടന്നില്ലേ? എന്തിനായിരുന്നെടാ ഈ നാടകമെല്ലാം.'"

തോമസ് സക്കറിയാക്ക് നടുക്കം വിട്ടുമാറിയിട്ടില്ലായിരുന്നു. ഭൈരവൻ അയാളുടെ പിന്നിലേക്കു വലിഞ്ഞു.

"ഒളിക്കേണ്ട ചെറിയാങ്ങളേ, ഇതിനു തനിക്ക് ഈശ്വരൻ മാപ്പുതരില്ല!എന്റെ മോൻ തീ തിന്നുകയായിരുന്നു. അതിനു ഞാനും കൂട്ടുനിന്നല്ലോ എന്റീശ്വരാ" ജാനകി തലയിൽ ആഞ്ഞു തല്ലി.

ആലീസും രാജനും പരസ്പരം നോക്കി. അവർക്കൊന്നും മനസ്സിലായില്ല. കൃഷ്ണൻകുട്ടിയുടെ കയ്യിൽ മീനാക്ഷി മുറുകിപ്പിടിച്ചു. അവൻ അവളുടെ കൈ വിടുവിച്ചു കളഞ്ഞു. മീനാക്ഷി വിതുമ്പി. പാവം കൃഷ്ണൻകുട്ടിയേട്ടനെ തെറ്റിദ്ധരിച്ചു! എല്ലാം ഒരു നിമിഷം കൊണ്ടായിരുന്നു.

കൃഷ്ണൻകുട്ടി, ഗൗരവത്തോടെ രാജനെപ്പിടിച്ചു മുന്നിൽ നിറുത്തി. എന്നിട്ട് തോമസ് സക്കറിയായോടു പറഞ്ഞു

"ഇത് രാജൻ. ആലീസിനെ രജിസ്റ്റർ മാര്യേജ് ചെയ്തു. കാഞ്ഞിരത്തുങ്കൽ വർഗീസ് അവറാച്ചന്റെ ഏകമകനാണു രാജൻ. നിയമപരമായി ഇനി ആർക്കും ഇവരെ പിരിക്കാനാവില്ല. സാക്ഷികളായി ഒപ്പിട്ടുകൊടുത്തിരിക്കുന്നത് ഞാനും ഈ നിൽക്കുന്ന അയ്യപ്പൻകുട്ടിയുമാണ്. കഴിഞ്ഞ രണ്ടാഴ്ചയായി ഇവരെ ഇട്ടുണ്ണൂലിയമ്മയുടെ ഈ മാളികയിൽ ഞങ്ങൾ ഒളിപ്പിച്ചു വച്ചിരിക്കുകയായിരുന്നു. അതിന്റെ പേരിൽ വേണമെങ്കിൽ മിസ്റ്റർ തോമസ് സക്കറിയാക്ക് എന്റെ തലയെടുക്കാം. എന്താ!"

കൃഷ്ണൻകുട്ടി പറഞ്ഞു നിർത്തിയപ്പോൾ തോമസ് സക്കറിയാആവേശത്തോടെ രാജനോടു ചോദിച്ചു:

"കാഞ്ഞിരത്തുങ്കൽ വറുഗീസ് അവറാച്ചന്റെ മകനാണോ നീയ്?

"അതെ!"

രാജന്റെ മറുപടി കനപ്പിച്ചായിരുന്നു.

"എങ്കിലിതു നേരത്തെ പറഞ്ഞുകൂടായിരുന്നോടാ കഴുവർട മകനേ? നിങ്ങളു തമ്മിൽ പ്രേമമാണെന്ന് ഒരു വാക്കിവൾ എന്നോടു മിണ്ടിയിരുന്നെങ്കിൽ...?"

തോമസ് സക്കറിയാ പൊട്ടിച്ചിരിച്ചു. ആലീസും രാജനും എന്താണു വേണ്ടതെന്നറിയാതെ കൃഷ്ണൻകുട്ടിയെ നോക്കി. കൃഷ്ണൻകുട്ടി വേദനയോടെ പുഞ്ചിരിച്ചു. ആലീസിനുംരാജനും മനസ്സു തുറന്നൊന്നു ചിരിക്കാൻ പറ്റിയില്ല. തോമസ് സക്കറിയാ പശ്ചാത്താപത്തോടെയാണ് കൃഷ്ണൻകുട്ടിയെ നോക്കിയത്. അയാൾ ദുഃഖത്തോടെ അടുത്തേയ്ക്ക് ചെന്ന് അവന്റെകൈകൾ കൂട്ടിപ്പിടിച്ചു.

"എന്നോടു ക്ഷമിക്കെടാ മോനേ നീ! നീ നല്ലവനാ. നീയെന്റെ ജീവൻ രക്ഷിച്ചു! എന്റെ മോൾക്കുവേണ്ടി നീയെന്തൊക്കെയാ സഹിച്ചത്. ഇങ്ങനെയും സുഹൃത്തുക്കളുണ്ടെന്ന് ഞാനാദ്യമായിട്ടാ അറിയുന്നത്. തോമസ് സക്കറിയാ ഇതൊരിക്കലും മറക്കില്ല കൃഷ്ണൻകുട്ടീ"

അയാളുടെ കണ്ണുകൾ നനഞ്ഞു.

കൃഷ്ണൻകുട്ടി കണ്ണീരിന്റെ നനവിലൂടെ ചെറുതായൊന്നു ചിരിച്ചു.

"ഇതെല്ലാം ഒപ്പിച്ചത് ആ ഭൈരവനാ! എവിടെപ്പോയി അയാള്?"

തോമസ് സക്കറിയാ നാലുപാടും പരതി.

ഭൈരവൻ ഓടിവന്ന് കൃഷ്ണൻകുട്ടിയെ കെട്ടിപ്പിടിച്ചു കരഞ്ഞുകൊണ്ട് പറഞ്ഞു.

“ക്ഷമിക്കെടാ കൃഷ്ണൻകുട്ടീ. ഒരു ഫോട്ടോ പറ്റിച്ച പണിയാണ്. ആ ഫോട്ടോയെവിടേടോ..?”

തോമസ് സക്കറിയാ ജുബ്ബയുടെ പോക്കറ്റിൽ നിന്ന് ആ ഫോട്ടോയെടുത്തു.

കൃഷ്ണൻകുട്ടി അത് ആദ്യമായി കാണുകയായിരുന്നു. അവൻ ഞെട്ടിപ്പോയി!

ഫോട്ടോ കണ്ട ആലീസും രാജനും ചിരിയമർത്തുന്നത് കണ്ടു.

“തനിക്കിതെവിടുന്നാ കിട്ടിയത്?"

തോമസ് സക്കറിയാ ഭൈരവനോടു ചോദിച്ചു.

“ഒരു ദിവസം രാത്രി ഞാൻ മാളിക്കകത്തു പെട്ടുപോയി. അന്ന് അവിടെ നിന്ന് കൃഷ്ണൻകുട്ടിയുടെ ബാഗു കിട്ടി. അതിനുള്ളിലുണ്ടായിരുന്ന ഫോട്ടോയാ ഇത്.”

ഭൈരവൻ വിശദീകരിച്ചു. കൃഷ്ണൻകുട്ടി അന്തം വിട്ടു.

“ആ ഫോട്ടോയെ പറ്റി പറഞ്ഞാൽ, അതൊരു വലിയ കഥയാ."

അയ്യപ്പൻകുട്ടി ആ കഥ പറയാൻ മുന്നിലേയ്ക്കു വന്നു.

“ആലീസിന്റെയും രാജന്റെയും മാര്യേജ് രജിസ്റ്റർ ചെയ്യുന്ന സമയത്ത് ഫോട്ടോകളെടുത്തത് പരിചയക്കാരനായ സണ്ണിയാണ്! അവൻ അസ്സലൊരുപൊട്ടനാ! ദാ ഇതു നോക്ക്...”

അയ്യപ്പൻകുട്ടി പോക്കറ്റിൽ നിന്ന് അവരുടെ കല്യാണസമയത്തെ മൂന്നു നാലു ഫോട്ടോകളെടുത്തു കാണിച്ചു."

എല്ലാവരും അതു കണ്ടു. വധൂവരന്മാരായി നില്ക്കുന്ന ആലീസും രാജനുമായിരുന്നു അതിലെല്ലാം. കൃഷ്ണൻകുട്ടിയും അയ്യപ്പൻകുട്ടിയും അവരുടെ തൊട്ടുപിന്നിൽ വിവിധ പോസുകളിൽ നിൽക്കുന്നു.

"രാജനും കൃഷ്ണൻകുട്ടിക്കും ഒരേ വേഷം. വെള്ള ഷർട്ടും വെള്ളമുണ്ടും. മണവാളൻ മാറിപ്പോകുമെന്ന് ഞാനന്നേ പറഞ്ഞതാ! എല്ലാവരും തമാശയാക്കിക്കളഞ്ഞു. പിന്നെയെന്താ ഉണ്ടായത്? മാര്യേജ് രജിസ്റ്റർ ചെയ്തു കഴിഞ്ഞ് ബൊക്കയും പൂമാലയും രാജനു കൈമാറുന്നതിനു വേണ്ടി കൃഷ്ണൻകുട്ടി എടുത്തു പിടിച്ചു. ആ സമയത്താണ് സണ്ണി ക്യാമറ ക്ലിക്ക്ചെയ്തത്! പൊട്ടീരു കൊടുക്കേണ്ടത് ആ സണ്ണിക്കിട്ടാണ്! ഫോട്ടോകളുടെ പ്രിന്റ് കിട്ടിയപ്പോൾത്തന്നെ ആ ഫോട്ടോ ഞാൻ മാറ്റി കൃഷ്ണൻകുട്ടിയുടെ

ബാഗിലിട്ടു. അവനതറിഞ്ഞില്ല. അവനെ ഒന്നു ഞെട്ടിക്കണമെന്നായിരുന്നുഞാൻ കരുതിയത്. പക്ഷേ, ഇവൻ മാളികയിൽ ആലീസിനെയും രാജനെയും എത്തിച്ച രാത്രിയിൽ ഇവന്റെ ബാഗ് മാളികയിൽ വച്ച നഷ്ടപ്പെട്ടു. അത് ഈ രീതിയിൽ കലാശിക്കുമെന്ന് ആരും കരുതിയില്ല."

അയ്യപ്പൻകുട്ടി പറഞ്ഞു നിർത്തിയപ്പോൾ മൂകരായിരുന്നു എല്ലാവരും. കൃഷ്ണൻകുട്ടിയെ കൊള്ളരുതാത്തവനാക്കി മുദ്രകുത്തിയത് ഒരു നിമിഷം കൊണ്ടായിരുന്നു. എല്ലാവർക്കും അതികഠിനമായ പശ്ചാത്താപംതോന്നി. ജാനകി കണ്ണീരൊപ്പി. തോമസ് സക്കറിയാക്ക് എന്തു പറയണമെന്ന് അറിയില്ലായിരുന്നു. അയാൾ ബുദ്ധിമോശംകൊണ്ട് തല കുടഞ്ഞു.

മീനാക്ഷി വിതുമ്പിക്കരഞ്ഞു. ഒരു തെറ്റും ചെയ്തിട്ടില്ലാത്ത തന്റെ കൃഷ്ണൻകുട്ടിയേട്ടനോട് എത്ര നികൃഷ്ടമായാണ് താൻ പെരുമാറിയതെന്ന് ഓർത്തപ്പോൾ അവളുടെ നെഞ്ചകം വിങ്ങി. പാപിയാണ് താൻ. സ്നേഹിക്കുന്നവരെ അവിശ്വസിക്കുന്ന മഹാപാപി! മീനാക്ഷി സ്വയം ശപിച്ചു.

"കൃഷ്ണൻകുട്ടീ.."

ഭാർഗവനും പങ്കജാക്ഷിയമ്മയും കരഞ്ഞുകൊണ്ട് മുന്നോട്ടു വന്നു.

കൃഷ്ണൻകുട്ടി ഒരു കയ്യുയർത്തി അവരെ തടഞ്ഞു.

എന്നിട്ട് മീനാക്ഷിയെ പിടിച്ചുവലിച്ച് അവരുടെ മുന്നിലേക്ക് നീക്കി നിറുത്തി. എന്നിട്ടു പങ്കജാക്ഷി യമ്മയുടെ മുഖത്തേക്ക് തറച്ചുനോക്കി.

"ജീവനോടെയുണ്ട് നിങ്ങളുടെ മകൾ. പൂർവ ജന്മത്തിൽ സുകൃതം ചെയ്തിട്ടുള്ളതുകൊണ്ട് എനിക്കവളുടെ ശവം തിന്നേണ്ടിവന്നില്ല! കൊണ്ടു പൊയ്ക്കോ നിങ്ങളുടെ മകളെ...'

കൃഷ്ണൻകുട്ടി വിതുമ്പിപ്പോയി.

ആശങ്കയോടെയാണ് മീനാക്ഷി കൃഷ്ണൻകുട്ടിയുടെ മുഖത്തേക്ക് നോക്കിയത്. മുഖത്തടിയേറ്റതുപ്പോലെ തോന്നി പങ്കജാക്ഷിയമ്മയ്ക്ക്. ഭാർഗ്ഗവൻ വിളറി നിന്നു.

"മോനേ!"

ജാനകി ഇടർച്ചയോടെ വിളിച്ചു.

"ഒരക്ഷരം മിണ്ടിപ്പോകരുത്.'

കൃഷ്ണൻകുട്ടി അടക്കിയ ശബ്ദത്തിൽ താക്കീതു ചെയ്തു. മീനാക്ഷി, തുടിക്കുന്ന ഹൃദയത്തോടെ അവനെ നോക്കി നിൽക്കുകയായിരുന്നു. പക്ഷേ കൃഷ്ണൻകുട്ടി അതു കണ്ടില്ലെന്നു നടിച്ച് മുഖം തിരിച്ച് പതുക്കെ നടക്കാൻ തുടങ്ങി. ഹൃദയത്തിൽ ഒരു മുള്ളു കുത്തിയിറക്കിയതുപോലെ തോന്നി മീനാക്ഷിക്ക്. പൊടുന്നനെ പടിപ്പുരയിൽ ഒരു അംബാസഡർ കാറ് വന്നുനിന്നു. എല്ലാവരും ആകാംക്ഷയോടെ നോക്കി നിൽക്കുമ്പോൾ രണ്ടുപേർ ആ കാറിൽ നിന്നിറങ്ങി. ഒരു സ്ത്രീയും ഒരു പുരുഷനും!

ഭൈരവൻ ഞെട്ടിപ്പോയി.

ഭാനുമതിയമ്മയും ഞെട്ടി.

അത് ആനന്ദിയും ബാലനുമായിരുന്നു.

പൊട്ടിക്കരഞ്ഞുകൊണ്ട് അവർ പടിപ്പുരകടന്ന് ഓടിവന്നു...

അവരിരുവരും ഭൈരവന്റെയും ഭാനുമതിയമ്മയുടെയും കാലുകളിൽ തൊട്ടു വന്ദിച്ചു.

ഭൈരവനും ഭാനുമതിയമ്മയും നിശ്ചലരായി നോക്കി നിന്നതേയുള്ളു.

അവരുടെ കണ്ണുകൾ നിറഞ്ഞൊഴുകി. ഭൈരവൻ അയാളറിയാതെ തന്നെ അവരിരുവരുടെയും നെറുകയിൽ കൈവച്ചുപോയി.

ആനന്ദി ജാള്യതയോടെ എഴുന്നേറ്റു. അവൾ ലജ്ജയോടെ തൊട്ടരുകിൽ നിൽക്കുന്ന ബാലനെ നോക്കി.

എന്തു ചെയ്യണമെന്നറിയാതെ നിൽക്കുകയായിരുന്നു അയാൾ ആനന്ദിയുടെ മുഖം നാണംകൊണ്ടു ചുവന്നു.

അവൾ ഭൈരവനോടു സ്വരം താഴ്ത്തി

“ഞാനും ബാലേട്ടനും വിവാഹിതരായി.!”

ആനന്ദിക്ക് പിന്നെ എന്തു പറയണമെന്നറിയില്ലായിരുന്നു. അച്ഛന്റെ പ്രതികരണം എന്തായിരിക്കുമെന്ന് ഊഹിക്കാൻ കഴിയില്ല. ആനന്ദി വർദ്ധിച്ച ഹൃദയമിടിപ്പുകളോടെ തലതാഴ്ത്തി നിന്നു. ഭൈരവൻ മകളുടെ ചുമലിൽ കൈവച്ചു.

"നിങ്ങൾക്കു നല്ലതു വരട്ടെ മക്കളേ"

ഭൈരവൻ ബാലനെ നോക്കി.

"എന്റെ മോളെ നീ നന്നായി നോക്കണം."

ഭൈരവന്റെ വായിൽ നിന്ന് ആ വാക്കുകൾ അടർന്നു വീണപ്പോൾ ബാലൻ ആനന്ദം കൊണ്ടു വീർപ്പുമുട്ടി... ഭൈരവന്റെ കണ്ണുകളിൽ നിന്ന് രണ്ടുതുള്ളി കണ്ണുനീർ അടർന്നു വീണു.

"എന്റേട്ടനോടും തറവാടിനോടും ഒത്തിരി തെറ്റു ഞാൻ ചെയ്തു. ആരും പൊറുത്തു തരികയില്ലാത്ത തെറ്റ്. അതിനുള്ള ശിക്ഷകൾ ദൈവംഎനിക്കുതന്നുകൊണ്ടിരിക്കുകയാണ്. എന്റെ മകൻ, പുഷ്പാംഗദൻ, മരിച്ചതിനു തുല്യമാണെനിക്ക്. എല്ലാം ശിക്ഷയാ."

ഭൈരവൻ, ഭാർഗവന്റെ കയ്യെടുത്ത് ഇരു കൈപ്പടങ്ങളിലും ചേർത്തുവച്ചു. ഭാർഗ്ഗവൻ അത്ഭുതത്തോടെ ഭൈരവനെ നോക്കി. ഈ രംഗങ്ങളൊന്നും മീനാക്ഷി കാണുന്നുണ്ടായിരുന്നില്ല. അവളുടെ മനസ്സ് കൊത്തിവലിക്കപ്പെട്ടതുപോലെ വേദനിക്കുകയായിരുന്നു. കൃഷ്ണൻകുട്ടി വലിയൊരു ഉത്തരവാദിത്തം തലയിൽ നിന്നിറക്കിവയ്ക്കപ്പെട്ടതിന്റെ ആശ്വാസത്തോടെ, നടന്നകലുകയായിരുന്നു. തന്റെ നിരപരാധിത്വം തെളിയിക്കപ്പെട്ടെങ്കിലും ആ ഹൃദയത്തിന്റെ നോവുകൾ ശമിച്ചിരുന്നില്ല.

കനലുകൾ ഇപ്പോഴും ചുട്ടുപൊള്ളിക്കുകയായിരുന്നു അവന്റെ മനസ്സിനെ! അവൻ പടിപ്പുരയ്ക്കടുത്തെത്തി.

മീനാക്ഷിക്കതു പെട്ടെന്നു മനസ്സിലായി... ! അകന്നു പോകുന്നത്, ഇത്രയും കാലം വെള്ളവും വളവും കൊടുത്തു വളർത്തിയ സുവർണ്ണമോഹങ്ങളാണ്! തന്റെ സ്വന്തം ഹൃദയം! അവളുടെ ഹൃദയമിടിപ്പിന്റെ വേഗം അവൾ ഉറക്കെ അവനെ വിളിച്ചു. അവന്റെ കാതുകൾക്കരികിലൂടെ അത് കടന്നു പോയപ്പോൾ ഉള്ളിന്റെ ഉള്ളിൽ ആരോ കൊളുത്തി വലിച്ചതുപോലെ തോന്നി. മീനാക്ഷി ഒരിക്കൽക്കൂടി ഉറക്കെ വിളിച്ചു. ശരീരത്തിലൂടെ ഒരു കോരിത്തരിപ്പ് പാഞ്ഞുപോകുന്നത് അവൻ അറിഞ്ഞു. ആരോ പിടിച്ചുനിർത്തിയതുപോലെ കൃഷ്ണൻകുട്ടി അവിടെ നിന്നു.

തിരിഞ്ഞു നോക്കുമ്പോൾ മീനാക്ഷി ഓടി വരികയായിരുന്നു.

കൃഷ്ണൻകുട്ടിയുടെ മനസ്സു തുടിച്ചു.

എവിടെ നിന്നാണെന്നറിയാതെയായിരുന്നു ആർപ്പും കുരവകളും ഉതിർക്കപ്പെട്ടത്. മനസ്സിൽ ഒരായിരം ചെണ്ടകളും ചേങ്ങിലകളും നിരന്നുനിന്നുതിമിർക്കുമ്പോൾ മീനാക്ഷി കൃഷ്ണൻകുട്ടിയുടെ

കൈകളിലേക്ക് ഓടിയണഞ്ഞു. അവൾ കിതപ്പോടെ അവന്റെ കണ്ണുകളിലേക്കു നോക്കി. അവിടെസ്വർണ്ണപ്പുത്തിരികൾ കത്തുന്നത് ഒരു സ്വർഗ്ഗത്തിൽ നിന്നെന്നപോലെയായിരുന്നു അവൾ കണ്ടത്.

കൃഷ്ണൻകുട്ടി അവളെ നെഞ്ചോടു ചേർത്തു പിടിച്ചു.

അവനോടു ചേർന്നു നിന്നുകൊണ്ട് പാരവശ്യത്തോടെ കണ്ണുകൾ അടച്ചപ്പോൾ മാനത്തു നിന്ന് ഒരായിരം വെള്ളക്കുരുവികൾ ഇറങ്ങിവരുന്നതായും‌അവ കൊക്കുകൾ ഉരുമിക്കൊണ്ട് ചുറ്റും പാറിനടക്കുന്നതായും മീനാക്ഷി സ്വപ്നം കണ്ടു!

ആ സമയത്ത് ഏഴാം കടലിനക്കരെ നിന്ന് കിന്നരന്മാർ വന്ന് സ്വർഗ്ഗീയ സംഗീതം പൊഴിച്ചു.

നൃത്തസംഗീതങ്ങളുടെ മായാപ്രപഞ്ചത്തിൽ ഇട്ടുണ്ണൂലിയമ്മയുടെമാന്ത്രികക്കൊട്ടാരം അലിഞ്ഞലിഞ്ഞില്ലാതെയായി!

www.ingramcontent.com/pod-product-compliance
Lightning Source LLC
LaVergne TN
LVHW060244051026
849517LV00005B/1716
9798889866121